அயோத்திதாசர்: சிந்தை மொழி

அயோத்திதாசர்: சிந்தை மொழி
ஸ்டாலின் ராஜாங்கம் (பி. 1980)

திருவண்ணாமலை மாவட்டம், செங்கம் வட்டம், முன்னூர் மங்கலத்தைச் சேர்ந்தவர். மதுரை அமெரிக்கன் கல்லூரி, தமிழ்த் துறையில் உதவிப் பேராசிரியர். தமிழ்ச் சமூக வரலாறு, பண்பாடு தொடர்பாகக் கள ஆய்வு செய்தும் எழுதியும் வருபவர். அயோத்திதாசர் குறித்து முனைவர் பட்ட ஆய்வு மேற்கொண்டவர். காலச்சுவடு ஆசிரியர் குழு உறுப்பினர்.

மின்னஞ்சல்: stalinrajangam@gmail.com

ஸ்டாலின் ராஜாங்கம்

அயோத்திதாசர்: சிந்தை மொழி

காலச்சுவடு பதிப்பகம்

அன்பார்ந்த வாசகருக்கு,

வணக்கம்.

காலச்சுவடு நூலை வாங்கியமைக்கு நன்றி.

நூலின் உள்ளடக்கம், உருவாக்கம், அட்டைப்படம் இன்ன பிற அம்சங்கள் பற்றிய உங்கள் கருத்துகளையும் ஆலோசனைகளையும் காலச்சுவடு வரவேற்கிறது. தகவல், எழுத்து, வாக்கியப் பிழைகள் தென்பட்டால் கட்டாயம் தெரிவித்து உதவுங்கள். நூல் தயாரிப்பில் கடும் குறைபாடு இருப்பின் மாற்றுப் பிரதி உங்களுக்குக் கிடைக்கக் காலச்சுவடு ஏற்பாடு செய்யும்.

மின்னஞ்சல்: **publisher@kalachuvadu.com**

காலச்சுவடு நாகர்கோவில் அலுவலகத்துக்குக் கடிதம் அனுப்பலாம்.

தங்கள்
எஸ்.ஆர். சுந்தரம் (கண்ணன்)
பதிப்பாளர் — நிர்வாக இயக்குநர்

அயோத்திதாசர்: சிந்தை மொழி ✳ கட்டுரைகள் ✳ ஆசிரியர்: ஸ்டாலின் ராஜாங்கம் ✳ © ஸ்டாலின் ராஜாங்கம் ✳ முதல் பதிப்பு: டிசம்பர் 2023 ✳ வெளியீடு: காலச்சுவடு பப்ளிகேஷன்ஸ் (பி) லிட்., 669, கே.பி. சாலை, நாகர்கோவில் 629001

காலச்சுவடு பதிப்பக வெளியீடு: 1268

ayoottitaacar: cintai mozi ✳ Essays ✳ Author: Stalin Rajangam ✳ © Stalin Rajangam ✳ Language: Tamil ✳ First Edition: December 2023 ✳ Size: Demy 1 x 8 ✳ Paper: 18.6 kg maplitho ✳ Pages: 184

Published by Kalachuvadu Publications Pvt. Ltd., 669, K.P. Road, Nagercoil 629001, India ✳ Phone: 91-4652-278525 ✳ e-mail: publications @kalachuvadu.com ✳ Printed at Clicto Print, Jaleel Towers, 42 KB Dasan Road, Teynampet Chennai 600018

ISBN: 978-93-6110-957-7

12/2023/S.No. 1268, kcp 4981, 18.6 (1) rss

ராஜ் கௌதமன்
அவர்களுக்கு

பொருளடக்கம்

முன்னுரை 11

பகுதி – I

1. காலத்தால் பழைமையாக்குதல் என்னும் அணுகுமுறை (அயோத்திதாசரின் அந்தர–அர்த்த வாசிப்பு) 19
2. அயோத்திதாசர் சிந்தனையில் ‘திரிபு’ 49
3. திரும்பத் திரும்பச் ‘சொல்’லும் கதை 64
4. ‘புறமெய்’யிலிருந்து ‘உள்மெய்’க்கு 76
5. நந்தன் கதை என்னும் உருவகம்: அயோத்திதாசரின் வரலாற்றுக் கதையாடல் 90
6. அயோத்திதாசர் எழுதிய இரணியன் கதை 103

பகுதி – II

7. அயோத்திதாசரின் நூறாண்டுப் பயணம் 123
8. அயோத்திதாசர்: சாதியைக் பௌத்தத்தின் வழியாகச் கடத்தல் 137
9. தமிழ்ச் சமூகத்தின் நூறாண்டு காலச் சாதியப் போராட்டங்கள் (1814–1914) 145
10. அயோத்திதாசரின் ‘அபவாதம்’ மீதான ‘அபவாதம்’ 165

முன்னுரை

இருபதாம் நூற்றாண்டுத் தமிழ்நாட்டு தலித் ஆளுமைகளில் சிந்தனையாளராக வரிடுத்துக் கொள்வதற்கான ‘எழுத்தாதாரம்’ அயோத்திதாச பண்டிதருக்கு மட்டுமே முழுமையாகக் கிடைத்தது.

ஆனால் அவர் எழுத்துக்களிலிருந்து அவரைச் சிந்தனையாகப் புரிந்துகொள்வதைவிடவும் கருத்துகளாக – அவற்றையும் தகவல்களாகப் பிரித்துப் புரிந்துகொள்ளும் போக்கே அதிக மிருக்கிறது. அதுவே எளிமையானது என்பதால் அவ்வாறு நடக்கிறது. அவரை வாசித்து முடித்த தருணத்தில் சந்தேகமே இல்லாமல் அவர் மகத்தான சிந்தனையாளர் என்ற கருத்து என்னுள் வலுப்பட்டது. தமிழ்நாட்டில் ஒரு காலகட்டத்தில் செயற்பட்ட வரலாற்று ஆளுமை என்பதாக மட்டுமில்லாமல் இன்றைய காலத்தைப் புரிந்துகொள்ளவும்–எதிர்கொள்ளவும் அவர் சிந்தனைகளைத் துணைக்கொள்ள முடியுமென்று தோன்றிய காரணத்தால் தொடர்ந்து எழுதியும் பேசியும் வருகிறேன். இந்நூல் அதன் தொடர்ச்சியில் வெளியாகிறது. அயோத்திதாசர்பற்றி நானெழுதிய நூல்கள் ஏற்கெனவே வெளியாகியுள்ளன. அவற்றி லிருந்து சற்று வேறுபட்டது இந்நூல்; அதாவது அவர் ஓர் ஆளுமையை சிந்தனைகள் வழியாக முன்வைக்கிறது இந்நூல்.

அயோத்திதாசர் தொடர்ந்து எழுதிக் கொண்டிருந்தார்.

அவற்றுள் 1907முதல் 1914ஆம் ஆண்டு வரையில் வாரந்தோறும் *தமிழன்* இதழில் எழுதியவை நமக்குக் கிடைத்திருக்கின்றன. சமூகத்தின் பலதரப்பட்ட விஷயங்கள் பற்றியும் அவருக்குக் கருத்துகள் இருந்தன.

உலக அளவில் நடந்துவந்த மாற்றங்களையும் கவனித்து வந்திருக்கிறார். குறிப்பிட்ட ஒரு விஷயத்தைப் பற்றி எழுதும்போது பல்வேறு அம்சங்களையும் ஒருங்கிணைத்து எழுதும் போக்கும் அவரிடம் இருந்திருக்கிறது. அவ்வாறு எழுதியபோது கருத்துகள் மட்டுமல்லாது நிறைய பார்வைக் கோணங்கள், அணுகுமுறைகள் அவரிடம் தொழிற்பட்டிருக்கின்றன.

சில அணுகுமுறைகள் ஓரிரு முறையும், சில அணுகுமுறைகள் தொடர்ந்தும் அவரிடம் பயின்றிருப்பதைப் பார்க்க முடிகிறது. அவற்றை ஒரு அணுகுமுறையாக அவர் தனித்து யோசித்துப் பேசி, அதன்படி அவற்றை வளர்த்தெடுக்கவில்லை. அது ஒரு குறிப்பிட்ட அணுகுமுறை என்பது நம்முடைய வரையறுப்பே தவிர அவருடையது அல்ல. அவை அவருடைய சிந்தனை முறையில் இயல்பாகப் பயின்றிருந்தவை. அவர் உலக நோக்கிலிருந்து உருவான இயல்பான பார்வைகள். நாம் அவரை மொத்தமாக வாசித்துப் பார்க்கும்போது தொடர்ச்சியாகப் பயின்றிருப்பவை என்ற பொருளில் தனித்துப் பார்க்கிறோம்.

அவரிடம் காணப்படும் இத்தகைய அணுகுமுறைகளை இரண்டு வகைகளாகப் பிரிக்கலாம். ஒன்று, அவர் எத்தகைய கருத்துகளையெல்லாம் பேசியிருக்கிறார் என்பது. இரண்டு, கருத்துகள் ஒருபுறமிருக்க, அக்கருத்துகளுக்கு வந்தடைந்த, யோசித்த விதங்களை ஒரு சட்டகமாக்கிக்கொண்டு சமூகத்தின் பிற விஷயங்களைப் புரிந்துகொள்ளப் பயன்படுத்தலாம் என்பது. இந்த இரண்டாவது வகைக்கான தேடலையே இந்நூலின் கட்டுரைகளில் முன்வைத்திருக்கிறோம். இவ்விடத்தில் அயோத்திதாசர் என்னும் தனிமனித ஆளுமைக்கான கருத்துகள், தகவல்கள் என்பவற்றைத் தாண்டி, இச்சமூகத்தின் வெவ்வேறு விஷயங்களைப் புரிந்துகொள்வதற்கான சிந்தனையாளர் என்ற புரிதலைப் பெறலாம். அவரைச் சிந்தனையாகப் புரிந்து கொள்வது என்பதன் பொருள், வாழ்ந்த காலத்தில் வைத்து அவரைப் பொருள்படுத்துவதிலிருந்து முற்றிலும் விலக்குவது என்று ஆகிவிடாது.

அயோத்திதாசர் சிந்தனைகளைப் புரிந்துகொள்வதற்கு, பொருத்திப் பார்ப்பதற்கு, அவர் எழுத்துகளை முன்வைத்து முன்னோடிகள் எழுதியிருக்கிறார்கள். நான் என் வரையறை யிலிருந்து இயங்கியிருக்கிறேன். அயோத்திதாசர் சிந்தனைகளை

விளக்குவதற்கு, விரிவாக்குவதற்குப் பிற சிந்தனையாளர்களைக் கைக்கொள்வது ஒருவகை. ஆனால் பிற விஷயங்களை விளக்குவதற்கும் விரிவாக்குவதற்கும் அயோத்திதாசர் எழுத்துகளிலிருக்கும் சிந்தனைகளைக் கைக்கொள்வது மற்றொரு வகை. அந்த மற்றொரு வகையை வளர்த்தெடுக்கவே இந்நூல் முற்பட்டிருக்கிறது. உண்மையில் இருபதாம் நூற்றாண்டில் காலனியத்தின் தாக்கத்தைக் குறைவாக உள்வாங்கிய உள்ளூர் சிந்தனையாளர் அயோத்திதாசர். பலர் உள்ளூர் அடையாளங்களைப் பேசியிருக்கிறார்கள். ஆனால் அவர்களால் அயோத்திதாசர் போன்று உள்ளூர் அணுகுமுறை யிலிருந்து பேச முடியவில்லை. அதுவே அவரை அசலான சிந்தனையாளராக்கியிருக்கிறது. நிலவும் சமூகச் சிக்கல்களுக்கு விளக்கம், தீர்வு என்பதாக ஒரேவிதமான பார்வைகளையே நாம் சந்தித்திருக்கிறோம். ஆனால் இந்தத் திசையில் படைப்பூக்கம் மிக்க புதிய மாற்றை அயோத்திதாசருக்கு இணையாக வேறொருவர் சிந்திக்கவில்லை.

அயோத்திதாசரை ஒரு சிந்தனையாகப் பாவிப்பதற்கான முயற்சியைத் தொடர்ந்து மேற்கொண்டுவந்திருக்கிறேன். எதிர்காலத்தில் இத்தலைப்பில் எழுத இன்னும் விஷயங் களிலிருக்கின்றன. இதற்கான தொடக்கமாக என்னுடைய 'அயோத்திதாசர்: வாழும் பௌத்தம்' (*காலச்சுவடு*, மே 2016) நூலில் உள்ள 'சாதி பற்றிய உள்ளூர்ப் புரிதல்: அயோத்திதாசர் சிந்தனைகளினூடாக' என்ற கட்டுரையைக் கூறுவேன். அக்கட்டுரையிலுள்ள தலைப்புகளையே இந்நூலில் தனித்தனிக் கட்டுரைகளாக விரிவாக்கியிருக்கிறேன். நான் அயோத்திதாசரைப் பற்றி எழுதும்போது மட்டுமல்லாமல், வேறு விஷயத்தைப் பற்றி எழுதும்போதும் அவர் பெயரையோ சிந்தனையையோ கையாள்பவனாக மாறியிருக்கிறேன். அவரைப் பற்றித் தொடர்ந்து மேடைகளில் பேசியும் வருகிறேன். ஒவ்வொரு முறையும் ஏதேனும் ஒரு புதிய புரிதலை வழங்கிவிட நினைத்தாலும், சில அடிப்படையான யோசனைகளைத் தொடர்ந்து குறிப்பிடுகிறவனாக இருந்துவருகிறேன். நான் ஒரே விஷயத்தைத் திரும்பத் திரும்ப எழுதுவதாக, பேசுவதாக நினைக்கலாம். அயோத்திதாசர்பற்றி வேறெதுவும் தெரிவதில்லை அல்லது எழுதுவதில்லை என்ற புகழ்பெற்ற கேலி என்மீது உண்டு என்பதை அறிவேன்.

ஒருவகையில் நான் இதனைத் திட்டமிட்டுச் செய்கிறேன். இதற்குக் காரணம் அயோத்திதாசர் வெறும் கருத்துகளை உதிர்த்தவரோ தகவலாளியோ அல்லர்; அவர் ஒரு சிந்தனாமுறை என்பதுதான். அயோத்திதாசரின் பிறப்பு, வளர்ப்பு, இயக்கம்,

கருத்துக்கள் போன்ற தகவல்களை ஒரிருமுறை சொல்லிவிட்டால் போதும். ஆனால் சிந்தனாமுறை என்பது அவ்வாறல்ல. அவை நம் நடைமுறையாக மாற வேண்டியவை. அதன்படி அயோத்திதாசரின் சிந்தனாமுறை புதியது; எனவே அவற்றை அறிமுகப்படுத்த வேண்டும்; தொடர்ந்து 'சொல்ல' வேண்டும். எனவே ஒரே விஷயத்தைத் திரும்பத் திரும்பச் சொல்கிற என் போக்கு ஒரு சிந்தனையைப் பழக்கப்படுத்துவதற்கானதே. 'திரும்பத் திரும்பச் சொல்லும்' போதே அவர் சிந்தனையைப் புரியவைக்கவும் பதியவைக்கவும் முடியும் என்பதால் அதைச் செய்துவருகிறேன். இந்நூல் அதன் பகுதியே.

நூலின் இரண்டாம் பகுதிக் கட்டுரைகள் முதல் பகுதியிலிருந்து சற்றே வேறுபட்டவை. ஒப்பீட்டளவில் அயோத்திதாசர் பற்றியவை. அயோத்திதாசரை ஒரு வரியும் படிக்காதவர்கள்கூட அவரைப் புறக்கணிப்பதற்கான காரணமாகத் தெரிந்து வைத்திருக்கும் அருந்தியர் உள்ளிட்டோரை விலக்கும் கூற்றுகளைப் பற்றி முதன்முதலாக நானெழுதியிருக்கும் கட்டுரை இரண்டாம் பகுதியில் இடம்பெற்றுள்ளது. அருந்ததியர் உள்ளிட்டோரை விலக்கும் அயோத்திதாசரின் கூற்றுகள்பற்றி அவர்பற்றிய ஆய்வாளர்கள் பதிலே சொல்வதில்லை என்ற குற்றச்சாட்டும் இங்குண்டு. அவ்வாறு கூறுவதன் மூலம் அயோத்திதாசரை மட்டுமல்லாமல் அவர் ஆய்வாளர்களையும் புறக்கணிப்பதற்கான காரணத்தைக் கண்டுபிடித்துக் கொடுத்தார்கள்.

அவரின் இது தொடர்பான கூற்றுகளில் முரண்படுவதிலோ, அவற்றை எழுதுவதிலோ எந்தத் தயக்கமும் எனக்கிருந்ததில்லை. அயோத்திதாசரின் இக்கூற்றுகளை ஒட்டி ஒருவித ஆவேசம் பற்ற வைக்கப்பட்டிருந்ததே இது தள்ளிப் போனதற்கான காரணம். அயோத்திதாசரின் சிந்தனைச் சட்டகத்தால் கவரப்பட்ட நான், அவரின் கருத்துகள் பலவற்றிலிருந்து ஏற்கெனவே மாறி எழுதியிருப்பதைக் குறிப்பிட விரும்புகிறேன். குறிப்பாக தீபாவளி, கார்த்திகை தீபம், பொங்கல் குறித்த அவரின் கருத்துகளிலிருந்து மாறுபட்டு எழுதியிருப்பதை என்னுடைய 'பண்பாட்டின் பலகணி' (பரிசல் பதிப்பகம், ஏப்ரல் 2022) நூலில் காணலாம். வசையாகவோ, முழுப் புறக்கணிப்பாகவோ இருந்தால்தான் அவற்றை விமர்சனமாகக் கருதும் அவலம் எப்படியோ இங்கு உருவாகிவிட்டது. இந்தக் கட்டுரையும் விவாதத்திற்குரியதுதான்.

அயோத்திதாசர் சிந்தனைகளை எழுதிச் செல்லும் அதேவேளையில் நானும் பல விஷயங்களை அதனூடாகச்

சிந்திக்கிறேன் என்று சொன்னால் யாரும் மறுக்கமாட்டார்கள் என்று நினைக்கிறேன். குறிப்பிட்ட ஒரு விஷயம் பற்றிய கட்டுரையாக இருப்பினும் அதில் பல்வேறு விஷயங்களுக்கான திறப்பு இருப்பதைப் பார்க்கலாம். 'அயோத்திதாசர் எழுதிய இரணியன் கதை' கட்டுரையில் மொழி முதன்மைவாதம் என்ற நிலைப்பாடு முன்வைக்கப்பட்டிருக்கிறது. அதேபோல் தான் "காலத்தால் பழமையாக்குதல்" என்கிற கோட்பாடும். 'அயோத்திதாசரின் அபவாதம் மீதான அபவாதம்' என்ற கட்டுரை விமர்சனங்களுக்கு முகம் கொடுத்து எழுதப்பட்டிருந்தாலும் எவ்வாறு நிலைப்பாடுகள் சார்ந்து வாசிப்பின் அர்த்தங்கள் உருவாக்கப்படுகின்றன என்பதைப் புரிந்துகொள்ள முயல்வதற்கான பிரதியாகவும் இருக்கிறது.

இந்நூலை ராஜ் கௌதமனுக்குச் சமர்ப்பிக்கிறேன். அதுவரையிலான தமிழ் விமர்சன மரபில் யோசித்துப் பார்க்க விரும்பாமல் மிச்சமாக்கப்பட்டிருந்த வெளிகளைப் புதிய கேள்விகளால் நிரப்பியவர். தலித் விமர்சனத்தை எந்தச் சலுகையும் இல்லாமல் அழுத்தமான விமர்சனக் கோட்பாடாக வளர்த்தெடுத்தவர். கல்லூரிக் காலத்தில் என் வாசிப்பின்மீது தாக்கம் செலுத்தியவர்களில் ஒருவர்.

இக்கட்டுரைகள் *நீலம், காலச்சுவடு* இதழ்களில் வெளியாகின. 'காலத்தால் பழமையாக்குதல் என்னும் அணுகுமுறை' கட்டுரை மட்டும் *அகழ்* இணைய இதழில் வெளியானது. 'நந்தன் என்னும் உருவகம்', 'திரும்பத் திரும்பச் சொல்லப்படும்' கதை, 'அயோத்திதாசர் சிந்தனையில் திரிபு' ஆகிய மூன்று கட்டுரைகளும் இந்நூலில்தான் முதன்முதலாக இடம்பெறுகின்றன. திரிபு கட்டுரையின் சுருக்கம் வட அமெரிக்க தமிழ்ச்சங்கப் பேரவையின் *(FeTNa)* 34ஆம் ஆண்டு மலரில் வெளியிடப்பட்டது. இந்தக் கட்டுரைகள் தற்போதுள்ள நிலையைப் பெறப் பங்காற்றிய சுகுமாரன், செந்தூரன், வாசுகி பாஸ்கர், சுரேஷ் பிரதீப், அனோஜன், அழகரசன், கீதா பொன்முடி ஆகியோருக்கும், நண்பர்கள் *காலச்சுவடு* கண்ணன், அரவிந்தன் ஆகியோருக்கும் நன்றி.

மதுரை **ஸ்டாலின் ராஜாங்கம்**
20-11-2023

பகுதி – I

1

காலத்தால் பழைமையாக்குதல் என்னும் அணுகுமுறை

(அயோத்திதாசரின் அந்தர–அர்த்த வாசிப்பு)

துடியன் பாணன் பறையன் கடம்பன் என்று
இந்நான் கல்லது குடியும் இல்லை

என்கிற வரிகள் சங்க நூல் தொகுதியான புறநானூற்றில் (335) இடம்பெற்றுள்ளன. இருபதாம் நூற்றாண்டில் அதிகம் மேற்கோள் காட்டப்பட்ட சங்க இலக்கிய வரிகளில் இவையும் அடங்கும். தமிழ்க்குடிகளின் பழமையைச் சொல்வதாக இருக்கும் அதேவேளையில் தமிழ்க்குடி என்பது சாதிகளின் தொகுப்பு என்ற முறையில் இந்த வரிகளில் குறிக்கப்படும் சாதியினர்களாலும் இப்பாடலடிகள் கையாளப்பட்டிருக்கின்றன. 1894ஆம் ஆண்டு புறநானூறு முதன்முதலாகப் பதிப்பித்து வெளியிடப்பட்டது. அதற்கு பின்பு தான் சங்க இலக்கியப் பிரதிகளை வைத்து வரலாற்றை எழுதும் அல்லது கோரும் போக்கு ஆரம்பித்தது. அதாவது தமிழ்ச் சமூகம் இரண்டாயிரம் ஆண்டு காலப் பழமையுடையது என்ற கருத்து உருவாக இப்பிரதிகளே உதவின. இருபதாம் நூற்றாண்டிற்கு முன்பு இப்பிரதிகளுக்கோ பாடலடிகளுக்கோ இத்தகைய மதிப்பும் நினைவுக்கூரலும் இருந்திருக்க வாய்ப்பில்லை.

மேற்கண்ட பாடலடிகளைப் பார்க்கும் போது நான்கு குடிகளுமே இசையோடு தொடர்புடையவர்களாக இருப்பதை புரிந்துகொள்கிறோம்.

இவற்றிலுள்ள சில குடிகள் இப்போது எங்கிருக்கின்றனர் என்று தெரியவில்லை. ஒரு குடி மற்றொன்றில் கரைந்திருக்கலாம்; சில குடிகள் காலப்போக்கில் 'காணாமல்' போயிருக்கின்றன. ஆனால் இதில் பறையன் என்னும் பெயரிலுள்ள குடியினர் மட்டும் இப்போதும் இருப்பதை அறிவோம். இன்றைக்கு ஒடுக்கப் பட்ட குடியினராக அறியப்படும் அவர்களின் தொன்மையைச் சொல்ல முற்படும்போது அவர்களாலும் ஆய்வாளர்களாலும் இப்பாடலடிகள் மேற்கோள் காட்டப்படுவதுண்டு. அதே வேளையில் தற்காலத்தில் அக்குடியினரால் விரும்பப்படுவதாக வும் அச்சாதி மீது பொறாமை கொண்டோரால் மௌனமாகப் புறக்கணிக்கப்படுவதாகவும் இந்த வரிகள் மாறிவிட்டன.

எது எப்படி இருப்பினும் இப்பாடலடிகள் பறையர் என்னும் குடியினருக்குப் பெருமையையே தருகிறது. ஆனால் புறநானூறு பதிப்பிக்கப்பட்டு இப்பாடலடிகள் பரவலானபோது அவ்வாறு மட்டுமே கருதப்படவில்லை. இதை ஏற்பதில் இக்குடியினரின் அறிவாளிகளிடையே வெவ்வேறு பார்வைகள் இருந்திருக்கின்றன. இதைப் பற்றிய விவாதமொன்று புறநானூறு பதிப்பிக்கப்பட்டு (1894) இப்பாடலடிகளை மேற்கோளாகக் காட்டத் தொடங்கிய தருணத்திலேயே எழுந்திருக்கிறது. இதை எழுப்பியவர் அயோத்திதாசப் பண்டிதர்(1845–1914). இவர் கல்வி பயின்ற இளமைக் காலத்தில் சங்க நூல் தொகுதிகள் அச்சில் வரவில்லை. மரபான கல்வி பயில் நெறியில் கற்றுத் தரப்படும் பிரதிகளாகவும் அவை இருந்திருக்கவில்லை. அதாவது இன்றைக்குத் தமிழ் வரலாற்றையும் அவற்றிற்கான பழமையையும் ஒருசேர நிர்மாணிக்கத்தக்கதாக உள்ள சங்கப் பிரதிகள் பத்தொன்பதாம் நூற்றாண்டில் இந்த பெருமையைப் பெற்றிருக்கவில்லை. அச்சுப் பண்பாடு என்பது எவ்வாறு வரலாற்றையே நிர்மாணித்திருக்கிறது அல்லது மாற்றியிருக்கிறது என்பதற்கு இப்போக்கு சிறந்த உதாரணம். பிறகு அயோத்திதாசர் தீவிரமாகச் செயல்பட்டுக் கொண்டிருந்த காலத்தில்தான் சங்கப் பிரதிகள் அச்சு வழியாக மறுகண்டுபிடிப்பு செய்யப்பட்டுக்கொண்டிருந்தன. அப்பிரதிகளுக்கான பெயர்கள், வகைமைப்படுத்தல்கள் தொடர்பான விவாதங்களும் நடந்து வந்தன. இருபதாம் நூற்றாண்டு தொடக்கம் வரையிலும்கூட சங்கப்பிரதிகள் பொது ஏற்பை பெற்றுவிடவில்லை. எனவே அவை நிலைபெறுவதற்கான முயற்சிகள் நடந்துவந்த காலகட்டமாக அதைக் கூறலாம். 1921ஆம் ஆண்டுவரை வாழ்ந்த பாரதியார் படைப்புகளில் சங்கப் பாடல்கள் பற்றிய குறிப்புகள் இல்லை. 1916ஆம் ஆண்டு வெளியான சிங்காரவேலு முதலியாரின் அபிதான சிந்தாமணியில்கூட இன்றைக்கு சங்கநூல் தொகுதிகளில் வைத்து

அறியப்படும் பத்துப் பாட்டுத் தொகுதிகள் சங்கம் மருவிய நூல் தொகுதிகளாகவே குறிப்பிடப்பட்டுள்ளன.

இந்நிலையில் தான் "புறப்பாட்டில் உணரலாம்" என்ற குறிப்போடு இப்பாடலடிகளை மேற்கோளாக கையாண்ட கட்டுரை மதுரை *செந்தமிழ்* இதழில் வெளியானதாகத் தெரிகிறது. இதனை அதே காலகட்டத்தில் மறுத்து (ஜூலை 15, 1908 தேதியிட்ட *தமிழன்* இதழ்) எழுதியிருக்கிறார் அயோத்திதாசர். ஆரியர் வருகைக்கு முன்பே தமிழ்க்குடியினர் இருந்தனர் என்பதைக் கூறுவதற்காகவே இப்பாடலடிகள் அக்கட்டுரையில் எடுத்தாளப்பட்டுள்ளதை அறிகிறோம். இதனைக் கண்டவுடன் பறையர் என்றழைக்கப்பட்டோர் மீதான இழிவுக்கு எதிரான போராட்டத்தை நடத்திவந்த அயோத்திதாசர் மகிழ்ந்திருக்க வேண்டும். ஆனால் அவர் அவ்வாறு மகிழவில்லை என்பது ஆச்சரியத்தைத் தருகிறது. மாறாக அவ்வரிகளைக் கடுமையாக மறுத்திருக்கிறார். அப்பாடலடிகளைக் கொண்ட புறப்பாட்டு (புறநானூறு) என்ற நூலின் இருப்பையே கேள்விக்கு உள்ளாக்கும் முடிவுக்கு அவர் சென்றிருக்கிறார். 1908ஆம் ஆண்டு வரையிலும் புறநானூறு என்னும் பெயர் நிலைபெறாமல் புறப்பாடல் என்னும் பெயரே வழங்கப்பட்டு வந்திருப்பதை அவர் தரும் குறிப்பு மூலமாக அறிய முடிகிறது. "புறப்பாட்டு என்னும் நூலுண்டா? யாரால் இயற்றப்பட்டது? எக்காலத்தது? அஃதெங்குள்ளது?" என்னும் அடுக்கடுக்கான கேள்விகளை அவ்வரிகளைக் கையாண்ட *செந்தமிழ்* கட்டுரையை நோக்கி எழுதுகிறார் அயோத்திதாசர்.

வரலாறு பற்றிய அயோத்திதாசரின் புரிதல்

பொதுவாக அயோத்திதாசர் பறையர் என்ற பெயரை ஏற்பதில்லை. பூர்வபௌத்தர்களை இழிவுபடுத்த பௌத்த சத்ருக்கள் சுமத்திய இழிபெயரே அது என்பது அவர் கருத்து. மேலும் அப்பெயர் இம்மக்கள் சூட்டிக்கொண்ட பெயரல்ல. மாறாக, அவர்களை அழைக்கப் பிறரால் வழங்கப்பட்டுவரும் பெயரே அது என்பதும் அவர் கருத்தாக இருந்தது. எனவே அப்பெயரை ஏற்பதென்பது அப்பெயரின் பேரால் கற்பிக்கப் பட்ட இழிவை ஏற்பதாகிவிடும் என்று கூறி அவர் அப்பெயரை ஏற்கவில்லை. இந்த நிலையில்தான் பறையன் என்ற பெயரை நினைவுபடுத்தும் எந்த அடையாளத்தையும் அவர் மறுத்து வந்தார். தன் நிலைபாட்டை நிறுவும் பொருட்டுப் புறநானூறு (புறப்பாடல்) என்னும் பிரதியின் நம்பகத்தன்மையைக் கேள்விக்குட்படுத்தவும் அவர் தயங்கவில்லை என்பதை பார்க்கிறோம். அவருடைய இந்த விவாதம் இலக்கியத்தோடு மட்டும் தொடர்புடையதல்ல என்பதை நாம் புரிந்துகொள்ள

வேண்டும். அயோத்திதாசரை மொத்தமாக வாசித்துப் பார்க்கும்போது அவருக்கு இலக்கிய பிரதியை விடவும் அதன் மூலம் கட்டப்படும் வரலாறும் அது உருவாக்கும் உளவியலும்தான் முக்கியமானதாக இருந்திருக்கின்றன என்பதை அறிய முடிகிறது.

இங்கு அயோத்திதாசரின் வரலாறு பற்றிய பார்வை எத்தகையது என்ற கேள்வி எழுவது இயல்பு. சாதிபற்றி அவருக்கு இருந்த அடிப்படையான பார்வையைப் புரிந்துகொள்வதிலிருந்து இதனை விளங்கிக் கொள்ள முடியும். சாதியமைப்பு பற்றி அவர் தந்துவந்த விளக்கங்களுக்கு இப்பாடலடிகள் முரணாக இருந்த காரணத்தால் இம்மறுப்பை எழுதியிருக்கிறார். அவருடைய மறுப்பு வரலாற்று ரீதியாக பலகீனமானது போல் தெரியலாம். ஆனால் அவருக்கு 'வரலாறு' மட்டும் முக்கியமல்ல. வரலாற்றினால் உருவாகும் சமூக உளவியலும் முக்கியமானதாக இருந்திருக் கிறது. வரலாற்றின் பெயரால் நிறுவப்படுவதாலேயே ஒன்று எத்தகைய தீமையாக இருப்பினும் ஏற்கவேண்டி வந்துவிடுகிறது. இவ்விடத்தில் வரலாறும் கட்டமைக்கப்படுவதே என்பதை சேர்த்துப் பார்க்கும் போது வரலாறு முற்று முழுதானதில்லை என்பதையும் புரிந்து கொள்கிறோம். இதன் மூலம் அவர் நிலவும் வரலாற்றிலிருந்து வெளியேறிக்கொள்வதைப் பார்க்கிறோம்.

இப்பாடலடிகள் குறித்த அயோத்திதாசருடைய மறுப்பை வரலாறு சார்ந்து மறுக்கவும் ஏற்கவும் இடமிருக்கிறது. ஆனால் அவருடைய இந்த மறுப்பு பாடலடிகளில் இடம் பெற்ற தகவல்கள் சார்ந்ததாக மட்டும் இல்லை. மாறாக அவர் சிந்தனையில் தொடர்ந்து இடம்பெற்று வந்த பார்வைக் கோணத்தில் இருப்பதாகத் தோன்றுகிறது. இந்த மறுப்பும் அந்தக் கோணத்தால்தான் எழுதப்பட்டிருக்கிறது. இந்தக் கோணம் வரலாற்றைத் தகவல்களிலிருந்து விடுவித்து வேறொன்றாக மாற்றும் கோணம். அதன்படி பார்த்தால் அவர் எழுதி யிருப்பதும் வரலாற்று வரைவு தான். அதாவது காலத்தால் தொன்மையாக்குதல் என்ற நிலைபாட்டைக் கூறி அதன் பிரச்சினைப்பாட்டை அவர் தொடர்ந்து வெவ்வேறு தருணங்களில் எழுதிவந்திருக்கிறார். அந்நிலைப்பாடுதான் இம்மறுப்பிலும் தொழில்பட்டிருக்கிறது.

I

ஒரு விஷயம் இருக்கிறதா இல்லையா என்பது அது எவ்வளவு காலமாக இருந்துவருகிறது என்று சொல்வதில்தான் அதற்கான சமூக ஏற்பும் ஏற்பின்மையும் இருக்கிறது என்று அயோத்திதாசர் குறிப்பிட்டுவந்தார். இது ஒரு நிலைபாடாகவே மாறி அவர்

எழுத்து முழுவதும் படர்ந்திருக்கிறது. ஒன்றைக் காலத்தால் பழமையாக்குவதன் மூலம் அதற்கான ஏற்பும் புனிதமும் ஏற்பட்டு விடுகின்றன என்று அவர் கருதினார். ஒன்றைப் பழமையானது என்று கூறுவதன் மூலம் அது இயற்கையானது, நிரந்தரமானது என்னும் கருத்துருவைப் பெற்றுவிடுகிறது என்று அவர் புரிந்து கொண்டிருந்தார். சாதி பற்றிய சொல்லாடல்களில் நிலவிவரும் இத்தகைய தொன்மையாக்கும் பண்பை அவர் கண்டிருந்தார். அவ்வாறு ஆக்குவதால் உருவாகும் விளைவை எண்ணியே பறையன் என்னும் சொல்லை அவர் எதிர்கொண்டார். சாதியமைப்பைப் பழமையாகக் காட்டுவதன் மூலம் அது தொடர்பான பாகுபாடுகளும் இழிவும் தொன்றுதொட்டு இருந்துவருபவை என்று காட்டப்பட்டன. அவ்வாறு சாதியானது ஆதிகாலம் முதற்கொண்டே இருக்கிறது என்று கூறிவருவதால் அதற்கொரு காலாதீதப் பண்பு கிட்டிவிடுவதையும் பார்க்கிறோம். சாதி தொடர்ந்து நிலைத்திருப்பதற்குக் காலாதீதத் தன்மை கொண்டதாக இருக்க வேண்டியிருக்கிறது. இதற்காகவே அதனைக் காலாதீதமானது என்று கூற முற்பட்டிருக்கிறார்கள். அவ்வாறே மக்கள் உளவியலிலும் இருக்க வேண்டுமென்பதற்காக அக்கருத்து திட்டமிட்டுப் பரப்பப்பட்டுள்ளதாகவும் கருதினார். ஒன்றைப் பழமையானது எனும்போது அது தூய்மையானது, மேன்மையானது என்னும் அர்த்தத்தையும் பெறுகிறது. அதன்வழி ஏற்பு எளிமையாகி விடுகிறது. இக்கருத்தியலில் இது முதல் நிலை.

சாதிப் பாகுபாடுகளும் இழிவும் பழமையானவை என்று சொல்வதன் மூலம் அவை மனிதர்களால் ஏற்படுத்தப்பட்ட செயற்கையான அமைப்பு என்ற கருத்து மறைந்துபோகிறது. எனவே இது இயற்கையானது போலாகிறது. இதன்படி சாதியமைப்பில் காலந்தோறும் நடந்துவந்த மாற்றங்கள், பங்குவகித்த சக்திகள் போன்ற தேடல்களுக்கு இடமில்லாமல் போகின்றன. எல்லாவற்றைக் காட்டிலும் சாதியமைப்புக்கு என்றும் மாறாத நிரந்தரத் தன்மை கிடைத்துவிடுகிறது. இன்றைக்கு 'மேலிருக்கும்' சாதி என்றென்றைக்கும் அதே நிலையில் இருந்துவந்ததைப் போலவும் கீழேயிருக்கும் சாதி கீழாகவே இருந்ததைப் போலவும் ஆகிவிடுகிறது. எனவே தொன்மையாக்கும் சிந்தனை பாகுபாட்டைத் தக்கவைக்கும் உளவியலுக்கு வழி செய்கிறது என்று கருதினார். இது இரண்டாவது நிலை.

இவ்வாறு இருப்பதால் சாதியமைப்புக்கு எதிராகக் கோபம் எழுவதில்லை. அது மாற்றியமைக்க முடியாது என்ற உளவியலே வலுப்பெறுகிறது. எனவே அதனை ஒப்புக்கொண்டு அதற்கேற்ப இயங்குவதே சரி என்றாகிவிடுகிறது. இது மூன்றாவது நிலை.

அயோத்திதாசர்: சிந்தை மொழி

இந்நிலையில்தான் சாதியமைப்பு பொய்யானது; தந்திரமானது; திரிபானது என்னும் நிலைகளில் விளக்கிவந்த அயோத்திதாசர் சாதிகள் மீதான இழிவையும் பெருமையையும் காலத்தால் பழமையாக்கும் கருத்திற்கு வலுசேர்க்கும்படியான செய்திகளைத் தொடர்ந்து மறுத்து எழுதிவந்தார். இதன்படியே *செந்தமிழ்* இதழில் வந்த இப்பாடலடிகளை அவர் மறுத்தெழுதி னார். சாதியமைப்பு சில நூறாண்டுகளுக்கு முன்புதான் தோன்றியது என்பது அவரின் முடிவு. பறையன் என்னும் இழிபெயரும் இதையொட்டியே கற்பிக்கப்பட்டுப் பரப்பப்பட்டன என்று எழுதினார். ஆனால் சாதியமைப்பும் சாதி இழிவுகளும் சமீபகாலத்தில் கற்பிக்கப்பட்டவை என்பது தெரிந்துவிடக் கூடாது என்பதற்காக, அவை தொன்றுதொட்டு இருந்து வருபவை என்னும் கதையாடல்கள் பரப்பப்பட்டு வருவதாகவும் அவர் சாடினார். அந்த வகையில்தான் பறையன் என்னும் பெயர் 1800 ஆண்டுகளுக்கு முன்பிருந்ததாகக் கூறுகிற இப்புறப்பாடலை அவர் மறுத்து எழுதினார்.

மூன்று உதாரணங்கள்

பறையன் என்னும் பெயரைப் பழையதாகக் காட்டும் பதிவுகளைப் பொதுவாகவே மறுத்து எழுதிவந்த அவர் நவீன வரலாற்று ஓர்மை உருவாகிவந்த தருணத்தில் அதன் ஒரு பகுதியாகச் *செந்தமிழ்* போன்ற ஏடுகளின் தமிழாய்வுக் கட்டுரைகளிலும் அத்தகவல் மறுவுறுதி பெற்றபோது தீவிரமாக எதிர்வினை காட்டினார் என்பதைப் பார்க்கிறோம். அவர் இந்த விஷயத்தில் எந்த அளவிற்குத் தீவிரமாக இருந்தார் என்பதற்கு மூன்று உதாரணங்களை மட்டும் இங்கு காட்டலாம். கபிரகவல் என்ற நூலில் சொல்லப்பட்ட பறையர் வீட்டில் வள்ளுவரும் அந்தணர் வீட்டில் கபிலரும் வளர்ந்தார்கள் என்ற கூற்றை அயோத்திதாசர் எதிர்கொண்டார். கபிலரோ புத்த தன்மத்தைச் சேர்ந்தவர். பௌத்தம் மேலோங்கியிருந்த காலத்தில் சாதிபேதம் கிடையாது. ஆனால் பின்னாளில் ஏற்றம் பெற்றுவிட்ட (வேடதாரி) பிராமணர்கள் தங்கள் கால சாதிபேதம் கபிலர் காலத்திலேயே இருந்தது என்று கூறுவதற்காகவே அவர் பெயரில் கபிரலகவல் என்ற நூலை இயற்றிக்கொண்டார்கள். அந்நூலில் சாதிபேதம் கண்டிக்கப்படுவது போலிருந்தாலும் பண்டைய காலத்திலிருந்தே பிராமணர் பறையர் என்றும் மேல் கீழ் சாதி பேதங்கள் இருந்தன என்ற கருத்து சொல்லப்படுகிறது என்று கூறி அவற்றை மறுத்தார். *(ப.150, 151, I)*

பண்ணைக்கார பிராமணருக்குக் கீழிருந்து சிதம்பரம் செல்ல அனுமதி கேட்டுக் காத்திருந்த பறை பண்ணையடிமை நந்தனார் என்னும் கதையையும் அயோத்திதாசர் மறுத்தார்.

பிராமணரையும் பறையரையும் மேல்கீழாக வைக்கும் கருத்தைக் கட்டமைக்கும் இக்கதை அண்மையில் உண்டாக்கப் பட்ட பொய்க்கதை என்றார். எதிரெதிரான இந்த இருமை பழமையானது என்பதைக் கூறுவதற்காகவே இக்கதை புனையப்பட்டது என்பது அவர் கருத்து. முதலில் இக்கதைக்கான பழமையை அவர் மறுத்தார். வீரமாமுனிவர் சதுரகராதி என்ற நூலை எழுதியிருக்கிறார். 1732ஆம் ஆண்டு நவம்பரில் அந்த அகராதி நிறைவுற்றது (அதில் பெரிய புராணம் என்ற பெயர் கூறப்படவில்லை என்கிறார் (ப.437, I). இவ்வாறு பெரிய புராணம் அக்காலத்தில் இல்லை என்று கூறியதன் மூலம் அந்நூல் பழையது என்று காட்டி பிராமணர் – பறையர் என்ற சாதி பேதத்தைப் பழையதாகக் காட்ட முயன்றதை எதிர்கொண்டார்.2)

விசாகப் பெருமாளையரும் பொன்னம்பல முதலியாரும் சேர்ந்து வீரமாமுனிவரின் சதுரகராதியை 1860ஆம் ஆண்டு பரிசோதித்துக் கூட்டியும் குறைத்தும் அச்சிட்டார்கள். அவர்களும் கூட அந்நூலில் பெரிய புராணம் என்ற பெயர் இல்லை என்பது தெரிந்தும் சேர்க்கவில்லை. ஏனெனில் அத்தகையதொரு நூலே அக்காலத்தில் புழக்கத்தில் இல்லை என்று கூறிய அயோத்திதாசர் அறுபது வருடத்திற்குள் தோன்றிய கற்பனைக் கதையே பெரிய புராணம் என்று குறிப்பிட்டார். இவ்வாறு சாதியின் பெயரிலான பெருமை, இழிவு ஆகியவற்றின் ஆயுளை மறுப்பதற்காக கபிலரகவல், பெரிய புராணம் போன்ற நூல்களின் பழைமையையே மறுத்தார். அதே வேளையில் அவ்விரண்டு நூல்களில் சொல்லப்பட்ட வயதை மறுத்தாரே ஒழிய அவற்றின் இருப்பை மறுக்கவில்லை. ஆனால் புறப்பாடல் என்ற புறநானூற்றின் பழமையை மட்டுமன்றி அதன் இருப்பையும் சேர்த்தே மறுத்தார்.

சங்க நூல்கள் அச்சில் வந்து மக்களிடையே பரவலாகி வந்தாலும் அவை முழுமையாக நிலைபெறாத காலகட்டம் அது. உள்ளூர் பயில்முறையில் கபிலரகவல், பெரியபுராணம் போன்ற நூல்கள் இருந்துவந்ததால் அவற்றின் இருப்பை மறுக்க முடியாமல் அவை பிற்காலத்தில் புனைந்து எழுதப்பட்டவை என்ற நிலைப்பாடு எடுத்தார் அயோத்திதாசர். சங்க நூல்கள் புலமையாளர்கள் மத்தியில் புதிதாக அறிமுகமாகிவந்ததால் அவற்றின் மீது சந்தேகங்களும் விவாதங்களும் இருந்துவந்தன. அதன் வெளிப்பாடாகவே புறப்பாடல் என்ற ஒன்று உண்டா என்ற அயோத்திதாசரின் கேள்வியைப் புரிந்துகொள்ள வேண்டியுள்ளது.

தமிழில் அச்சுக்கு வந்த இலக்கிய பிரதிகளின் பெயர், வகைமை, வரிசை, காலம் போன்ற நவீன வரலாற்றியல் கூறுகளுக்கேற்ப முறைப்படுத்தப்படாத காலத்திற்கு முந்தைய

அணுகுமுறையும் விவாதமும் அயோத்திதாசருடையது. இலக்கியம் என்பதை அவர் உள்ளடக்கம் சார்ந்ததாகவே அணுகுகிறார். நவீன வரலாற்றியல் கூறுகள் கலப்பதற்கு முன்பு பிரதிகள் கதைகளைக் கடத்தும் வடிவங்களாகவே பார்க்கப் பட்டன. இலக்கணமும் கணக்கும் (எண்ணும் எழுத்தும்) நீதிக்கருத்துகளும் தவிர கதைகளுக்கான பிரதிகளே இலக்கியங்கள். ஒரு பிரதியின் தாக்கம் என்பது கதையின் தாக்கம்தான். எனவே இவ்விடத்தில் கதை, அவை உருவாக்கும் உளவியல் என்பவை முக்கியமானவை ஆகின்றன. இப்பின்னணியிலேயே கதை யாடல் உருவாக்கும் சமூக உளவியல் என்ற அயோத்திதாசரின் பார்வையைப் புரிந்துகொள்ள முடிகிறது. எனவே சங்க இலக்கியங்களின் காலம், வகைப்பாடு பற்றிய நவீன வரலாற்றியலின் சரி, தவறுக்குள் வைத்து அவரின் விவாதங்களைப் புரிந்துகொள்ள முடியாது. காலம் பற்றிய முடிவுகளை நவீன வரலாற்றியலின் வழியாக இல்லாமல் வேறுவகையில் அர்த்தப்படுத்திக்கொண்டிருக்கிறார் எனலாம்.

அதேவேளையில் அந்த அர்த்தங்களுக்கும் நவீன வரலாற்றியலின் முடிவுகளுக்கும் ஏதேனும் தொடர்பிருக்கிறதா என்பதையும் நாம் பார்க்க வேண்டியுள்ளது. அதன்படி பார்த்தால் சாதியமைப்பும் அதன் பேரிலான பெருமையும் இழிவும் பழைமையானதல்ல என்ற முடிவை நவீன வரலாற்றியலின் முடிவுகளும் கூறியுள்ளதைப் பார்க்கிறோம். எனவே இங்கு தற்காலிகமாக அயோத்திதாசரை விடுத்து சாதியமைப்பின் காலம் பற்றிய கருத்துகளைப் பார்த்துவிட்டு பிறகு அவற்றில் அயோத்திதாசர் கூற்றோடு உள்ள தொடர்புகளுக்கு திரும்பலாம்.

நவீன வரலாற்று எழுதியல்

தமிழில் ஐரோப்பிய ஆய்வுச் சட்டகத்தின் தாக்கம் பெற்று நவீன வரலாற்று வரைவு முயற்சிகள் உருவானபோது இரண்டு விஷயங்களுக்கே இடமளிக்கப்பட்டன. ஒன்று புலவர் வரலாறு. மற்றொன்று காலக்கணிப்பு. இரண்டும் ஒன்றோடொன்று தொடர்புடையதாகவும் அமைந்தது. அச்சுப் பண்பாட்டின் வழியாகச் சுவடிகள் பதிப்பிக்கப்பட்டபோது அதன் கர்த்தா (படைப்பாளி) முக்கியமானார். ஒரு பிரதி ஒரு படைப்பாளியின் குழந்தை எனப்படும்போது ஆசிரியர் அவசியமானார். ஆசிரியர் பெயர் மட்டுமல்ல; நூலை உண்டாக்கிய விதமும் தேவைப்பட்டது. அதுவே அவரின் வரலாறாகவும், நூலின் வரலாறாகவும் கருதப்பட்டன. ஆனால் அவையெல்லாம் நவீன வரலாறு கோரிய சட்டகத்தில் அல்லாமல் கதைகளாக இருந்தன. அந்தக் கதைகள் ஒரே தன்மை கொண்டனவாக

இருந்தன. ஒன்றைப் பார்த்து மற்றொன்று செய்யப்பட்டது போலிருந்தன. சில நூல் ஆசிரியர்களுக்கு அத்தகைய கதைகள் இருந்தன. சில நூல் ஆசிரியர்களுக்கு அதுவும் இல்லை. சிலருக்கான தகவல்கள் மங்கலாக இருந்தன. சிலருக்கோ கூடுதலாக இருந்தன. ஐரோப்பியச் சிந்தனையில் மொழிக்கான குடி வழி தேடும் விவாதத்தில் மொழிக்குடும்பம் என்ற கருத்தாக்கத்தை அடைந்திருந்தனர். மொழிகளின் வரலாற்று வழி உறவின் மூலம் தேசங்களின் உறவைக் கண்டனர். அத்தளத்தில் மொழியிலுள்ள பிரதிகளின் ஆசிரியரும் முக்கியமாகியிருக்கக்கூடும் என்று நாம் கருதலாம். மொழிகளின் பிறப்பும் இடமும்போல ஆசிரியரின் பிறப்பும் இடமும் முக்கியமாகியிருக்கலாம்.

இப்பின்னணியில் புலவர் கதைகள் நவீன வரலாற்றியலுக்குள் கொண்டுவரப்பட்டுப் புலவர் வரலாறுகளாக எழுதப்பட்டன. புலவர்களின் வரலாற்றோடு அவர்களின் நூல்களின் காலம் குறித்த முடிவுகள் எழுதப்பட்டன. பிறகு நூல்களின் பதிப்பு பெருகப் பெருக அவற்றின் காலம் பற்றிய தேடல்களும் விரிந்தன. எனவே காலக்கணிப்பில் புலவர் வரலாறு எழுதியலும் ஏடுகள் பதிப்பும் பின்னிப் பிணைந்து பங்கு வகித்தன. இவ்வாறு நவீன வரலாற்று எழுதியலில் காலக்கணிப்பு முக்கியமானதாக மாறியது. ஒரு கட்டத்தில் காலத்தைக் கணிப்பதுதான் வரலாறு என்றானது. இடத்தையும் காலத்தையும் ஆதாரமாக அறுதியிடும் அறிவியல்தான் வரலாறு என்றாகிவிட்ட பின்பு இது புரிந்துகொள்ளக்கூடிய நிலையேயாகும்.

நவீன வரலாற்றியலின் அடிப்படையாக விளங்கிய காலக்கணிப்பு என்னும் இப்பண்பு தேசம், மொழி, சமயம், சாதி போன்றவற்றைத் தீர்மானிப்பதில் முக்கியப் பங்கு வகித்தது. எனவே இவற்றில் பல்வேறு சக்திகளும் பங்கு வகித்தன. அதற்காகக் கடுமையாகப் போராடின. இப்பின்னணியில்தான் ஒன்றைக் காலத்தால் முந்தையதாக நிறுவிவிட்டால் போதும் என்ற நிலை உருவானது .

ஐரோப்பியர்கள் இந்தோ – ஐரோப்பிய மொழிக் குடும்பமே தொன்மையானது என்று சொன்னபோது திராவிட மொழிக்குடும்பம் என்ற கருத்தாக்கம் வைக்கப்பட்டு அதன் பழமையும் பெருமையும் தேடப்பட்டன. இதன் காரணமாகச் சமயங்களுக்கிடையே, பிரதேசங்களுக் கிடையே, சாதிகளுக்கிடையே தேடல்களும் அவை சார்ந்து மோதல்களும் நடந்தன. நவீன அரசு நிறுவப்பட்டு நிரந்தரமான பிறகு அவற்றிடம் தங்களைப் பழமையானவர்களாகக் காட்டிக்கொள்வதன் மூலம் பிறரைவிடக் கூடுதலான சலுகைகள் தர வேண்டுமென்று கோருவதற்கான உடனடித் தேவை

இத்தகைய குழுக்களுக்கு இருந்தன. அதற்காக மட்டும் இந்தத் தொன்மைவாதம் வைக்கப்படவில்லை. எதிர்த்தரப்பினரை நம்பவைப்பதுபோலவே தம்முடைய தரப்பை / குழுவினரை ஏற்கவைப்பதும் இம்முயற்சியின் பிரதான நோக்கங்களுள் அடங்கும். இந்த இரண்டாவது பண்பைப் புரிந்துகொள்ள வேண்டிய இடத்தில்தான் அயோத்திதாசர் வருகிறார்.

அதாவது ஒரு குழுவை பழமையானது என நம்ப வைப்பதன் மூலம் அவர்கள் ஏற்கெனவே பெற்றிருந்த இருப்பைத் தக்கவைப்பதற்கான, அல்லது புதிதாக உருவாக்கிக் கொள்வதற்கான நியாயத்தை அடைகின்றனர். உளவியல் பலத்தை அடைகின்றனர். திரும்பத் திரும்பப் பரப்பப்படும்போது அவை சமூக உளவியலாகவும் மாறுகின்றன. இவ்வாறு அக்கருத்து பௌதீக சக்தியாகும்போது அதை அந்தச் சமூகம் மட்டுமல்ல, எதிரிலுள்ள சமூகமும் ஏற்று அக்குறிப்பிட்ட சமூகம் ஆதிக்கத்தில் இருக்குமானால் அதையும் ஏற்கிறது. இந்த உளவியல், பண்பாட்டுத் தளத்தின் வழியாகப் பரப்பப்படுகிறது. பிறகு அதுவே மாறாத கருத்தியலாகிவிடுகிறது. இதுவே பண்பாட்டில், கருத்தியல் வெற்றி. தமிழ்ப் பகுதிகளில் காலக்கணிப்புகளுக்கான தேடல்களும் மோதல்களும் விரிவாக நடந்தன. தொன்மையாக்குதல் என்பதன் முக்கியத்துவத்தினைச் சாதி, மத, இனக்குழுக்கள் எவ்வாறு உணர்ந்திருந்தன என்பதை இதன் மூலம் அறிகிறோம்.

பறையர் என்பதற்குப் பதிலாக பௌத்தர்

இந்த இடத்தில் அயோத்திதாசரை மீண்டும் நினைவு படுத்திக்கொள்ளலாம். அவர் செயல்பட்ட காலத்தின் சூழல் கருதியே காலக்கணிப்பு என்பதின் சிக்கலை எதிர் கொண்டிருக்கிறார். இதில் அவரிடம் மதம் என்பது பௌத்தமாகவும் சாதி என்பது பறையர் என்பதாகவும் இருந்தது. பௌத்தம், பறையர் என்ற இரண்டு நிலைப்பாட்டையும் காலகணிப்பு விஷயத்தில் அயோத்திதாசர் ஒன்றேபோல் கையாளவில்லை. பௌத்தத்தைப் பூர்வீகமானது என்று வாதிட்ட அவர் பறையர் என்கிற தகுதி பூர்வீகமானதில்லை; சமீபமானது என்றார். இதன்படியே அவர் பறையர் அடையாளத்தை மறுத்து அதற்கு மாறாக அவ்விடத்தில் பௌத்தத்தை வைத்தார். அதாவது சமீபத்தில் சொல்லப்பட்ட பறையர் அடையாளம் செயற்கையானது. எனவே பூர்வத்தில் இருந்த பௌத்தம் இயற்கையானது. இதன்படிதான் அவர் எழுத்தில் பூர்வீக பௌத்தர் என்ற சொல்லால் பறையர் என்போரைக் குறிப்பிட்டுவந்தார். பறையர் என்போர் பிறப்பு சார்ந்த குழுவினர் அல்ல என்ற முடிவினையும் அவர் கொண்டிருந்தார். இதன்

மூலம் தொன்மை என்ற நிலைப்பாட்டை அவர் மறுக்க வில்லை என்பதையும் அது சாதி விஷயத்தில் பொருந்தாது என்று கருதிவந்தார் என்பதையும் புரிந்துகொள்ள முடிகிறது.

இந்தியாவில் பூர்வீகத்தில் பௌத்தமே இருந்தது; அது எல்லாவற்றையும் உருவாக்கியிருந்தது என்பது அயோத்திதாசர் தரும் வரைவு. இதற்கு நேர்மாறாக பௌத்தத்தின் முன்போ சமகாலத்திலோ பிராமணியம் இல்லை என்பதையும் எழுதி வந்தார். பௌத்தம் செழித்திருந்தமைக்குப் பிந்தைய காலத்தில் அதைப் போலச்செய்தவர்களே இன்றைய பிராமணர் என்றார். அதனாலேயே தம் எழுத்து முழுவதும் வேஷ பிராமணியம், வேஷ பிராமணர் போன்ற சொற்களைக் கையாண்டு வந்தார். இந்த வேடதாரி பிராமணர்களுக்கு எதுவுமே சொந்தமாக இருந்திருக்கவில்லை. பௌத்த அடையாளங்களை போலச்செய்து திரித்துத் தங்களுடையவை போலாக்கினர். அவையே இன்றைய இந்து மத அடையாளங்கள். அதன்படி இந்து மதம் சமீபத்தியது; எனவே செயற்கையானது (பொய்யானது) என்றார். திரிக்கப்பட்ட இன்றைய இந்து மதத்தின் திரிக்கப்படாத ஆதி உள்மெய் அடையாளங்களே பூர்வீகமானவை.

இங்கு சுவாரஸ்யமான இணைவு நடப்பதைப் பார்க்கலாம். இந்து மதமும் பறையர் என்பதும் ஒன்றாகிறது. இரண்டும் பூர்வீகமானவை அல்ல; சமீபத்தியவை. இந்த இரண்டும் வரலாற்றுரீதியாகப் பூர்வீகமானதாகச் சொல்லிக் கொள்ளப்படுகின்றன. அதேவேளையில் இரண்டும் ஒரே காரணத்திற்காக அவ்வாறு சொல்லப்படுவதில்லை. ஒன்று பெருமைக்காக (வேடதாரி பிராமணியம் / வைதிகம்). மற்றொன்று இழிவானவர்கள் என்று கூறுவதற்காக. இதன்படி சமீபத்திய வேடதாரி பிராமணியத்தால் சொல்லப்பட்ட பெயரே பறையர் என்பது அயோத்திதாசர் புரிதல்.

அதனாலேயே நவீன பௌத்த வரலாற்றிலிருந்தும் புத்தர் வரலாற்றிலிருந்தும் மாறுபட்ட வரலாற்றை ஆதிவேதம் நூலில் எழுதினார் அயோத்திதாசர். ஐரோப்பிய ஆய்வாளர்கள் எழுதியதையொட்டி பிராமணர்களும் வேதங்களும் பௌத்தத்திற்கு முன்பே இருந்தன; அவை பௌத்த தத்துவத்திற்கும் ஊட்டம் தந்தன என்று இந்திய அறிவாளிகள் எழுதியபோது அயோத்திதாசர் அதிலிருந்து மாறுபட்டு புத்தர்தான் முதலில் வேதங்களைத் தந்தார் என்ற பொருளில் எழுதினார். அதனால்தான் அவர் தான் எழுதிய பௌத்த வரலாற்று நூலுக்கு ஆதிவேதம் என்று பெயரிட்டார். இதன்தொடர்பாக ஐரோப்பிய அறிவாளி களின் எழுத்துகள்மீது விமர்சனக் குறிப்புகளை எழுதிவந்தார்.

காலம் பற்றிய ஆய்வுகள்

அயோத்திதாசரை இத்தோடு நிறுத்திவிட்டுக் காலக் கணிப்பு பற்றிய பத்தொன்பதாம் நூற்றாண்டின் புலமைச் சூழலின் பார்வைகளைக் காணலாம். கிறித்தவ மறைப் பணியாளர்களின் தமிழாய்வுப் பணிகளிலிருந்தே புலவர் காலம், நூலின் காலம் பற்றிய கணிப்புகள் பிறந்திருந்தன என்றாலும் ஒரு முக்கியத் திருப்பம் என்ற முறையில் கால்டுவெல்லின் திராவிட மொழிகளின் ஒப்பிலக்கணம் நூலிலிருந்து காலக்கணிப்பு பற்றிய சில குறிப்பிட்ட தருணங்களைப் பார்க்கலாம்.

தமிழின் தொன்மையை கால்டுவெல்(1814–1891) ஏற்றார். என்றாலும் தமிழ் இலக்கியங்களின் தொடக்கத்திற்கு கி.பி. 8 அல்லது கி.பி. 9ஆம் நூற்றாண்டுவரைதான் அவர் சென்றார். இலக்கிய வரலாற்றின் காலகட்டத்தையும் அவர் வரையறுத்தார். 1. சமணர்காலம், 2. தமிழ் ராமாயண காலம், 3. சைவ மறுமலர்ச்சிக் காலம், 4. வைணவ காலம், 5. இலக்கிய மறுமலர்ச்சிக் காலம், 6. நவீன எழுத்தாளர்கள் என்று வகைப்படுத்தினார். இம்முடிவு ஐரோப்பியர்களின் முந்தைய ஆய்வுகளின் தாக்கம் பெற்றுப் பிறந்தது என்றாலும் பிந்தைய ஆய்வுகளையும் பாதித்தது. கல்கத்தா ஆசியவியல் கழகத்தின் செயலாளராக இருந்த வில்சன் (1786–1860), ஜான் முர்டோக் (1819–1904), சார்லஸ் கோவர் (1835 –1872), ஏ.ஸி. பர்னெல் (1840–1882) ஆகியோரும் தமிழிலக்கிய வரலாற்றின் தொடக்கத்தை கி.பி. 9ஆம் நூற்றாண்டு என்று வரையறுப்பதில் உடன்பட்டனர். இதில் ரெவரண்ட் ஹென்றி போவர் மட்டுமே கி.பி. மூன்றாம் நூற்றாண்டில் மதுரைத் தமிழ்ச் சங்கத்தில் இலக்கியப் பணிகள் நடந்ததாகக் கூறினார். அவ்வாறு இலக்கியத்தை வைத்து வரலாற்றைப் பார்க்க முயன்றதால் இலக்கியத்தின் காலமே மொழியின் காலமாகவும் அதுவே தமிழர்களின் வரலாற்றுக் காலமாகவும் பார்க்கும் நிலை உருவானது. ஏ.சி. பர்னல் போன்றவர்கள் கல்வெட்டுகள் மூலமாக உண்மையான வரலாற்றைச் சொல்ல முயன்றதாகச் சொன்னாலும் இலக்கியத்தை அடிப்படையாக வைத்த முடிவுகளிலிருந்து மாறுபடவில்லை. எனினும் இவ்வாய்வுகளில் தொன்மையைக் கண்டடைவதில் பெருவிருப்பம் இருந்தது. பல ஆய்வாளர்கள் அதற்கு முயன்று கொண்டிருந்தனர். தமிழ் நூல்களும் பதிப்பிக்கப்பட்டுவந்ததால் அந்நூல்களுக்கான காலத்தையும் அறுதியிட முயன்றனர். ஜி.யு.போப் (1820–1908) குறளை கி.பி. 10இலிருந்து கி.பி. 12வரையிலான காலத்தைச் சேர்ந்ததாகக் கருதினார். பின்பு கி.பி. 8க்கும் 10க்கும் இடைப் பட்ட காலமாக இருக்கலாம் என்றார்.

இந்நிலையில் உள்ளூர் புலமையாளர்களும் இதில் ஈடுபட்டனர். ஐரோப்பியர்களைவிட இவர்களுக்கு இது முக்கியப் பிரச்சினையானது. இவர்களின் உரிமைக்கோரலுக்கான வாய்ப்பாக மாறியிருந்தது. அதே காலகட்டத்தில் ஜூலியன் வின்சோன் (1843–1926) மத்திய காலம் என்ற கருத்தை முன்வைத்தார். கலித்தொகை, சிலப்பதிகாரம், மணிமேலை, நாலடியார், பழமொழி போன்ற நூல்கள் இந்த மத்திய காலத்தைச் சேர்ந்தவை என்றார். ஆனால் தொல்காப்பியம் இவற்றைக் காட்டிலும் தொன்மையானது என்றார். ஆனால் இம்முடிவுகளை உள்ளூர்ப் புலமையர் ஏற்கவில்லை. பி. சுந்தரம்பிள்ளை, திருமலைக்கொழுந்து, சேசகிரி போன்ற உள்நாட்டு அறிஞர்கள் தொடக்க காலம் பற்றிய ஐரோப்பியர் களின் கருத்துகளை ஏற்கவில்லை. குறிப்பாக சமணத்தைத் தொடக்கமாகக் கூறியதை பெரும்பான்மை (சைவ) அறிஞர்கள் ஏற்கவில்லை. அதற்கு எதிரான ஆய்வுகளில் அவர்களே இறங்கினர். இதன்படி எல்லாவற்றிலும் தொடக்க காலம்/ தொன்மையான காலம் பற்றியே விவாதங்கள் அமைந்ததைப் பார்க்கிறோம். அதாவது தொன்மையின் மீது விருப்பமும் காலத்தால் பிந்தையவை மீது ஒவ்வாமையும் உண்டானது.

புலவர்கள் பற்றிய கர்ண பரம்பரைக் கதைகள் 'வரலாற்றுக்குள்' கொணரப்பட்டபோது துல்லியமான காலத்தைக் கணிக்க முடியாதுபோனால் "முன்பொரு காலத்தில், அந்தக் காலத்தில், அநாதி காலந்தொட்டு, ஆதிகாலம் முதல், பண்டைய காலத்திலேயே" என்பதான சொற்களிலிருந்து தொடங்கினார்கள். இச்சொல்லாடல்கள் எல்லாம் பழமையைச் சுட்டவே கூறப்பட்டன என்பதைப் புரிந்துகொள்ளலாம். அவ்வாறு சொல்வதே புலவர் வரலாற்றைக் கேள்விக்கு அப்பாற்பட்டதாக ஏற்க வழி செய்யும் என்று கருதப்பட்டது.

வரலாறு என்னும் சொல்லாடல் அழுத்தம் பெற்றதும் துல்லியமாகக் காலத்தைக் கணிக்க முடியாத இடங்களில் முற்காலம் இடைக்காலம் பிற்காலம் என்னும் பகுப்புகள் உதவின. 1882ஆம் ஆண்டு தொடங்கப்பட்ட இந்தியத் தொல்லியல் துறை இப்பகுப்பின் மீது குறிப்பிடத்தக்க தாக்கங்களை செலுத்தியது. எனினும் அது இலக்கியப் பிரதிகளை வைத்துக் கணிக்கப்பட்ட காலக்கோடுகளை மாற்றத்தக்கதாக இல்லை. இதற்குப் பின்னர்தான் காலக்கணிப்பை முதன்மையாகக் கொண்ட நூல்கள் உள்ளூர் அறிஞர்களால் எழுதப்பட்டன. அவர்களில் பலர் ஆங்கிலம் படித்தவர்கள். காலத்தைக் குறைத்துக்காட்டும் ஐரோப்பியப் புலமையாளர்களின் ஆய்வுகளை அவர்கள் அறிந்திருந்தார்கள். அந்த ஆய்வுகளை உள்வாங்கியிருப்பினும்

பதிப்பிக்கப்பட்டு வெளியாகி வந்த இலக்கியப் பிரதிகள் மூலம் அவற்றை எதிர்கொண்டு எழுதினார்கள்.

உள்ளூர்ப் புலமையாளர்களின் காலக்கணிப்புகள்

சென்னை கோமளீசுவரன் பேட்டையில் ஈழத்தைப் பூர்வீகமாகக் கொண்ட குடும்பத்தில் பிறந்த அறிஞரான வி. கனகசபை பிள்ளை (1855–1906) ஆங்கிலத்தில் எழுதிய *The Tamils Eighteen Hundred Years Ago* (ஆயிரத்து எண்ணூறு ஆண்டுகட்கு முற்பட்ட தமிழகம்) என்னும் நூல் 1904ஆம் ஆண்டில் வெளியானது. இந்நூல் அச்சில் பதிப்பிக்கப்பட்டுவந்த பழந்தமிழ் இலக்கியங்கள் அடிப்படையில் எழுதப்பட்டது. இதன் மூலம் தமிழின் / தமிழரின் வரலாறு முன்னகர்த்தப்பட்டது. காலக்கணிப்பு எந்த அளவிற்கு முக்கியமாக இருந்தது என்பதை நூலின் தலைப்பின் மூலம் அறியலாம். 1930 முதலான முப்பது ஆண்டுகள் தமிழிலக்கிய காலம் பற்றிய ஆய்வுகளின் காலம் என்று பேராசிரியர் தொ. பரமசிவன் ஓரிடத்தில் குறிப்பிட்டாலும் 1950கள் வரையிலும் தமிழிலக்கிய ஆய்வில் காலக்கணிப்பு முக்கிய இடம்பெற்றிருந்தது. அதுவரை விவாதிக்கப்பட்டுவந்த காலக்கணிப்பு 1950களுக்குப் பிறகு நிலைபெற்றது. எனினும் அவ்வப்போது காலத்தைப் பின்தள்ளும் ஆய்வுகளும் பிறகு அவற்றை முன்தள்ளும் முயற்சிகளும் தொடர் மோதலாகவே இருந்துவந்தன. தமிழின் பிற அம்சங்களைவிடவும் தொன்மை குறித்த விவாதம் ஓர் அரசியல் அடையாளத்தைப் பெற்றுவிட்டது. தொல்லியல் முடிவுகள் அதில் ஒரு அழுத்தத்தையும் உருவாக்கியிருக்கிறது. தொல்லியல் களத்தில் புதிய தடயங்கள் கிடைக்கும்போதெல்லாம் காலம் பற்றிய விவாதம் முன்னுக்கு வந்து விடுகிறது. ஆதிச்சநல்லூர் அகழ்வாய்வுகளுக்குப் பிறகு கொடுமணல், ஐராவதம் மகாதேவனின் சமணக்குகை எழுத்துகள் குறித்த காலக்கணிப்பு போன்றவை காலக்கணிப்பு (*Early Tamil Epigraphy: Tamil - Brahmi Inscriptions*) தொடர்பான பிந்தைய முடிவுகளாகும். தொல்லியல் அறிஞர் இரா. நாகசாமி அண்மையில் எழுதி வெளியான *Mirrer of Tamil and Sanskrit* என்ற நூலை ஒட்டி விவாதங்கள் எழுந்தன. அதில் அவர் தமிழின் தொன்மையைப் பின்தள்ளினார்; சமஸ்கிருத மரபுக்குப் பின்பே தமிழை வைத்தார் என்பது அவர் மீதான குற்றச்சாட்டு. கீழடி அகழாய்வு கி.மு. ஐந்தாம் நூற்றாண்டுக்கும் கி.மு. ஆறாம் நூற்றாண்டுக்கும் இடைப்பட்ட காலத்தின் தடயங்களைக் காட்டியிருப்பது தொன்மை குறித்த ஆய்வில் புதிய வருகை எனலாம்.

வெ. கனகசபை பிள்ளையின் நூலுக்கு முன்பும் பின்பும் காலக்கணிப்பு தொடர்பான விவாதங்களும் நூல்களும் தொடர்ந்தன. கால்டுவெல் தமிழ் வரலாற்றின் தொடக்கமாகச்

சமணத்தைச் கொண்டது குறித்து உள்ளூர்த் தமிழ்ப் புலமையாளர்கள் அதிருப்தி கொண்டிருந்தனர். எனவே அவற்றை மறுத்து சமணத்திற்கு முந்தைய தொடக்கம் ஒன்றைக் கட்டமைக்க ஆவல் கொண்டிருந்தனர். இதில் பிராமண–வெள்ளாள வகுப்புப் புலமையாளர்கள் விருப்பத்துடன் இயங்கினர். சங்க நூல்கள் பதிப்பிக்கப்பட்டுவந்தாலும் அவற்றின் மீது சைவத் தொடர்பை ஏற்ற முடியாமலிருந்தார்கள். இந்நிலையில் இறையனார் களவியல் உரையை சி.வை. தாமோதரம் பிள்ளை 1868ஆம் ஆண்டு பதிப்பித்தார். இன்றைக்கிருக்கும் மூன்று சங்கங்கள் என்கிற கருத்து அந்நூலிலிருந்துதான் பெறப்பட்டது. அந்நூலின் காலம் கி.பி. எட்டாம் நூற்றாண்டு என்று கருதப்பட்டது. இதே கருத்தைக் கொண்ட வையாபுரிப்பிள்ளை மற்றோரிடத்தில் பத்தாம் நூற்றாண்டு என்றும் கூறியிருக்கிறார். சி.வை. தாமோதரம் பிள்ளை சங்கங்களின் காலம் கி.மு. 10ஆம் நூற்றாண்டு முதல் கி.மு. 150 நூற்றாண்டுவரை என்று கூறினார்.

இவ்வாறு இந்நூலின் தகவல்கள் சங்க வரலாற்றை முந்தையதாக எடுத்துச் சென்றன . அடுத்த சில பத்தாண்டுகளில் சங்க நூல்கள் முழுவதும் பதிப்பிக்கப்பட்ட பின் தமிழ் இலக்கிய வரலாற்றின் தொடக்கம் இன்னும் பழமையாக்கப்பட்டன. தமிழின் முதல் நூலாக சீவக சிந்தாமணி என்னும் சமணநூல்தான் இருந்தது என்ற முந்தைய முடிவு மாறியது. சங்க இலக்கியத்தில் சைவத்தைப் பொருத்த முடியவில்லையெனினும் முதல் சங்கத்தின் தலைமையாகக் கூறப்பட்ட இறையனார் என்பவர் சிவபெருமான் தான் என்று கருதப்பட்டார். தமிழ்மொழி வரலாறு என்னும் நூல் எழுதிய வி.கோ. சூரியநாராயண சாஸ்திரியார் என்ற பரிதிமாற் கலைஞர் களவியலுரை அடிப்படையில் தலைச்சங்கம் 9,890 ஆண்டுகளுக்கு முந்தையது என்றார். தஞ்சை கே.எஸ். சீனிவாச பிள்ளை தமிழ்ச் சங்கம் இன்றைக்குப் பத்தாயிரம் ஆண்டுகளுக்கு முற்பட்டது என்றார்.

கால்டுவெல் தன்னுடைய திராவிட மொழிகளின் ஒப்பிலக்கணம் நூலின் *Antiquity of Dravidian Literature* என்ற அத்தியாயத்தில் திருஞானசம்பந்தரின் காலம் கி.பி.13ஆம் நூற்றாண்டு என்று குறிப்பிட்டிருந்தார். இது சமணத்திற்குப் பிறகே சைவம் என்ற வரலாற்றுக்கு வழிகோலியது. சுந்தரம் பிள்ளை இதனை மறுத்து, திருஞான சம்பந்தரின் காலம் கி.பி. ஏழாம் நூற்றாண்டு என்று கட்டுரையை 1891ஆம் ஆண்டில் எழுதினார். சமணத் தொன்மைக்கு முந்தைய ஒரு நூற்றாண்டைக் காட்டினார். பிறகு திருமணம் செல்வக் கேசவராயர் பாடத்திட்ட நோக்கில் திருவள்ளுவர் (1904), தமிழ் (1906), கம்பர் (1909) போன்ற நூல்களை எழுதினார். அவற்றிலும் காலத்தை வரையறுக்கும் முயற்சிகள்

இருந்தன. சுந்தரம் பிள்ளையின் ஆய்வு ஒரே நேரத்தில் சமய வரலாறாகவும் சாதி வரலாறாகவும் இருந்தது. அவர் சைவத்தின் தொன்மையை வேளாளர்களோடு இணைக்க முயன்றார். தமிழ், சைவம், வேளாளர் என்கிற இணைவு அவரிடம் அழுத்தம் பெற்றது. திருஞானசம்பந்தர் காலம் பற்றி எழுதிய சுந்தரம் பிள்ளையின் கருத்துகளைத் தொகுத்து ஜே.எம். நல்லசாமிப் பிள்ளையின் முன்னுரையோடு இராமாயண உள்ளுறை பொருளும், தென்னிந்திய சாதிவரலாறும் *(1908)* என்ற தலைப்பிலான நூலாகப் பதிப்பித்து வெளிக்கொணர்ந்தார் வெ.ப. சுப்பிரமணிய முதலியார். சுந்தரம் பிள்ளையின் வேளாளர் பற்றிய மேன்மையாக்கக் கருத்துக்கள் இவற்றில் இடம் பெற்றிருந்தன.

இதற்கிடையில் வரலாறு எழுதியலில் வடமொழி தென்மொழி என்னும் எதிர்மறை, வடமொழி ஏகபோகம், தமிழ்த் தொன்மையை நிறுவுதல் மூலம் அவற்றை எதிர்கொள்ளுதல் என்கிற போக்குகளும் உருவாகிக் கலந்தன. தமிழ்த் தொன்மையோடு கலக்கப்பட்ட வேளாளர் பற்றிய பெருமிதம் காணாமலாக்கப்பட்டு வடமொழியிடமிருந்து தமிழின் இடத்தை நிறுவும் முயற்சி துலக்கமானது. சுந்தரம் பிள்ளையைத் தொடர்ந்து பலர் கால ஆய்வில் ஈடுபாடு காட்டினர். வடமொழியை விலக்கித் தனித்தமிழை நிறுவ ஆர்வம்கொண்ட மறைமலையடிகள் வேளாளர் நாகரிகம் *(1923)* என்கிற நூலையும் பழந்தமிழ்க் கொள்கையே சைவ சமயம் *(1930)* என்கிற நூலையும் எழுதினார். அதற்கு முன்பே அவர் மாணிக்கவாசகரின் காலத்தை ஆய்வு செய்து அவரின் காலம் கிபி நான்காம் நூற்றாண்டு என்று கூறியிருந்தார். அதோடு அவர் எழுதிய முல்லைப்பாட்டு ஆராய்ச்சி *(1903)*, பட்டினப்பாலை ஆராய்ச்சி உரை *(1906)* போன்ற நூல்களிலும் காலக்கணிப்பை முக்கியமாகக் குறிப்பிட்டிருந்தார். முற்கால, பிற்காலத் தமிழ்ப் புலவோர் *(1936)* என்ற அவரின் பிற்கால நூலின் தலைப்பே காலக்கணிப்பைத் தாங்கியிருந்தது

தொடர்ந்து கா.சுப்பிரமணிய பிள்ளை என்ற கா.சு. பிள்ளை கி.பி. 9ஆம் நூற்றாண்டே மாணிக்கவாசகரின் காலம் என்று கணித்து எழுதினார். தம்முடைய தமிழிலக்கிய வரலாறு நூலில் வேளாளப் பெருமை தேடினார். தொடர்ந்து தமிழர் சமயம் *(1940)*, குமரகுருபர அடிகள் வரலாறும் நூலாராய்ச்சியும் *(1932)* ஆகிய நூல்களை எழுதினார். இதேபோல ஆழ்வார்கள் காலம் பற்றிய முடிவுகளை மு. ராகவைய்யங்கார் எழுதினார். வேளிர் வரலாறு *(1913)*, இலக்கிய சாசன வழக்காறுகள் *(1927)*, சாசன தமிழ்க் கவிசரிதம் *(1942)* போன்றவை அவருடைய நூல்களுள் முக்கியமானவை. கால ஆராய்ச்சியோடு எழுதப்பட்ட வரலாற்று நூல்களென

பி.டி. சீனிவாச ஐயங்காரின் ஆரியர் வருகைக்கு முற்பட்ட தமிழ்ப் பண்பாடு, தமிழர் வரலாறு, டி.ஆர். சேஷ அய்யரின் திராவிட இந்தியா, வி.ஆர். ராமச்சந்திர தீட்சிதர் ஆங்கிலத்தில் எழுதிய Origin and Spread of the Tamils (1947), Pre Historic South India (1950–51), எம். சீனிவாச ஆய்யங்காரின் Tamil Studies போன்ற நூல்கள் கவனிக்கத்தக்கவை. பின்னாளில் மா. ராசமாணிக்கனார் எழுதிய பல்லவர் ஆராய்ச்சி, பத்துப்பாட்டு ஆராய்ச்சி (1960) ஆகிய நூல்கள் காலம் பற்றிய ஆய்வை நெகிழ்வாக மேற்கொண்டன.

திருவள்ளுவர் அல்லது குறள் பற்றி எழுதாத ஐரோப்பிய, உள்ளூர்ப் புலமையாளர்களே கிடையாது என்று கூறுமளவிற்கு எழுதினர். சிலர் நூல்களாக எழுதினர். வேறு சிலர் கட்டுரை களாக எழுதினர். சோமசுந்தர பாரதி (திருவள்ளுவர் – 1929), ரா.பி. சேதுப்பிள்ளை (திருவள்ளுவர் நூல்நயம் – 1920), வையாபுரிப்பிள்ளை (தமிழ்ச்சுடர் மணிகள்), மு.ராகவையய்யங்கார் (ஆராய்ச்சித் தொகுதி) போன்றோர் எழுதினர். குறள் போலவே திருவள்ளுவமாலையின் காலமும் கணிக்கப்பட்டது. இதற்கிடையில் தமிழ்த் தொன்மையின் குறியீடாகத் திருவள்ளுவர் மாற்றப் பட்டார். அதாவது தமிழ்/தமிழர் தோற்றம் பெற்ற ஆண்டை நிர்ணயிக்க முடிவுசெய்தனர். கிறிஸ்து பிறப்பதற்கு முன்னால் தமிழின் பிறப்பைக் கொண்டுசெல்வதன் மூலமே தொன்மையைக் காட்ட முடியும் என்று கருதித் தமிழின் குறியீடாகத் திருவள்ளுவரை ஆக்கித் திருவள்ளுவர் ஆண்டாக கி.மு. 31 என்பதைக் கொண்டனர். இவ்வாறு பத்தொன்பதாம் நூற்றாண்டின் இறுதியிலும் இருபதாம் நூற்றாண்டின் தொடக்கத்திலும் காலத்தை பழமையாகக் காட்டுதல் என்ற ஆய்வு தீவிரமாக நடந்துவந்தது.

காலம் பற்றிய ஆய்வில் இருபதாம் நூற்றாண்டில் தன்னிகரற்றவராக விளங்கியவர் வையாபுரிப் பிள்ளை. அவர் தமிழ்நூல்கள், தமிழ்ப் புலவர்கள் பற்றி எழுதிய காலவரையறைகள் முக்கியமானவை. அவர் எழுதிய நூலொன்றின் பெயர் காவிய காலம். காலவரையறை பற்றிய கணிப்புகளில் மாறுபாடு இருந்தாலும் விஞ்ஞானபூர்வமான வழிமுறைகளை கையாண்டு எழுதியவர் அவர். காலத்தை மட்டுமல்லாது இலக்கிய நூல்களை வரிசைக்கிரமத்தில் வைத்தும் எழுதினார். இறையனார் களவியல் உரை வரலாற்றுபூர்வமானதல்ல என்றார். சைவ எழுச்சிக் காலத்தில் உருவான இலக்கியப் புனைவு அது என்றார். சங்க நூல்களின் காலத்தை கி.பி.100–750க்குள் அடக்கலாம் என்றார். ஆனால் அவர் வாழ்ந்த காலத்திலும், பின்னரும் பிற அறிஞர்களால் தமிழ்த் துரோகியாகத் தூற்றப்பட்டார். அதற்கான முதன்மைக் காரணம், தமிழின் தொன்மையைத் தன் காலக் கணிப்புகளால் குறைக்கிறார் என்பதேயாகும்.

அயோத்திதாசர்: சிந்தை மொழி

அயோத்திதாசரின் அணுகுமுறை

காலத்தைப் பழமையாக்குதல் / தொன்மையாக்குதல் என்பதற்கான முயற்சி புதிதல்ல. பலரும் அதற்காகப் போராடி வந்தார்கள். அதை நிறுவுவதிலேயே தங்களின் இருப்பை நிறுவ முடியும் என்று கருதினார்கள். இந்தப் பின்னணியில்தான் அயோத்திதாசர் காலத்தைத் தொன்மையாக்குதல், சமீபமாக்குதல் என்கிற விஷயத்தில் தலையீடு செய்துவந்தார். ஆனால் அயோத்திதாசரிடம் இதிலொரு முக்கிய வேறுபாடு இருந்தது. பழமையாக்குதல் என்ற கோணத்தை ஆங்கில ஆங்வுச் சட்டகத்திலிருந்து பெறாமல் சமூக நடைமுறைப் போக்கிலிருந்து வருவதாகக் கொண்டார் எனலாம். சாதிபேதமும் சாதி இழிவும் சில நூறாண்டுகளுக்குள் உருவானவை என்பதே அயோத்திதாசரின் கருத்து என்று பார்த்தோம். அதே வேளையில் இதற்குச் சான்றாதாரங்கள் இருக்க முடியுமா என்ற கேள்வியை யும் எழுப்பி விடை தேடலாம். சாதிபேதம் பழைமையானது என்ற உளவியலின் மீது நின்றுகொண்டே அவற்றிற்கு எதிரான சொல்லாடல்களை வகுக்கிறோம். ஆனால் அவ்வாறு பழைமையானது என்று கூறுவதே அதைத் தக்கவைப்பதற்கான உளவியல்தான் என்றார் அயோத்திதாசர். அந்த உளவியலிலிருந்து விடுபடுவதே அதற்கு எதிரான போராட்டத்தின் முதல் படி என்பதையே அவரிடமிருந்து நாம் புரிந்துகொள்கிறோம்.

சாதிபேதமானது ஆதியிலிருந்தே நிலவிவருகிறது என்று பொதுவாகக் குறிப்பிடப்பட்டுவந்தாலும் யாருக்கும் எப்போதி லிருந்து, எந்தக் காலகட்டத்திலிருந்து என்கிற துல்லியமான காலம் தெரிவதில்லை. ஆனால் இன்றைக்குப் பொதுவாக ஏற்றுக்கொள்ளப்பட்டிருக்கும் வரலாற்றுக் கோணத்திலிருந்தும் சான்றுகளிலிருந்தும் பார்த்தால் சாதி பேதத்தின் வயது பழைமையானதாகத் தெரியவில்லை. இன்னும் சொல்லப் போனால் சாதியமைப்பு காலந்தோறும் இடந்தோறும் மாறியே வந்திருக்கிறது. பொதுவாகச் சாதியைப் பற்றிய நம்முடைய வரலாற்று ரீதியான கணிப்புகள் யாவும் இன்றைக்குச் சாதியமைப்பு எவ்வாறு இருக்கிறதோ அதேபோலவே எல்லாக் காலத்திலும் இருந்தது என்பதாகவே இருக்கிறது. எனவே இன்றைய புரிதலை எல்லாக் காலத்திற்கும் பின்னோக்கி எடுத்துச்சென்று பொருத்திப் புரிந்துகொள்கிறோம். இப்போக்கு சாதியமைப்பை என்றைக்கும் மாறாத பண்புடையதாகப் புரிந்துகொள்ள வகை செய்கிறது. ஆனால் இது உண்மையல்ல.

ஒரு சாதி இன்றைக்குப் பெற்றிருக்கும் பெருமை அல்லது இழிவு அந்தச் சாதி வரலாற்றில் என்றென்றைக்கும் பெற்றிருந்த

நிலையாகக் காட்டப்படுகிறது. அயோத்திதாசர் மிகத் தீவிரமாக மறுத்த புள்ளிகளில் ஒன்று இது. இவ்வாறுதான் பிராமணர்களின் இன்றைய 'பெருமை'யான தகுதி அந்தச் சாதி என்றென்றைக்கும் பெற்றிருந்த நிலையாகக் காட்டப்படுகிறது. மறுபுறத்தில் ஒடுக்கப்பட்ட சாதிகள் மீதான இன்றைய இழிவு அவர்களின் வரலாற்றுரீதியான தகுதியாகக் காட்டப்படுகிறது. உண்மையில் இப்போக்கு சாதியின் பெயரால் உண்டாக்கப்பட்ட தகுதியை மறுப்பதற்குப் பதிலாக அவற்றை வரலாற்றுரீதியாக நியாயமாக்கிவிடுகிறது. வரலாற்று ரீதியாக நியாயமாக்கும் போது சாதியமைப்பும் சாதி இழிவும் பௌதீகப் பண்பைப் பெற்று விடுகின்றன. அவை உண்டாக்கப்பட்டவை, மாறிவருபவை என்கிற அம்சங்கள் மறைக்கப்பட்டுவிடுகின்றன. இத்தகைய வரலாற்று ரீதியான நியாயப்படுத்தல்களால் அவை மாற்றப்பட முடியாதவை; இயற்கையானவை என்கிற கருத்து நிலையை அடைகின்றன. இந்நிலையில்தான் சாதியை ஒழிக்க வேண்டும் என்கிற பார்வை உளப்பூர்வமான விருப்பமாகவே இருந்தாலும் அது அரசியல்மயப்பட்ட தேர்வாக மட்டும் நின்றுபோகிறது. உளவியலாக அதை ஏற்கும் நிலையைச் செய்துவிட்டு நடைமுறையில் மாற்ற முடியாத நிலை ஏற்பட்டுவிடுகிறது.

சாதியமைப்பின் மாறிவரும் தன்மை

சாதியமைப்பைப் பழமையானதாக சொல்லிவந்தாலும் அதன் தோற்றக் காலத்தைக் கி.பி. எட்டாம் நூற்றாண்டுக்குப் பின்பிருந்தே புரிந்துகொள்கிறார் டாக்டர் அம்பேத்கர். தமிழ்ச் சமூகத்திலும் சாதியமைப்பைக் காட்டும் பழைய சான்றுகள் கிட்டவில்லை. சாதி பற்றிய துலக்கமான சான்றுகள் கிடைப்பது கி.பி. ஒன்பதாம் நூற்றாண்டுக்குப் பிந்தைய பிற்காலச் சோழர்கால கல்வெட்டுகளில்தான். சாதிகளுக்கேற்ப தொழில், குடியிருப்பு பற்றிய குறிப்புகள் அக்கல்வெட்டுகளில் கிடைக்கின்றன. நொபொரு கரோஷிமா, ஒய். சுப்பராயலு போன்றோர் அவற்றை விவாதித்துள்ளனர். அதன்படி தமிழகத்தில் பத்து அல்லது பதினொன்றாம் நூற்றாண்டுக்குப் பின்னரே சாதியப் படிநிலைகள் இருப்பதைப் புரிந்துகொள்கிறோம். சோழர் காலத்தில் சாதியமைப்பு துல்லியமான வடிவத்தை அடைந்திருந்தாலும் அக்காலகட்டத்தில் திடீரென உருவாகியிருக்க முடியாது. ஏற்கெனவே குலங்கள், குழுக்கள் என்றிருந்திருக்கக்கூடிய சமூக நிலை, அவற்றிடையே நிலவிய தொழிற்பாகுபாடுகள், நம்பிக்கைகள் போன்றவையும் தொழிற்பட்டே சாதியமைப்பாக உருவெடுத்திருக்கும். இந்தியாவில் சாதிகள், அவற்றின் அமைப்பியக்கம் என்கிற நூலில் இதேபோல சாதியமைப்புக்கு முந்தைய வடிவங்கள், காரணிகள் பற்றி அம்பேத்கர்

விவாதித்துள்ளார். சாதியை ஒரு அமைப்பாக மாற்றியது மனுநூல் என்றாலும் அதற்கான கூறுகள் ஏற்கெனவே இங்கேயே இருந்தன என்று அவர் கூறுவதையும் பார்க்க வேண்டி யிருக்கிறது. இந்தியாவின் ஒவ்வொரு வட்டாரத்திலும் அவ்வப் பகுதிகளுக்குரிய பிரத்யேகப் பண்புகளோடு சாதியம் அமைப்பாகியிருக்கிறது.

சோழர் காலத்தில் நிலவிய சாதியமைப்பு இன்றைய நிலையை அப்படியே பிரதிபலித்தது என்று சொல்லிவிட முடியவில்லை. ஒரே நாளிலோ, சில ஆண்டுகளிலோ அது முழுமை நிலையை எட்டியிருக்க முடியாது. ஒரு சாதிக்கு ஓரிடத்தில் சில தகுதிகளும் மற்றோரிடத்தில் வேறு தகுதிகளும் இருந்திருக் கின்றன. சாதிகளின் மேல் இன்றைக்கிருக்கும் இழிவோ, பெருமையோ அப்படியே அன்றைக்கு இருந்ததாகத் தெரிய வில்லை. இழிவான விளிப்புகளும் மதிப்பான நிலைகளும் சேர்ந்தே கிடக்கின்றன. எனவே பிற்காலச் சோழர் காலத்தைத் தமிழ்ச் சமூகத்தில் சாதியமைப்பின் தொடக்க காலம் என்றுகூடக் குறிப்பிடலாம். பிறகு அது காலந்தோறும் மாறியும் இறுகியும் வந்திருக்கிறது. இவற்றில் அரசதிகாரம், கருத்தியல் மேலாண்மை, உற்பத்தி போன்றவையும் தாக்கம் செலுத்தியிருக்கின்றன. பிற்காலச் சோழர் காலத்தைவிடவும் நாயக்கர் காலத்தில் சாதியமைப்பு இறுகியும் சமூக தளத்தில் வேரூன்றியும் இருப்பதைக் காணமுடிகிறது. காலனிய ஆட்சியில் அவர்களின் அதிகாரத் தேவைக்கேற்பச் சாதிகளின் பெயரும் தன்மை இருந்திருக்கிறது. ஏறக்குறைய சாதியமைப்பு மறுவார்ப்பு செய்யப்பட்ட காலம் என்று இதனைக் கூறலாம். சுதந்திர இந்தியாவில் சாதிய உறவுகளும் உற்பத்தியும் முக்கிய மாற்றங்களைச் சந்தித்திருக் கின்றன. குறிப்பாக இட ஒதுக்கீடு என்கிற விஷயம் காலனிய காலம் தொடங்கி காலனியத்திற்குப் பின்பும் சாதிகளைப் பட்டியல்படுத்தி அதற்குள் இயங்க வைத்திருக்கின்றன. இவ்வாறு மேலெழுந்தவாரியாகத் தொகுத்துப் பார்க்கும்போதே சாதியமைப்பும் சாதிகளும் ஒரேநிலையில் இருந்திருக்க வில்லை என அறிந்துகொள்ள முடிகிறது.

இவ்வாறு கூறிவருவதன் பொருள் கி.பி. 10ஆம் நூற்றாண்டுக்கு முன் சமூகத்தில் சிறப்பான சூழல் இருந்தது என்பதல்ல. சாதியமைப்பு போன்ற என்றும் மாறாத பண்பு கொண்ட சமூகநிலை நிலவியதாகத் தெரியவில்லை. உண்மையில் ஒரு சமூகம் தோன்றியதிலிருந்து அடிமையாகவோ, மேன்மையாகவோ இருந்திருக்க முடியாது. வரலாற்றின் ஏதோவொரு நிலையில்தான் அந்நிலையை அடைந்திருக்க வேண்டும். பிறகு இழந்திருக்கலாம், அடைந்திருக்கலாம். சாதியமைப்பு என்பது வரலாற்றில்

ஏதோவொரு காலகட்டத்தில்தான் உருவாகியிருக்க வேண்டும். சாதியமைப்பு தோன்றியதிலும் நீடித்துவருவதிலும் அதிகாரமும் அதிகார மாற்றமும் தொடர்புகொண்டிருக்கின்றன. எனவே ஏதோவொரு காலகட்டத்தில் நடந்த அதிகார மாற்றத்தின் பின்புலத்தில் அதனை விளங்கிக்கொள்ள வேண்டும். ஆனால் சாதி ஆதியிலிருந்தே இருந்துவருகிறது என்கிற கூற்று இவற்றை யெல்லாம் மறைத்து, அவற்றின் அமைப்பியகத்தைப் புரிந்து கொண்டு எதிர்கொள்ளும் யோசனையே இல்லாமல் ஆக்கி வைத்திருக்கிறது.

இலக்கியங்கள் சான்றுகளாவதும் சங்க இலக்கியங்களும்

தமிழ்ச் சமூகத்தில் சாதியமைப்பின் வரலாறு பற்றிப் பேசும்போது இலக்கியங்களைத் துணைகொள்வது வழக்கமாயிருக்கிறது. இலக்கியம் புனைவு என்பதை மறந்து அவற்றிலிருப்பதை வரலாறாகக் கொள்ளும் போக்கே இங்கு செல்வாக்கு பெற்றிருக்கிறது. இன்றைய வரலாற்றியல் கோரும் வடிவிலான சான்றுகள் இல்லாததால் புனைவே ஆயினும் வரலாறாகக் கொள்ளும் நிர்ப்பந்தத்தில் மாட்டிக் கொண்டிருக்கிறோம். இவ்வாறு புனைவிலிருந்து உருவகிக்கப் பட்ட வரலாறு விசுவரூபம் எடுத்து இன்றைக்கு மாற்ற முடியாத நிலையை அடைந்துவிட்டன. எனவே இலக்கியத்தைச் சான்றாக மாற்றும்போது அது புனைவே என்பதையும் நினைவில் கொண்டே கையாள வேண்டும். இலக்கியம் முற்றிலும் பொய்; சான்றாகவே கொள்ளக் கூடாது என்பதல்ல இதன் பொருள். மாறாக அதன் எல்லை வரையறைக்கு உட்பட்டது. அதில் உண்மை இல்லாமல் இருக்காது. ஆனால் அது உண்மை என்னும் நேர் வடிவில் இருக்க வேண்டிய அவசியமில்லை. உண்மையை நட்புக் குறியீடுகளாகவும் போலச்செய்தலாகவும் இருக்கலாம். அவற்றில் எது உண்மை எது புனைவு என்று துல்லியமாகப் பிரிக்க முடியாது. வரலாற்றாய்வில் இலக்கியமும் ஒரு துணை என்ற அளவில் இருக்க முடியும்.

சாதியைக் காட்டும் இலக்கியச் சான்றுகளைத் தேடும்போது எல்லாவற்றிற்கும் போல இதற்கும் சங்க இலக்கியங்களிலிருந்து தொடங்குகின்றனர். இந்தக் கட்டுரையின் தொடக்கத்தில் காட்டப்பட்ட புறநானூற்றுப் பாடல் வரிகள் சங்கஇலக்கியம்தான். சங்க இலக்கியமே தமிழ்மொழியில் இதுவரை கிடைத்தவற்றுள் தொன்மையானவை. அவையே தொன்மையானவை என்பதால் தமிழர்களின் ஆதிகாலத்தைக் காட்டும் பிரதிகளாக அவை கொள்ளப்பட்டுவருகின்றன. ஆதி என்கிறபோது அதற்கொரு தூய்மையான/அப்பழுக்கற்ற தகுதியைத் தந்திருக்கிறோம்.

(அயோத்திதாசரும் ஆதி என்னும் கருத்தை வேறொரு பின்புலத்தில் கையாளகிறார் என்பதைப் பார்த்தோம்.)அதன்படிதான் தமிழர்களின் பொற்காலத்திற்கான சான்றுகளாக அப்பாடல்கள் காட்டப்படுகின்றன.

சங்க இலக்கியத்தின் காலத்தைக் கணிப்பதில் அறிஞர்களிடையே மாறுபட்ட கருத்துகள் நிலவுகின்றன. ஆனால் எல்லோரும் அவை தொன்மையானவை,தமிழர் பண்பாட்டுக்கான தொடக்ககாலச் சான்று என்கிற கருத்தை ஏற்கின்றனர். அவற்றை ஏற்றுக்கொண்டே காலத்தைக் கணித்துள்ளனர். கி.மு. 5, கி.மு. 3, கி.மு. 2 என்று அதன் தொடக்கத்தைக் குறிப்பிடுவோர் உண்டு. பெரும்பாலானோர் கி.பி. 3க்கு கீழே சங்ககாலத்தை இறக்குவதில்லை. இந்த வரையறைகளின்படி சங்க இலக்கியங்களின் காலத்தை நாம் கி.மு. 3 தொடங்கி கி.பி. 3வரை என்று எடுத்துக் கொள்ளலாம்.

காலக்கணிப்பு தொடர்பாக குறிப்பாக சங்கக்காலம் பற்றி 'வசதியான' கணிப்பு உருவாக்கப்பட்டு நாளடைவில் அதுவே நிலையானதாக மாறிவிட்டது. சங்ககாலம் என்று ஒற்றைச் சொல்லில் குறிப்பிடும்போது அக்காலகட்டம் ஒரே மாதிரியான ஆட்சியும், வேறுபாடுகளற்ற ஒற்றை சமூக வாழ்க்கை முறையும் கொண்ட சாராம்சமான பண்பை எடுத்துக் கொள்கிறது. ஆனால் அது உண்மையல்ல. ஒன்றுக்கொன்று தொடர்பில்லாத உற்பத்திமுறை, வாழ்க்கைமுறை போன்றவை நிலவியிருக்கின்றன.கணிக்கப்பட்டிருக்கும் காலத்தின்படி பார்த்தால் ஐநூறு அல்லது அறுநூறு ஆண்டுகள் சங்க காலம் நிலவியிருக்கிறது. அப்பரப்பில் நடந்த எல்லாவற்றையும் குறிப்பிட்ட ஒற்றைப் பெயருக்குள் உள்ளடக்கி அழைப்பது பொருத்தமில்லாதது. சங்கக் காலத்திற்கென்று ஒற்றைப் பண்பு இல்லை. இந்த அறுநூறு ஆண்டுகளில் தமிழ்ப் பேசும் எல்லா இடங்களையும் தழுவிய பொதுப்பண்பு இருந்திருக்க வாய்ப்பில்லை. கிமு 3முதல் கிபி 3வரை என்று காலத்தை வரையறுத்துவிட்டதால் இப்போதும் இக்காலக் கட்டத்தைச் சேர்ந்த ஏதேனும் தொல்பொருள் கிடைக்குமானால் அதைச் சங்ககாலப் பொருள் என்கிறோம். சங்க காலத்திற்கென்று பொதுவான பண்பு இல்லாதபோது, அந்தப் பொருளை அதற்குரிய பண்போடு ஆராய்வதை விடுத்து ஏற்கெனவே தீர்மானிக்கப்பட்ட சங்க காலத்திற்குரிய பண்பிற்குள் அடைத்துவிடுகிறோம். எனவே இந்த (சங்க) காலம் என்பதே பிரச்சினைக்குரியதாக இருக்கிறது. காலம் என்பது இங்கு உறைந்த நிலையை எட்டிவிட்டது.

சங்க இலக்கியங்கள் நன்கு செப்பனிடப்பட்டவை. திட்டமிட்டுக் கட்டப்பட்டிருக்கின்றன. எனவே அவை ஏதோவொரு ஒழுங்கமைக்கப்பட்ட குழுவாலோ, அமைப்பாலோ செய்யப்பட்டிருக்க வேண்டும். எனவே தொகுத்த காலத்தின் தேவை, புரிதல், நபர்கள் சார்ந்த சார்பு, பாடப்பட்ட காலத்திற்கும் தொகுக்கப்பட்ட காலத்திற்கும் இடையே நிலவிய வேறுபாடுகள் போன்றவற்றை அறிஞர்கள் பலரும் விவாதித்திருக்கின்றனர். சங்ககாலம், சங்க இலக்கியங்கள் தொகுக்கப்பட்ட காலம் போன்றவற்றை யோசிக்கும்போது அதன் காலத்தை இப்போதிருப்பதைக் காட்டிலும் இன்னும் பின்னால் தள்ள வேண்டிய அவசியம் ஏற்படலாம். இவ்வாறான விஷயங்களையெல்லாம் கணக்கிலெடுத்தே ‘சங்ககாலம்’ என்ற கணிப்பை நாம் அணுக வேண்டியுள்ளது. எனவே சங்கப் பாடல்கள் என்பதை அதற்கென்று கூறப்படும் பழமையோடு நாம் அணுக வேண்டியதில்லை. அதிலிருப்பதாலேயே ஒன்றைத் தொன்மை என்றோ அன்றைய சமூக உண்மை என்றோ முற்றுமுழுதாகக் கொள்ள வேண்டியதில்லை. புறநானூற்று 335ஆம் பாடலுக்குச் சொல்லப்படும் பழமையையும் இதனூடாகப் புரிந்துகொள்ளலாம்.

சங்க இலக்கியத்தில் சாதி

இத்தகைய புரிதல்களோடு சங்க இலக்கியம், சங்க காலம் என்கிற வகைப்பாடுகளை ஏற்றுக்கொள்கிறோம் என்றாலும் இன்னும் நெருங்கி, அக்காலத்தில் சாதியமைப்பும் சாதி இழிவும் இருந்தனவா என்றும் பார்க்க வேண்டியுள்ளது. சங்க இலக்கியங்களில் தொழில், இடம், வாழ்க்கைமுறை சார்ந்த வேறுபாடுகள் இருப்பதைக் காண முடிகிறது. வளர்ச்சியடையாத வாழ்க்கை முறைகள் காணப்படுகின்றன. தொன்மை சமூக அமைப்பின் தொடர்ச்சியில் இனக்குழு வாழ்க்கை முறையும் வேளாண் சமூக வாழ்வும் இருந்ததை பாடல்கள் ஒருசேரக் காட்டுகின்றன. இனக்குழுக்களோடு மோதி வேந்தர்கள் எழுச்சி பெற்ற காலகட்டமாக சங்க இலக்கிய காலத்தை நா. வானமாமலை, க. சுப்பிரமணியம் ஆகியோர் கொள்கின்றனர். இதே காலகட்டத்தை கே.கே. பிள்ளை, சி. இராமச்சந்திரன் போன்றோர் சாதிப் பிரிவுகளும் தொழிற்பிரிவுகளும் வருணப் பாகுபாடுகளும் இருந்த காலமாகக் கொள்வதையும் பார்க்கிறோம். ஆனால் அவற்றை ஒரு அமைப்பாகவோ, மாறாமல் இறுக்கத்தை பேணியிருந்ததாகவோ பார்க்க முடியவில்லை. பின்னாளில் அமைப்பாக மாறப்போகிற சாதிபேதத்திற்கான தோற்ற மூலங்களாக இவை இருந்தன என்று கூறலாம். வேண்டுமானால் சாதியமைப்பின் தொடக்ககாலம் என்று

கூறலாம். தமிழ்நாட்டில் அரசுருவாக்கத்துக்குத் தேவையான பண்பாட்டுத் தளத்தை வருணக் கோட்பாடு உருவாக்கித் தருவதற்கு முன்னர் தொல்சமூகத்தின் மந்திர நம்பிக்கையும் இனக்குழுப் பண்பினைக் காட்டும் ‘கூட்டூண்’ வாழ்க்கையும் கொண்ட, நிலவழிப்பட்ட, தொழில் வழிப்பட்ட மக்கள் திரள்களே தமிழ்நாட்டின் சாதிய அமைப்புக்கு மூலப்படிவங்களாக இருந்தன என்று தொ. பரமசிவன் (ப.30) ஓரிடத்தில் கூறுவது இங்கு பொருத்தமானதாகும்.

இந்த பின்னணியோடு மீண்டும் அயோத்திதாசருக்குத் திரும்பி அவர் பறையன் என்னும் பெயரை எதிர்கொண்டதைப் பார்க்கலாம். இப்பெயர் இன்றைக்குச் சாதிப்பெயராக வழங்கப்பட்டு வருகிறது. எனவே வரலாற்றில் இப்பெயரை எங்கு பார்த்தாலும் இன்றைக்கிருக்கும் அச்சாதியின் நினைவோடுதான் பார்ப்போம். அந்தப் பெயரின் மேல் இன்றைக்கு ஏற்றப் பட்டிருக்கும் சாதிய அடையாளங்களோடு சேர்ந்ததாகவே அந்நினைவு இருக்கும். எனவே பறையன் என்னும் பெயர்மீதான இன்றைய சாதியத் தகுதி எதுவோ அவ்வாறே வரலாற்றிலும் அணுகப்படுகிறது. சங்கப் பாடல்களில் இந்தப் புறநானூற்றுப் பாடலில் மட்டுமே அப்பெயர் வழங்கப்படுகிறது. அவ்விடத்தில் அப்பெயர் ஒரு சாதியாக குறிப்பிடப்படுகிறதா? அதிலும் இன்றைக்கிருக்கும் இழிவுக்குறிப்பு அதிலிருக்கிறதா என்று தேடிப்பார்த்தால் அதற்கான சான்றுகள் இல்லை என்றே கூற வேண்டும். இழிவாகக் குறிப்பிடப்படவில்லை. மாறாகத் தொல்குடிகளில் ஒன்றாக குறிப்பிடப்படுகிறது. சரி, அது சாதியா என்றால் அவ்வாறும் கூற முடியவில்லை. அதே பெயரில் இன்றைக்குச் சாதிப்பெயர் இருப்பதால் அன்றைய பெயரை சாதி என்று கருதுகிறோமே தவிர, சாதிக்கான மற்ற எந்தச் சான்றுகளும் அப்பாடலில் இல்லை. பறையன் என்னும் பெயர் வரிசையில் சொல்லப்பட்டுள்ள பிற பெயர்களையும் கவனிக்கலாம். கடம்பன், துடியன், பாணன் என்பவையே அவை. இந்நான்கிற்கும் ஓர் ஒற்றுமை உண்டு. நான்கும் இசைக்குடிகள். இசைக்குடிகளைத் தொல்குடிகள் என்று கூறுவதாகவே இப்பாடலடிகள் இருக்கின்றன. தொன்மைச் சமூகத்தில் விலங்குகளை வேட்டையாடி மாமிசத்தைப் புசித்த பின் அதன் தோல்களைக் கருவியாக்கிக்கொண்டார்கள். தாவரங்களையும் இசைக்கருவிகளாக்கிக்கொண்டார்கள். மொத்தத்தில் இவர்களின் இசை வாழ்வு இயற்கைக்கு நெருக்கமாக இருந்திருக்கிறது. அங்கு இசை என்பது மந்திரம், சாமியாடுதல், வழிகாட்டுதல், உணவு சேகரித்தல், மருத்துவம் பார்த்தல் போன்ற இனக்குழு வாழ்வின் கூறுகளை வெளிப்படுத்துவதாக இருந்தது. எனவே

அக்காலகட்டத்தின் சமூக வாழ்க்கையில் மதிப்புமிகுந்த இடத்தை இக்குடிகள் பெற்றிருந்திருக்க வேண்டும். இசைக்குடியைச் சேர்ந்தவர்கள் என்று சொல்வதுகூட ஒரு வசதி கருதித்தான். மற்றபடி அவர்கள் வெவ்வேறு பணிகளைச் செய்தவர்களாகவும் காணப்படுகின்றனர். இனக்குழு வாழ்விலும், வேந்தர் மரபு உருவான பின்பு வறுமையுற்றவர்களாகக் காட்டப்பட்டாலும் முந்தைய சமூக அமைப்பில் பெற்றிருந்த சமூகத் தகுதியை முற்றிலும் இழக்காமலே இருந்தனர் என்பதை எட்டுத் தொகையின் தனிப்பாடல்களால் அறிகிறோம். அதற்கும் பின்பு அவர்களைப் போலச்செய்து மன்னர் பெருமைபேசப் பாடப்பட்ட நூல்களே பாணாற்றுப்படை நூல்கள். இந்தப் பின்னணியில் பார்த்தால் பறையர் உள்ளிட்ட நான்கு குழுவினரும் சாதிகளாக இல்லாமல் குழுக்களாகவும் குடிகளாகவும் இருந்தனர் என்றும் அறுதியிடலாம். அதேபோல அவர்கள் மீது பிற்காலத்தில் அறியப்பட்ட இழிவுகளும் அங்கிருந்தமைக்கான சான்றுகள் இல்லை. இவ்வாறு பிற்கால அர்த்தத்தோடு அச்சொல் பார்க்கப்படும்போது இன்றைய சாதிய இழிவு பழமையானதாகிவிடுகிறது. அயோத்திதாசரின் இச்சொல் மீதான மறுப்பை இவ்விடத்தில்தான் புரிந்துகொள்கிறோம்.

பறையனும் புலையனும்

பறையன் என்னும் சொல்லைத் தேடிப்பார்த்தால் இந்தப் புறநானூற்றுப் பாடலுக்குப் பின் அச்சொல் இலக்கியப் பிரதிகளில் இல்லை. சங்கப் பாடல்களில் புலைய, புலையன், புலைத்தி போன்ற சொற்கள் பல இடங்களில் காணப்படுகின்றன. பறையன் என்பதற்கான மாற்றுச்சொல்லாகக் கருதி அச்சொற்களை எடுத்துக்கொண்டு இழிசாதிகள் அன்றே இருந்தன என்று பலரும் இன்றைக்குக் கூற முற்படுகின்றனர். பறையன் என்ற சொல் இருக்கப் புலையன் என்ற சொல் ஏன் கையாளப்பட வேண்டும்? இரண்டும் ஒரே பொருளைக் குறிக்கும் இருவேறு சொற்களா? அல்லது தனித்தனிச் சொற்களா என்பது விவாதத்திற்குரியது. கேரளத்தில் தற்காலத்திலும் பறைய என்னும் சொல்லும் புலைய என்னும் சொல்லும் தனித்தனியே இருக்கின்றன. இரண்டுமே இன்றைக்கு ஒடுக்கப்பட்ட சாதிப் பட்டியலிலேயே இருக்கின்றன. தமிழகத்தில் இன்றைக்குப் புலையன் என்ற பெயரில் எந்தக் குழுவும் இல்லை. ஆனால் பறையன் மட்டும் இருக்கிறது. புலையன் என்ற பெயர்தான் பறையனாக மாறியது அல்லது புலையன் பறையன் குழுவில் சேர்ந்துவிட்டது என்றும் இதனை விளக்குவோர் உண்டு. மேலும் பத்தொன்பதாம் நூற்றாண்டு வரை தமிழ்ப் பகுதியில் புலையன் என்ற குழு இருந்து பின்னர் இல்லாமல் போய்விட்டது என்றும் கூறுகிறார்கள். வரலாற்று

ரீதியாகப் புலையன் என்னும் சொல்மீதிருக்கும் இழிவைப் பறையன் என்னும் சொல்லுக்குமானதாகக் காட்டுவது இதன் மூலம் நடந்திருக்கிறது .

புலையன் என்னும் சொல்மீதான இழிவான அர்த்தம் பிற்கால வழக்கிலிருந்து மேலே கொண்டுசெல்லப் பட்டிருக்கிறதே ஒழிய முற்காலத்தில் அவ்வாறில்லை என்ற வீ.எஸ். ராஜம் அவர்களின் கூற்று இவ்விடத்தில் குறிப்பிடத்தக்கது. இதே போன்ற வரலாற்று வரிசையில் யோசிக்கவில்லை எனினும் ஏறக்குறைய இதே கருத்தை அயோத்திதாசரும் வெளிப்படுத்தியிருக்கிறார். இன்றைக்கு ஊன், நாற்றம், கீழ்மகன், கொடுஞ்செய்கை போன்ற அர்த்தங்களைத் தருவதாக புலை, புலையன் போன்ற சொற்கள் கூறப்படுகின்றன. இச்சொல் பயின்றுவரும் இலக்கியப் பாடல் வரிகளைச் சான்றாகக் காட்டும்போது ஓரிடத்திலும் பழைய இலக்கியச் சான்றுகள் இல்லை என்கிறார் வீ.எஸ். ராஜம். புலை என்ற சொல்லுக்குப் பொருள்தரும் சென்னை தமிழ் அகரமுதலி அகராதியில் எட்டுத்தொகை, பத்துப்பாட்டு ஆகிய சங்கப் பாடல்களிலிருந்து ஒரு சான்றும் காட்டப்படவில்லை என்கிறார். இடைக்கால இலக்கியத்திலேயே இழிதொனி கொண்டதாக அச்சொல் காணப்படுகிறது.

சங்கப் பாடல்களில் புலையன், புலைத்தி என்போர் பல தொழில்களைச் செய்வோராகக் காட்டப்படுகின்றனர். நிரத்தர ஒற்றைத் தொழிலோடு அவர்கள் பிணைக்கப்படவில்லை (இசை, போர்த்தொழில், ஈமத்தொழில், தூது, துணி துவைத்தல்). புலையன் என்போர் ஈமத்தொழிலில் (புறம். 360) ஈடுபட்டிருக்கிறார்கள் என்றாலும் அவர்கள் மட்டுமே அதில் ஈடுபடவில்லை. இந்நிலையில் கி.பி. 10ஆம் நூற்றாண்டுக்குப் பின்பு எழுதி வைக்கப்பட்ட சைவப் பாடல்களில் புலை, புலையன் என்னும் பெயர்கள் கிடைக்கின்றன. அவற்றில் அப்பெயர் குறிப்பிட்ட அடையாளத்தில் இறுகிப்போன நிலையைப் பார்க்கிறோம்.

இவ்வளவுக்குப் பின்னரும் புறநானூறுக்குப் பின்னர் எந்த இலக்கியப் பிரதிகளிலும் பறையன் என்னும் சொல் இல்லை. பறையன் என்போரைப் பழங்குடியாகச் சிறப்பித்திருப்பது உண்மையெனில் அச்சொல் இவ்வாறு பல நூற்றாண்டு காலம் இடையில் காணாமல்போனது ஏன்? கி.பி. ஏழாம் நூற்றாண்டு பெரிய கோளப்பாடி நடுகல் ஒன்றில் சாக்கை பறையனார் என்ற சொல் இருக்கிறது. அதுவும் போர்வீரர் தகுதியிலேயே வந்திருக்கிறது என்பது குறிப்பிடத்தக்கது. கி.பி. 11ஆம்

நூற்றாண்டுக்குப் பிந்தைய சோழர்காலக் கல்வெட்டுகளிலேயே பரவலாகப் பறை, பறைய போன்ற பகுப்புகள் சொல்லப் பட்டுள்ளன. பறையன் என்கிற பெயரைச் சாதியமைப்போடு தொடர்புபடுத்தும் குறிப்புகள் இவையே. எனினும் ஒரே கிராமத்தில் தீண்டாச்சேரியும், பறைச்சேரியும் குறிப்பிடப் படுகின்றன. இரண்டும் ஒன்றுதான் என்றால் ஒரே கிராமத்திற்குள் இரண்டு பகுப்புகள் ஏன்? இப்பகுப்பில் ஏதோ வேறுபாடு இருந்ததாகத் தெரிகிறது. அதனாலேயே இரண்டு குடியிருப்புகள் கூறப்படுகின்றன என்று யூகிக்கலாம். பிறகே அது இறுக்கமாகிவந்திருப்பதாகத் தெரிகிறது. பிற்காலங்களில் தான் பறையர் என்னும் பெயரை இழிவோடு தொடர்புபடுத்தும் கதைகள் பரப்பப்பட்டிருக்கின்றன.

பறையன் என்னும் இழிபெயர் உருவாக்கப்பட்டுப் பரப்பப்பட்டது சில நூறாண்டுகளுக்குள்தான் என்று அயோத்திதாசர் கூறினார். கிடைத்திருக்கும் தரவுகளின்படி ஒப்பிட்டுப் பார்த்தால் சாதிபேதமும் சாதி இழிவுகளும் பிற்காலங்களில் தான் இறுக்கமாக நிலைநிறுத்தப்பட்டன எனத் தெரிகிறது. அதாவது கி.பி. 11ஆம் நூற்றாண்டுக்குப் பின்னரே சாதியமைப்பு பற்றிய துல்லியமான குறிப்புகள் கிடைக்கின்றன. எனவே அதனைக் காலத்தால் முன்னோக்கிக் கொண்டுசெல்ல முடியாது என்ற புரிதலைப் பெறுகிறோம். அயோத்திதாசர் பறையர் சாதி சார்ந்து இக்கருத்தைச் சொல்லியிருந்தாலும் இப்பார்வையை இன்றைய பல்வேறு ஒடுக்கப்பட்ட சாதிகளின் வரலாற்றையும் புரிந்துகொள்ளக் கைக்கொள்ள முடியும் என்பதுதான் இதற்கான முக்கியத்துவத்தை கூட்டுகிறது.

இந்தக் கட்டுரை அயோத்திதாசர் எல்லாவற்றையும் முன்பே சொல்லிவிட்டார் அல்லது அவர் சொன்னதெல்லாம் வரலாற்றில் பொருந்துகிறது என்று நிறுவ முயற்சிப்பதாகத் தோன்றக்கூடும். கட்டுரையின் நோக்கம் அதுவல்ல. இக்கட்டுரையில் இரண்டு விஷயங்களைச் சொல்ல முயற்சிக்கிறேன். அவர் சொல்லும் விஷயத்தை எத்தகைய புரிதலிருந்து சொல்லுகிறார் அல்லது எவ்வாறு புரிந்துகொண்டிருக்கிறார் என்பதை விளக்குவது ஒன்று. இரண்டாவதாக அயோத்திதாசர் என்கிற நபரை விடுத்து அவர் கொண்டிருந்த பார்வைக் கோணத்தை மட்டும் எடுத்துக்கொண்டு பிற அம்சங்களை ஆராய்வது. முதல் விஷயத்தில் அயோத்திதாசர் என்கிற நபர் முக்கியமாயிருக்க இரண்டாவது விஷயத்தில் அயோத்திதாசரிலிருந்து அவரே வெளியேற்றப்படுகிறார். அதாவது அவர் மூலம் கிடைத்த கோணத்தை அவரிலிருந்து பார்ப்பதை விடுத்து அவற்றைச் சட்டகமாக எடுத்துக்கொண்டு பிறவற்றைப் பார்ப்பது.

இக்கட்டுரையில் அயோத்திதாசர் கையாண்ட காலத்தால் தொன்மையாக்கல் என்கிற கருத்து இந்த இரண்டு விதங்களிலும் அணுகப்பட்டது. முதலில் காலத்தால் பழமையாக்குதல் என்பதை ஆய்வுக் கோணமாக எடுத்துக்கொண்டு தமிழிலக்கிய வரலாற்றின் தருணங்களை வாசித்து அணுகும்போது கிடைக்கும் அனுகூலங்களைப் பார்த்தோம். அவ்விடத்தில் அயோத்திதாசர் நேரடியாக வரவில்லை. ஆனால் இப்பார்வையை அவர் தந்திராவிட்டால் இந்த அனுகூலங்கள் சாத்தியமில்லை. இதுதான் அயோத்திதாசர் போன்ற ஒருவரை நிகழ்காலத்தில் வாசிப்பதன் தேவையாக இருக்க முடியும். ஒருவர் கைக்கொண் டிருந்த ஆய்வுப் பார்வையைப் பயன்படுத்தி வாசிப்பதற்கான சான்றுகள் அவருக்கேகூட இல்லாமல்போயிருக்கலாம் அல்லது கையாண்ட குறைந்த சான்றுகள் வழியாக அவர் மேற்கொண்ட வாசிப்பின் மீது கேள்விகள்கூட இருக்கலாம். குறிப்பிட்ட ஒருவர் அவரே கண்டைந்த அணுகுமுறை அவரைவிடப் பிறருக்கு உதவிட முடியும். அவர் கையாண்ட அணுகுமுறையை மேலும் விரிவாக எடுத்துப் பயன்படுத்த முடியுமானால் அது முக்கியமானது.

ஒன்றைக் காலத்தால் தொன்மையாக்கலின் விளைவுகளை அயோத்திதாசர் பார்வையில் இக்கட்டுரையில் புரிந்து கொண்டோம். இதன்படி ஒன்றை காலத்தால் பழமையாக்குதல் அல்லது தொன்மையாக்குதல் என்பது அயோத்திதாசர் தமிழ் ஆய்வுலகிற்குத் தந்த அணுகுமுறை எனலாம். இவ்விடத்தில் சில கேள்விகள் எழலாம். அயோத்திதாசர் இந்த அணுகு முறையைக் கையாண்டதில் நவீன வரலாற்று முடிவுகளும் தரவுகளும் எந்த அளவிற்குப் பொருந்திப்போகின்றன? அவருக்குப் பின்பு பல்வேறு விஷயங்கள் இங்கு உருவாகியிருக்கின்றன. அவை சில புதிர்களை விடுவித்துள்ளன; சிலவற்றைப் புதிதாக உருவாக்கியுள்ளன. இவ்வாறு பிற்காலம் சார்ந்து உருவான தெளிவுகளனைத்தும் அவரிடம் இன்றைக்கு உள்ளதுபோலவே இருந்திருக்க முடியாது. இத்தகைய காரணங்களால் அவர் கையாண்ட காலத்தால் பழமையாக்குதல் என்ற அணுகுமுறையின் முக்கியத்துவத்தை மறுக்க வேண்டியதில்லை. இந்த அணுகுமுறையை ஒரு பார்வைக் கோணமாகக் கொள்ளும்போது பல புதிய திறப்புகளை அடைகிறோம். காலத்தால் பழமையாக்குதலின் முக்கியத்துவத்தை வலியுறுத்த அவர் வரலாற்றுத் தரவுகள் என்பதையேகூட மறுக்கிறார். அதாவது புறநானூறு என்னும் பிரதியையும் அதன் காலத்தையும் ஏற்க மறுக்கிறார். பறையன் என்னும் அடையாளத்தைப் பழமையாக்குகிறதே என்று புரிந்துகொண்டு அதை மறுத்துவிட

வேண்டுமென்ற தீவிரமுனைப்பின் வெளிப்பாடு அது. ஆனால் அவரின் இப்பார்வையால் கிடைக்கும் இரண்டு விஷயங்களை நாம் மறுத்துவிட முடியாது.

ஒன்று சாதியமைப்பு தொன்மையானதல்ல. அதன் தொடர்ச்சியில் பறையன் என்னும் நிலையை எல்லாக் காலத்திலும் இழிவோடு தொடர்புபடுத்திப் பார்க்க முடியாது என்பது இரண்டாவது. எல்லவாற்றையும்விட நவீன வரலாற்றியலிடம் இல்லாத ஒன்று அவர் அணுகுமுறையில் இருந்ததைப் பார்க்கலாம். அதாவது காலத்தால் பழமையாக்குவது வரலாறு சார்ந்த சிக்கல் மட்டுமல்ல. அது முதன்மையாகச் சமூக உளவியல் ஒன்றைக் கட்டமைத்துத் தக்கவைக்கிறது என்பதுதான் அவர் பார்வை. நவீன வரலாற்றியல் புறவயமாக இருந்து செயல்படுவதாக நம்பிக்கொள்வதால் அதனிடம் சமூக உளவியல் போன்ற உள்ளார்ந்த அகவயப் பார்வைக்கு இடமில்லாமல் போய்விட்டது போலும். ஆனால் அயோத்திதாசரின் அணுகுமுறை உள்ளார்ந்த அர்த்தங்களை வாசிப்பது தொடர்பானதாகவும் இருந்தது. வரலாறு என்பது தகவல்கள் சார்ந்து உருவாகித் தகவல்களாக மட்டும் முடிந்துபோகிற விஷயமல்ல என்பதை உணர்ந்துகொண்டால் இதனைப் புரிந்து கொள்ளலாம்.

அடிக்குறிப்புகள்

1) "துடியன் பாணன் பறையன் கடம்பன் என்று இந்நான் கல்லது குடியும் இல்லை" என்ற பாடலடிகள் ஒடுக்கப்பட்டோர் அரசியல் தளத்தில் முக்கிய இடத்தைப் பெற்றன. அதேவேளையில் இவற்றை எடுத்தாள்வதிலும் பொருள் கொள்வதிலும் பல்வேறு பட்ட பார்வைகளும் இருந்தன. சாதியமைப்பு பற்றியும் பறையன் என்னும் சொல் பற்றியும் தான் கொண்டிருந்த கண்ணோட்டத்தின்படி அயோத்திதாசர் இப்பாடல் அடிகளை மறுத்தார். ஆனால் இது அயோத்திதாசரின் "அறிவார்ந்த" விளக்கமாகவும் ஆய்வுநோக்காகவும் நின்றுவிட்டதாகத் தெரிகிறது. இம்மறுப்பு பற்றி மற்றவர்களுக்கு என்ன பார்வை இருந்தது என்று தெரியவில்லை. அவரின் பௌத்தச் செயல்பாட்டைப் பின்தொடர்ந்தவர்கள் இந்த விளக்கத்தை எந்த அளவிற்கு உள்வாங்கினார்கள்; அது என்ன விளைவுகளை உருவாக்கியது என்பதை அறியப் போதிய தரவுகள் இல்லை. அயோத்திதாசருடையது ஒரு பார்வை என்றால் இப்பாடலடி களை முன்னிட்டு இயங்கிய மற்ற பார்வைகளும் இருந்தன .

2) முற்றிலும் இல்லாத நூலை இருந்ததாகக் கொண்டமைக்குத் தமிழில் நிறைய சான்றுகள் உண்டு. ஒன்றை மட்டும் இங்கு சான்றுக்காகக் கூறலாம். பதினெண்கீழ்க்கணக்கு நூல்களில்

கைந்நிலை என்ற நூல் உண்டு. கைந்நிலையோடு இன்னிலை என்ற பெயரைச் சொல்வதுண்டு. இரண்டும் ஒரே நூல் என்ற குழப்பம் இருந்துவந்தது. இன்னிலை என்பதும் பழைய நூல் என்று சொல்லப்பட்டதால் இந்த குழப்பம் இருந்து வந்தது. ஆனால் பின்னால்தான் அது காசி என்பதற்கான அடைமொழி என்பது தெரியவந்தது. பதினெண்கீழ்க்கணக்கு நூல்களை தொகுத்துக் காட்டும் பாடலில் "இன்னிலைய காசி" என்று கூறப்பட்டுள்ளது. இப்பாடலில் கூறப்பட்டுள்ள கைந்நிலை என்ற நூல் கிடைக்காததால் 18 என்ற எண்ணிக்கையை சரிசெய்ய, இந்தப் போலி நூல் இருபதாம் நூற்றாண்டு சொர்ணம் பிள்ளை என்பவரால் எழுதப்பட்டுச் சத்தமில்லாமல் பதினெண்கீழ்க் கணக்கு காலத்து நூலாகயச் சேர்க்கப்பட்டது. இந்த நூலை வஉசி விரிவுரை எழுதிப் பதிப்பித்தார் என்று கூறப்படுகிறது. ஆழமான ஆய்வுகளை மேற்கொண்டால் இன்னும் பல நூல்கள் பற்றிய உண்மைகள் தெரியவரலாம்.

3) காலத்தால் பிந்தைய நூல்கள் முந்தையவையாகக் கூறப்பட்டதற்கு உதாரணமாகத் திருமுருக்காற்றுப்படையை கூறலாம். இது சங்க இலக்கிய நூல்வரிசையில் வைக்கப்பட்டுள்ளது. எனவே சங்க இலக்கியங்கள் பிறந்ததாகக் கூறப்படும் காலத்தவையாகக் கருதிவிடுகிறோம். ஆனால் இந்நூலை வாசிக்கிறபோது சங்க நூல்களின் தன்மையிலிருந்து விலகியிருப்பதை தெரிந்துகொள்கிறோம். இந்நூலை 1834இல் சரவணப் பெருமாளையரும் 1851இல் ஆறுமுக நாவலரும் அடுத்தடுத்து பதிப்பித்தனர். அப்போது அதனை யாரும் சங்க இலக்கியம் என்று யோசிக்கவில்லை. 1889இல்தான் உவேசா பதிப்பித்தார். இந்நூல் காலத்தால் பிந்தையது என்று வையாபுரிப் பிள்ளையும் குறிப்பிட்டுள்ளார். கிபி 600க்கும் 900க்கும் இடைப்பட்ட பக்தி நூல் காலத்திலேயே அந்நூலை வைக்கிறார். எனவே திருமுருக்காற்றுப்படை சங்க வரிசையில் சேர்க்கப்பட்டது பிற்கால முயற்சி என்றே தெரிகிறது. இவ்வாறு முன்னே கொண்டுசெல்வதன் மூலம் முருகன் தொடர்பான பிற்கால அடையாளங்களையெல்லாம் பழையதாகக் காட்டிப் பிற்கால மாற்றங்களையெல்லாம் ஆதியிலிருந்தே வருவதாகவும், இயல்பானதாகவும் ஆக்க முடிகிறது. அதாவது சங்கத் தொகை நூல்களில் காணப்படும் வேலன் வழிபாட்டோடு பிற்கால முருகன் அடையாளத்தை இணைத்து இரண்டும் ஒன்றே அல்லது இயல்பான தொடர்ச்சி என்றாக்கிவிட்டனர்.

2

அயோத்திதாசர் சிந்தனையில் 'திரிபு'

சேலம் கோட்டைமேடு பகுதியில் தலைவெட்டி முனீஸ்வரன் கோயில் உள்ளது. மக்களைப் பொறுத்தவரையில் அது கோயில், தெய்வத்தின் பெயர் முனீஸ்வரன். முனீஸ்வரனுக்கு உரியதாகச் சொல்லப்பட்டிருக்கும் கண்களும், மீசையும் இருக்கின்றன. மக்கள் வழிபடுகிறார்கள். அதைத் தாண்டி அச்சிலையைப் பற்றி வேறெந்த யோசனைகளும் அவர்களிடம் இருக்க நியாயமில்லை. ஏனெனில் அது சாமி, "நதி மூலம் ரிஷி மூலம் பார்க்கக்கூடாது" (கேட்கவும்தான்) என்னும் பழமொழி தமிழில் இருக்கிறது. அந்தச் சாமியை எந்தச் சமயம் என்று மக்களிடம் கேட்டால் (கேட்டால் மட்டும்தான்) இந்து சமயம் என்று சொல்லிவிட்டுப் போவார்களாக இருக்கும். இவைதான் சமீபநிலை.

ஆனால் அக்கோயிலில் சிலையாக இருப்பது புத்தர். ஒரு காலம் வரையிலும் அச்சிலை அப்பகுதியிலோ வேறெங்கோ வணங்கப்பட்டிருக்க வேண்டும். பௌத்த மரபு "வீழ்ச்சியுற்ற காலத்தில்" எதிரானவர்களால் உடைக்கப்பட்டிருக்கிறது. இவ்வாறு தலை உடைக்கப்பட்ட புத்தர் சிலைகள் இந்தியாவின் தமிழகத்தில் பல இடங்களில் கிடைத்திருக்கின்றன. புத்தர் சிலைகளின் தலையையோ மூக்கையோ சிதைப்பது ஒரு நடைமுறையாக இருந்திருக்கிறது. பின்பு அந்தத் தலையிழந்த சிலையில் மக்களால் வணங்கப்பட்ட

அயோத்திதாசர்: சிந்தை மொழி ❋ 49 ❋

வேறெதோ தெய்வத்தின் தலை பொருத்தப்பட்டு வணங்க ஆரம்பித்திருக்கிறார்கள். நாளடைவில் முந்தைய புத்தர் என்பது மறைந்து பின்னாளில் பொருத்தப்பட்ட தலையைக் கொண்ட தெய்வத்தின் உருவம் எதுவோ, பெயர் எதுவோ அதுவாகவே அறியப்படுகிறது. அதற்கேற்ப புத்தரைக் குறிக்கும் பெயர்களில் ஒன்றாக இருந்த முனி என்ற பெயரும் (சான்று: தமிழ்ப் பேரகராதி) வேறு ஒட்டுகள் சேர்க்கப்பட்டு (முனியப்பன், முனியய்யா, முனீஸ்வரன், முனியசாமி, பாண்டிமுனி, பனையடிமுனி, காட்டுமுனி) புத்தரல்லாத தெய்வங்களுக்கான பெயர்களாக மாற்றப்பட்டன. மொத்தத்தில் அச்சிலையும் பெயரும் புத்தரைக் குறிக்கும் என்பது மறைந்துபோய் இன்றைய இந்து தெய்வங்களில் ஒன்றாக மக்கள் நினைவுகளில் பதிந்து கிடக்கிறது. சேலத்தைப் போலவே மதுரை பாண்டி கோயிலிலும் புத்தர் சிலை பாண்டி முனி என்று வழங்கப்படுகிறது. அங்கும் வேறொரு தலை பொருத்தப்பட்டதால் நாளடைவில் புத்தர் என்கிற நினைவு மறைந்து அது 'முனி' கோயிலாக மட்டும் அறியப்படுகிறது.

மூன்று மாற்றங்கள்

கிராமப்புறங்களில் "ஒன்றை மூணாகத் திரித்துவிட்டான்" என்றொரு வழக்கு உண்டு. இதைக் கவனித்துப் பார்த்தால் தெரியும். இதிலிருப்பது பொய் அல்ல. ஏற்கெனவே சொல்லப்பட்டிருப்பதைக் கூட்டிச் சொல்வது என்றே பொருள்படுகிறது. அதாவது எங்கு 'சொல்வது' என்பது பிரச்சினையில்லை. மூன்றாக (மிகைப்படுத்தி) சொல்லி விட்டதுதான் பிரச்சினை. ஒன்று அங்கிருக்கிறது. ஆனால் மூன்று இல்லை. இதைத்தான் ஒன்றை மூன்றாக்குவது என்று சொல்கிறது. அதேபோல நாம் திரிபு என்ற சொல்லைக் கேள்விப் பட்டிருப்போம். திரித்தல் அல்லது திரிதல் என்பதையே திரிபு என்று சுருக்கமாகச் சொல்லுகிறோம். தமிழ் இலக்கணத்திலேயே திரிதல் குறிப்பிடப்படுகிறது. தோன்றல் திரிதல் கெடுதல் என்ற மூன்று மாற்றங்களைத் தொல்காப்பியம் (எழுத்ததிகாரம். 109) குறிப்பிடுகிறது. தோன்றல் என்பது புதிதாக உருவாவதையும், கெடுதல் என்பது முற்றிலும் இல்லாமல் போவதையும் குறிக்கிறது. திரிதல் இந்த இரண்டுக்கும் இடைப்பட்டது, புதிதாகத் தோன்றுவதுமில்லை, முற்றிலும் அழிவதுமில்லை. தோன்றிய நிலையிலும் இல்லாமல் முற்றிலும் அழியும் நிலையிலும் இல்லாமல் இடைப்பட்ட வடிவில் இருக்கிறது என்று பொருள். அதாவது தோன்றிய அதி/பூர்வ நிலையில் இல்லாமல் மாறி இருக்கிறது. அசலான நிலையி லிருந்து பிறழ்ந்துள்ளது என்றெல்லாம் பொருளாகின்றன.

எனவே திரிபு என்பதை அழிந்தது என்று பொருள் கொள்ளக் கூடாது. ஏற்கெனவே இருப்பதை அதேநிலையில் காட்டாமல் மாற்றிக்காட்டுவது என்று கூறலாம். எனவே இதனை மாறுபாடு என்று சொல்லலாமா? சொல்ல முடியாது. தோன்றிய நிலையிலிருந்து எதுவொன்றும் மாறுபடுவது இயல்பானது. எனவே மாறுபாட்டைத் திரிபென்று கொள்ளமுடியாது. தோன்றிய நிலையிலிருந்து மாறுபட்டதை மறைத்துவிட்டு, அது ஆதியில் பெற்றிருந்த நிலையே இதுதான் என்று பொய்யாகக் காட்டுவதன் பெயர்தான் திரிபு. இது சொல்லுவதில் நிகழும் ஒருவகை கள்ளத்தனம். அதாவது மாறுபாடு இருக்கும். ஆனால் அந்த மாறுபாட்டை அசலே போல் காட்டுவது.

திரிபு என்ற சொல்லை ஓர் அணுகுமுறையாக, சமூக அரசியல் பண்பாட்டைப் புரிந்து கொள்வதற்கான சட்டகமாகக் கொள்ளமுடியுமா? அவ்வாறு கொண்டால் நமக்குக் கிடைக்கும் புரிதல்கள் எப்படிப்பட்டதாக இருக்கும்? அந்த வகையில் திரிபு என்பதை ஒரு சட்டகமாக ஆக்கியிருந்ததோடு அதை வரலாற்றையும், பண்பாட்டையும் விளங்கிக் கொள்வதற்கான ஒரு நிலைபாடாகக் கொண்டிருந்த அயோத்திதாசர் நம் கவனத்திற்குரியவராக வருகிறார். திரிபு என்பதைச் சொல்லும்போது இடைச்செருகல் என்கிற தமிழில் பரவலாகக் கையாளப்பட்டு வருகிற மற்றொரு வார்த்தையும் நினைவில் வருகிறது. ஆனால் அயோத்திதாசர் திரிபு என்ற சொல்லைத்தான் கையாண்டிருக்கிறார். ஏற்கெனவே இல்லாத ஒன்றை இடையில் எங்கேனும் வேறுபாடு தெரியாத வண்ணம் செருகிவிட்டு அதுதான் முழுமையானது என்று சொல்வது இடைச்செருகல். தமிழாய்வில் இதுபற்றி நடந்திருக்கிற விவாதங்கள் விரிவானவை. பழம் இலக்கியங்களுக்கு உரையெழுதிய உரையாசிரியர்களிடம் தொடங்கிய இந்த விவாதம், அச்சுப்பண்பாடு தோன்றி ஏடுகள் பதிப்பிக்கப்பட்டு வெளியான போது உச்சம் பெற்றது. இப்போது அச்சேறும் நூல்கள், மறுபதிப்புகள், தொகுப்புகள் சார்ந்தும் இந்த விவாதங்கள் நடக்கின்றன. ஆனால் திரித்தல் என்பது இடைச்செருகல் போன்றதல்ல. இடையில் புதிதாகச் சேர்க்கப்படாமல் ஏற்கெனவே இருப்பதை இன்னொன்றாக மாற்றிவிட்டு அதுவே அசல் என வாதிடுவதே திரிபு.

❍

பூர்வமும் சமீபமும்

அயோத்திதாசர் சமயம், தத்துவம், பண்பாட்டு நடைமுறைகள் ஆகியவற்றை வாசிப்பதற்குச் சில நிலைப்பாடுகளை

மேற்கொண்டிருக்கிறார். அவற்றுள் முக்கியமானது பூர்வம், சமீபம் என்கிற எதிர்மறை *(Finary)*/ பூர்வ இந்தியாவில் பௌத்தம் செழுத்திருந்தது என்பது அவர் கருத்து. நவீன வரலாற்று ஆசிரியர்களும் பௌத்தம் தற்கால இந்தியாவில் அழிந்துவிட்டாலும் ஒரு காலத்தில் செழுத்திருந்தது என்பதை சிற்சில மாறுபாடுகளூடாகவேனும் பேசியிருக்கிறார்கள். ஆனால் இவர்கள் எல்லோரிடமிருந்தும் அயோத்திதாசர் ஒரு விசயத்தில் வேறுபட்டார். பிறர் சொல்லுவதைப்போல பௌத்தம் மறைந்துவிடவில்லை. மாறாக வாழ்கிறது, அது வேறு பெயர்களில் வழங்கப்பட்டு வருகிறது என்றார். இவற்றை விளக்கும்போதுதான் அவர், பூர்வம் சமீபம் என்கிற எதிர்மறையைக் கையாண்டார். பௌத்தம் பூர்வ காலத்தில் இருந்தது மட்டுமல்ல, சமீபக்காலத்திலும் இருக்கிறது.

பிற வரலாற்று ஆசிரியர்களைப் பொறுத்தவரையில் பௌத்தம் பூர்வத்தில் இருந்தது. சமீபத்தில் இல்லை. அயோத்திதாசரிடம் சமீபத்திலும் இருக்கிறது.

சமீபம் என்பது தற்காலம், தற்காலத்தில் வாழ்கிறது என்று கூறியதால் பௌத்தம் தொடர்பாக வரலாற்றில் நடந்த மாற்றங்களை அவர் மறுக்கிறார் என்பது பொருளல்ல. அம்மாற்றங்களை அவர் ஒத்துக்கொள்கிறார். அம்மாற்றங்கள் எத்தகையது என்பதில்தான் வேறுபடுகிறார். பிறர் பௌத்தம் அழிந்து போய்விட்டது என்றார்கள். ஆனால் அது அழியாமல் வேறுபெயர்களில் வாழ்கிறது என்றார் அயோத்திதாசர். பௌத்தம் வேறு பெயர்களில் இன்றைக்கும் நிலவுகிறது என்பதால் இன்றைக்கு நிலவும் அடையாளங்களை அப்படியே ஏற்றுக்கொள்ளலாம் தானே. ஆனால் அயோத்திதாசர் ஏற்றுக்கொள்ளலாம் என்றும் சொல்லவில்லை. மாறாக சமீப நடைமுறைகளின் பூர்வநிலை எவ்வாறு இருந்தது என்பதையே திரும்பத் திரும்பப் பேச முற்பட்டுக் கொண்டிருந்தார். இன்றைய பண்பாட்டைப் பூர்வ அர்த்தத்தில் பொருள்படுத்தி யோசிக்க வேண்டும் என்பதே அதன் பொருள். இவ்விடத்தில் தான் திரிபு என்று அவர் விளக்கிவந்த நிலைப்பாட்டில் பொருத்திப் பார்க்கவேண்டும். பூர்வத்திற்கும் சமீபத்திற்கும் இடையிலேயே அவரால் திரிபு என்னும் நிலைப்பாடு பொருத்தப்பட்டது. இதன்படி பூர்வம், திரிபு, சமீபம் என்னும் அடுக்கு உருவாகிறது. இந்த வரிசையில் வைத்தே அவர் வரலாறு அனைத்தையும் விளக்கினார். பூர்வநிலையிலிருந்து திரிக்கப்பட்டு சமீப காலத்தில் வேறொரு வடிவில் பௌத்தம் நிலவிவருகிறது என்றார். அதேவேளையில் பௌத்தம் திரியவில்லை. மாறாகத் திரிக்கப்பட்டது என்பதே அவரின் முடிபு. நவீன

வரலாற்று ஆசிரியர்கள் யாரும் திரிபு என்ற இந்நிலைப்பாட்டைச் சொன்னதில்லை. பௌத்தம் திரிக்கப்பட்டிருக்கிறது என்பதையும் சொல்லவில்லை. வைதீக இந்து சமயம் பௌத்தத்திடமிருந்து சில விசயங்களை எடுத்துக்கொண்டு அதை அழித்துவிட்டது என்றுதான் கருதி இருக்கிறார்கள். அயோத்திதாசரிடம் இப்பார்வை இருப்பதற்கு வரலாற்றை அவர் புறவயப்பட்ட காரணியாக நோக்காததே காரணம். மாறாகப் பண்பாட்டுக்குள்ளிருந்து அவர் உருவாக்கிக்கொண்ட பார்வையே இத்தனித்துவத்திற்கான காரணம். வரலாற்றிற்கும் பண்பாட்டிற்கும் அவரிடம் வேறுபாடு கிடையாது. இன்றைக்குப் பண்பாடு, வரலாறு என்று வேறுபடுத்தி வழங்குகிறோம். அயோத்திதாசரிடம் இரண்டும் ஒன்றாகவே பொருள்படுகிறது. பண்பாட்டோடு பிணைந்த வரலாற்று நோக்கே அவருடையது.

பூர்வகாலத்தில் பௌத்தம் ஒரு சமயமாகச் செழித்திருந்தது. சமயம் என்பது தத்துவம், நெறிமுறைகள், குருக்கள் மட்டுமல்ல. மாறாக மக்களிடையே புழங்கும் பண்பாட்டு வடிவங்களும்தான். சமயத்தை அந்தப் பண்பாட்டு வடிவங்கள் மூலம்தான் மக்கள் அறிந்திருப்பர். இன்னும் சொல்லப்போனால் அவர்களுக்குப் பண்பாட்டு நடைமுறைகள்தான் சமயம்/வழிபாடு என்பதற்கான அர்த்தங்களாக இருக்கின்றன. கோயில், வழிபாடு, திருவிழா, கதைகள், நம்பிக்கைகள் என்பதே அந்நடைமுறைகள். மக்களின் அன்றாடத்தோடு தொடர்புடையவை இவையே. ஒரு சமயமானது இந்த நடைமுறைகளூடாகவே மக்களிடம் நிலைபெற்றிருக்கும். பௌத்தமும் மக்களிடையே இத்தகைய நடைமுறைகள் வழியாகவே புழங்கியிருந்திருக்கும். (இப்புரிதலுக்குக் காண்க: டி.தருமராஜின் 'இது பௌத்த நிலம்'– கட்டுரைத்தொடர்). கோயில், நூல்கள் போன்றவை கண்ணுக்குத் தெரிகிற நடைமுறைகளாக இருந்தாலும், இந்த அடித்தளத்திலான நடைமுறைகளே கண்ணுக்குப் புலப்படாமல் உள்ளார்ந்து இணைந்திருந்திருக்கும் என்பதே அயோத்திதாசர் மூலம் நாம் அடையும் புரிதல். இவ்வாறு கண்ணுக்குப் புலப்படாமல் மக்களிடையே புழங்கும் பண்பாட்டு அம்சங்களே சமய நடைமுறைகளாக இருப்பதை அயோத்திதாசர் அதிகமாக எழுதியிருக்கிறார். இதன்படி பார்த்தால் மக்கள் கண்ணுக்குப் புலப்படாமலேயே பௌத்தம் உருவாக்கிய பண்பாட்டோடு பிணைந்திருந்தார்கள் என்றாகிறது. பெயர்கள், கதைகள், நம்பிக்கைகள் போன்றவை புலப்படாத நடைமுறைகளேயாகும்.

பின்னாளில் பௌத்தத்திற்கு எதிரான செயற்பாடுகளின் போது சிலைகள், கோயில்கள், நூல்கள், மனிதர்கள்

அழிக்கப்பட்டிருக்கலாம் அல்லது மாற்றப்பட்டிருக்கலாம். ஏனெனில் அவை புலப்படும் வடிவில் இருந்தன. ஆனால் இவற்றோடு தொடர்புடைய பண்பாட்டு நடைமுறைகளை அழிக்க முடியவில்லை. ஏனெனில் அவை புலப்படாத வடிவத்தில் இருந்திருக்கின்றன. அது மட்டுமல்லாமல் அவை மக்களிடையே நீண்டகாலம் புழங்கி வந்திருப்பதால் அவற்றை அழிக்கமுடியவில்லை. மற்ற வடிவங்களை அழித்து விட்டாலும் அது சமூகத்தில் உருவாக்கியுள்ள நினைவுகளைப் பண்பாட்டிலிருந்து விலக்க முடியவில்லை. இந்நிலையில்தான் திரிபு என்ற செயல்பாடு தொடங்குகிறது. பழையவற்றை உடனே அழிக்க முடியாத நிலையில் அவற்றைத் தங்களுக்கேற்ற வகையில் திரித்து தங்களவை ஆக்கினர் என்றார். அதன்வழி தங்களின் புதிய ஆதிக்கத்தைக் கட்டமைத்தனர். இதன்மூலம் ஏற்கெனவே இருப்பதை அழிக்கவேண்டியதில்லை. அம்முயற்சியில் இறங்கி மக்களிடம் தனிமைப்பட வேண்டிய அவசியமில்லை. மாறாக அவர்கள் ஏற்றிருக்கும் வழியிலேயே சென்று அவற்றின் வடிவத்தை மட்டும் தக்க வைத்துவிட்டு உள்ளீட்டை மட்டும் மெல்ல மெல்ல மாற்றினர். அதன்மூலம் புதியவற்றைக் கண்டு மக்களுக்குச் சந்தேகம் வராத வண்ணம், முன்பிருந்தே பின்பற்றி வந்த வழக்கம்தான் இதுவும் என்று காட்டமுடிந்தது. இதன்படி ஏற்கெனவே இருந்ததை மாற்றவும் இல்லை. அதேவேளையில் தங்களின் நோக்கத்தைப் புதிதாகச் சாத்தியப்படுத்தவும் முடிந்தது. இரண்டும் ஒருசேர நடந்தது. தங்களின் திரிபைக் கதைகள், பாடல்கள், வழக்காறுகள் மூலம் வேறுவேறு வழிகளில் பரப்பி நாளடைவில் பழைய நினைவிலிருந்து மாற்றி மக்களைத் தக்கவைத்தனர் என்கிறார்.

இப்போது இந்தக் கட்டுரையின் தொடக்கத்தில் சொல்லப்பட்ட சேலம் தலைவெட்டி முனீஸ்வரன் கோயில் பற்றிய விவரத்திற்குத் திரும்புவோம். அயோத்திதாசர் சொல்லும் திரிபு என்பதைப் புரிந்துகொள்வதற்கான சிறந்த உதாரணம் அது. தொடக்க காலத்தில் அது புத்தர் சிலையாகவே இருந்தது. முனி என்கிற பெயரும் சந்தேகமே இல்லாமல் புத்தரையே குறித்தது. ஒரு கட்டத்தில் அதன் எதிரிகளால் அச்சிலை தகர்க்கப்பட்டது. ஆனால், அச்சிலைக்கு மக்களிடமிருந்த தெய்வமதிப்பு காரணமாக ஏதோவொரு விதத்தில் வழிபாட்டு நிலையைத் தக்கவைக்க வேண்டியிருந்தது. ஏனெனில் மக்களிடம் புழங்கிக் கிடக்கும் புலப்படாத நம்பிக்கையை அழித்துவிட முடியாது. இந்நிலையில் வேறுவழியே இல்லாமல் அந்தச் சிலையை (வடிவத்தை) எடுத்துவந்து காவல் தெய்வம் ஒன்றின் தலையைப் பொருத்தி பழைய வணக்கத்தைத் தக்கவைத்தனர். இங்கு வழிபாடு தக்கவைக்கப்பட்டது. புலப்படாத விதத்தில் யாரை

வழிபடுகிறோம் என்பது மட்டும் மாற்றப்பட்டிருக்கிறது. அதற்கேற்ப முனி என்கிற பெயரும் கொடூரமானதைக் குறிப்பதற்கான குறியீடாக ஆக்கப்பட்டு மீசையும் உருண்ட கண்களும் கொண்ட காவல் தெய்வ உருவத்திற்கான பெயராக்கப்பட்டது. அப்பெயரோடு வேறு ஒட்டுகளும் சேர்க்கப்பட்டன. நாளடைவில் முனி என்ற புத்தர் மறந்து அது முனீஸ்வரன் என்கிற இந்து தெய்வமாக்கப்பட்டுவிட்டது. இதில் புத்தர் என்ற முனி என்பது பூர்வநிலை, முனீஸ்வரன் என்பது சமீபநிலை. புத்தர் சிலையின் தலை திருகப்பட்டு காவல் தெய்வத்தின் தலை பொருத்தப்பட்டிருப்பதுதான் இடையில் நடந்த திரிபு. திரிபு என்பதற்கான குறியீடுதான் அந்தத் தலை.

இந்திய வரலாற்றையும் பண்பாட்டையும் அயோத்திதாசர் புரிந்துகொண்டிருந்தமைக்கான உதாரணமாக இதனைக் கொள்ளலாம். இன்றைய பண்பாட்டு நடைமுறைகள் பலவும், ஒட்டவைக்கப்பட்டிருக்கும் அந்தத் தலையைப் போன்றதே. தலை வெட்டப்படாத சிலை பூர்வநிலை அதாவது பௌத்தம் செழித்திருந்த பண்டைய இந்தியாவின் அடையாளம். தலைமாற்றப்பட்டு இன்னொன்றாக வணங்கப்படும் முனீஸ்வரன்தான் சமீபநிலை. இந்தப் பூர்வ காலத்திற்கும் சமீப காலத்திற்கும் இடையில் நடந்திருப்பதுதான் திரிபு. இதன்படி இன்றைக்கிருக்கும் பண்பாட்டு நடைமுறைகள் பலவும் திரிபுகளே. இந்த மாற்றங்கள் திரிபுகளாலேயே சாத்தியமாகியிருக்கின்றன. அதாவது ஒரு விசயம் அதன் இயற்கைப் பண்பிலிருந்து திரிக்கப்பட்டுவிட்டது. இந்தியாவின் இயற்கையான நிலை பௌத்தம். அது திரிக்கப்பட்டதனால் உருவானதே இன்றைய இந்துமதம். ஆனால் திரிக்கப்பட்ட சமீப இந்துமதமே இந்தியாவின் பூர்வநிலைபோலக் கருதப்படுகிறது. அது பொய்யானது என்பதைக் கூறவே திரிபு என்ற நிலைப்பாட்டை அவர் கையாண்டு வந்தார்.

போலச் செய்தல், திரித்தல், பரப்புதல்

பூர்வத்திற்கும் சமீபத்திற்கும் இடைநிலையாகத் திரிபு இருந்தாலும் திரிபு என்பதற்கு முன்பும் பின்பும் சில விசயங்கள் நடந்திருக்கின்றன என்கிறார் அயோத்திதாசர். போலச்செய்தல், திரித்தல், பரப்புதல் என்கிற மூன்றே அவை. திரித்தலின் தொடக்கநிலை போலச்செய்தல். அதாவது இங்கு ஏற்கெனவே பௌத்த தன்மம் செழித்திருந்தது. அவற்றைப் போலச் செய்வதிலிருந்தே வேடதாரி பிராமணியம் தன் உள்ளிழுத்தலை ஆரம்பித்தது. அசலைக் கண்டு அசலேபோல ஆகிக்கொள்வது. போலச் செய்தவற்றை நிறுவிக் கொள்வதுதான் திரித்தல். வடிவத்தை அப்படியே வைத்துக்கொண்டு

உள்ளடக்கத்தில் மட்டுமே மாற்றங்களை ஏற்படுத்திக் கொண்டனர். இவ்வாறு ஏற்படுத்திய மாற்றங்களே பூர்வமானவை என்பதைப் பதிய வைப்பதற்கு அவற்றைப் பரப்பும் பணிகளைச் செய்தனர். அவை ஏற்கப்பட்டபோதுதான் திரிக்கப்பட்டதற்கான அர்த்தமே கிடைத்தது.

சாதி என்பதும் திரிபே

திரிபு என்பதை அயோத்திதாசர் பௌத்தம் சார்ந்த விளக்கத்திற்காக மட்டுமல்லாமல் சாதி தொடர்பான விளக்கத்திற்கும் பொருத்தினார். அயோத்திதாசர் சிந்தனையின் தனித்துவம் என்பது இத்தகைய இணைப்பு தான். சாதியமைப்பை இயற்கையாகவே தோன்றியதுபோல் காட்டும் கதையாடல்கள் இங்கிருக்கின்றன. ஆனால் அவை பொய்யானவை என்றார். பௌத்தம் திரிக்கப்பட்டபோது அதன்மீது திரிபான அடையாளங்களும் அர்த்தங்களும் சுமத்தப்பட்டன. அந்த இழிவுதான் சாதி. அதன்படி பூர்வ பௌத்தர்களையே பறையர்கள் என்று திரித்து இழிவாக்கினர் என்பது அவர் வாதம். எனவே, சாதியமைப்பையோ பறையர் என்பதையோ அவர் பிறப்பு சார்ந்ததாகக் கருதவில்லை. திரிபை நீக்கும்போது பூர்வமான சாதிபேதமற்ற நிலை (பௌத்தம்) மேலெழும். அதன் பொருள் இடையில் சுமத்தப்பட்டதே சாதிபேதம் என்பதாகும்.

அயோத்திதாசர் பௌத்தத்தின் செழிப்பையும் மறைவையும் சாதி பேதத்தின் தோற்றத்தோடு இணைத்து எழுதினார். அதன்படி அவர் சிந்தனையிலிருந்து நமக்குக் கிடைக்கும் மற்றுமொரு தனித்துவமான கோணம் இந்தியச் சமூகம் தன் (பூர்வ) இயல்பிலிருந்து திரிந்ததனால் உண்டானதே சாதிபேதம் என்பதாகும். எனவே சாதி என்பது ஒரு திரிபு. அது இயற்கையானதல்ல; இயல்பைக் கெடுத்ததினால் உண்டானதாகும். சாதிபேதமும் சாதி இழிவுகளும் இடையிலே (சில நூறாண்டுகளுக்குள்) உண்டாக்கப்பட்டவை என்ற அவரின் சாதி பற்றிய பார்வையையும் இத்தோடு பொருத்திப் பார்க்கலாம்.

சாதியின் தோற்றம், தீண்டப்படாதவர்களின் தோற்றம் குறித்து பேசுபவர்களில் பலர் அது ஆதியிலிருந்தே இருப்பது என்பதாகவே கருதுகின்றனர். ஆனால் அயோத்திதாசர் இக்கருத்து வரலாற்று ரீதியாக மட்டுமல்ல சமூக உளவியலில் என்ன வகையான விளைவை உண்டு செய்யும் என்பதையும் கணக்கிலெடுத்து மறுத்தார். சாதியின் தோற்றக்காலம் பற்றி அவர் துல்லியமாகச் சொல்லவில்லை எனினும், சில நூறாண்டுகளுக்கு

முந்தியே அது தோன்றியிருக்கக்கூடும் என்று நம்பினார். இந்தச் சில நூறாண்டுகள் என்பதில் எந்தெந்த நூற்றாண்டுகள் என்பதில் மாறுபாடுகள் இருக்கலாம். ஆனால் இதன்மூலம் அயோத்திதாசரிடம் செயல்பட்ட மற்றொரு நிலைப்பாட்டை நாம் முக்கியமானதாகவே பார்க்க வேண்டியிருக்கிறது. அதாவது சாதியமைப்பு பழைமையானவை அல்ல என்பதே அந்நிலைப்பாடு. சாதியமைப்பு பழைமையானதல்ல என்பது நவீன வரலாற்றாசிரியர் பலரின் கருத்தாகவும் இருக்கிறது. அதேபோல ஒரு காலத்தில் இருந்ததுபோல ஒரு சாதியோ, சாதியமைப்போ அடுத்தடுத்த காலத்தில் இருந்ததில்லை என்பதையும் புதிய சான்றாதாரங்கள் வழி விளக்குவதையும் காண்கிறோம்.

ஆனால் இன்றைய சாதியமைப்பு ஆதியிலிருந்தே இருந்து வருகிறது என்கிற கருத்து இந்த ஆய்வுகளின் முடிவுகளை மறுத்து, அது என்றென்றைக்கும் ஒரே மாதிரி இருந்தது என்பது போன்ற பார்வையைத் தருகிறது. ஒரு குழு உருவானதிலிருந்தே ஒரே மாதிரி இருந்திருக்க முடியாது. அக்குழுவும் மாறி வந்திருக்கும். அக்குழுவின் மீது அதிகார தாக்கத்திற்குட்பட்ட மாற்றமும் இருந்திருக்கும். மேலும் சாதியமைப்பு பழைமையானது என்கிற கருத்து அது இயற்கையானது; மாற்ற முடியாதது என்கிற அர்த்தத்தையும் தந்துவிடுகிறது. இது சமூக உளவியலிலும் தாக்கம் செலுத்திச் சாதிகள் இன்றைக்குப் பெற்றிருக்கும் மேல் – கீழ் படிநிலை வரிசையையும் நியாயப்படுத்திவிடுகிறது. இன்றைய ஏற்றத்தாழ்வான சமூக அமைப்பு மாறவேண்டும் என்றால் சாதியமைப்புகள் பற்றிக் கூறப்படும் இந்த வரலாற்றுக் கதையாடல் மறுக்கப்படவேண்டும்; அப்போதுதான் சமூக உளவியலிலிருந்து அந்தப் பார்வை நீங்கும். இவ்வாறு சாதியமைப்புகள் பற்றிய வரலாற்றையும் சமூக உளவியலையும் கலந்த பார்வையை அயோத்திதாசர் கொண்டிருந்தார். இன்றைக்குப் பறையன் என்று இழிவாக்கப்பட்டிருப்போர் வரலாறு முழுவதும் இழிவானவர்களாகவோ பிராமணர் என்போர் மேலானவர்களாகவோ இருந்திருக்க முடியாது. வரலாற்றில் தொடர்ந்து நடந்த அதிகார மோதல்கள், தலைகீழாக்கங்கள் சார்ந்து சில குழுக்கள் மேலேறியிருக்கின்றன. சில குழுக்கள் கீழிறக்கப்பட்டிருக்கின்றன. இவ்வாறு ஆதியில் இல்லாது இடையில் எப்போதோ நடந்த அதிகாரத் தலைகீழாக்கத்தையும் அயோத்திதாசர் தம் சொற்களில் திரிபு என்றும் திரிபு நடந்த காலம் என்றும் கொண்டார். அயோத்திதாசர் நவீன வரலாற்றியல்போல இவற்றுக்கான குறிப்பான ஆண்டுகளைச் சொல்லிக்கொண்டதில்லை என்றாலும், நவீன வரலாறு வந்தடைய வேண்டிய முடிவை தமக்குக் கிடைத்த

புரிதலிலிருந்து பண்டிதர் பெற்றிருந்தார் என்பதையே இங்கே நாம் தெரிந்து கொள்கிறோம். சாதி பற்றிய இந்தப் புரிதலையே பௌத்தத்தின் முந்தைய செல்வாக்கோடும், பிந்தைய மறைவோடும் இணைத்துப் புதிய வரலாறாக அயோத்திதாசர் எழுதினார். அயோத்திதாசரின் பௌத்த இணைப்பை ஏற்காவிட்டாலும் அவருடைய சாதி பற்றிய விளக்கத்தைத் தனியாக வளர்த்தெடுக்க வழியிருக்கிறது.

○

இந்தப் புரிதலின் கீழ் அயோத்திதாசர் சுட்டிய திரிபுகள் சிலவற்றை இங்கு பார்க்கலாம். இவ்வாறு பார்க்கும்போது அயோத்திதாசரின் சிந்தனை முழுவதுமே இந்த அணுகுமுறை விரவிக்கிடக்கின்றன என்று கூறிவிடலாம். சில இடங்களில் திரிபு என்று குறிப்பிட்டும் சில இடங்களில் குறிப்பிடாமலும் இதைக் கையாள்கிறார். எந்த விசயத்தை எழுதினாலும் இந்த அணுகுமுறையை உள்வாங்கியே அவருடைய பார்வை அமைந்திருந்தது. திரிபு பற்றிய அவருடைய எழுத்து திரிபு எதுவென்று கண்டு சொல்வது, திரிபுக்கு முந்தைய அர்த்தத்தைக் கூறுவது என்பதாக அமைந்திருந்தது. முந்தைய அர்த்தத்தைக் கூறுவதென்பது பூர்வ அர்த்தத்தோடு மீட்பது என்ற பொருளில் அமைந்தது என்பதையும் கவனத்தில் கொள்ளவேண்டும். இந்த அணுகுமுறை ஒருவகையில் ஒடுக்கப்பட்டோர் உருவாக்கிய “முந்தைய நிலை பொற்காலம்” என்பதை ஒத்ததாக இருந்தது என்பதையும் கணக்கில் கொள்ளவேண்டும்.

திரிபுகள் என்று சொல்லும்போது இயல்பான திரிபுகள் எல்லா மொழிகளிலும் உண்டு என்பதை அயோத்திதாசர் புரிந்திருந்தார் என்றே தெரிகிறது. அவ்வாறான திரிபுகளை ஆதிக்கப் பண்பாட்டினர், தங்கள் பொய்களைச் சொல்லுவதற்காகப் பயன்படுத்திக் கொண்டதையும் அவர் சொல்லத் தவறவில்லை. பெருந்தாதை என்ற சொல் பேதாளம் என்றாகி வேதாளம் என்றாகியதாக அவர் காட்டுகிறார். இது இயல்பான திரிபு. ஆனால் பின்னாளில் வேதாளம் என்ற பெயர் மீது பேய் என்னும் கருத்து ஏற்றப்பட்டதை அவர் குறிப்பிடுகிறார் (ப.77, II, அயோத்திதாசர் சிந்தனைகள்). அதாவது இயல்பாக நடந்த திரிபும் திட்டமிட்ட திரிபும் கலந்ததைக் குறிப்பிடுகிறார்.

மொழிசார்ந்த தளத்தில் நடந்தேறும் திரிபுகள்

திரிபு என்பது பெரும்பாலும் மொழியின் வழியே நடப்பதாகும். திரிபு என்பதே அடிப்படையில் மொழித் திரிபுதாம். கதைகள் வழியாகவும், அவை பரப்பப்பட்டதன் வழியாகவும் தான் சாதிபேதம் தக்கவைக்கப்பட்டன என்பதைத் தொடர்ந்து

எழுதி வந்ததால், ஆதிக்கச் செயற்பாட்டில் திரிபு என்பதற்கு முக்கிய இடம் இருந்ததென அவர் கண்டு கொண்டிருந்தார். இதன்படி தான் மொழி, மொழியின் பேதங்கள், பேதா பேதங்கள் பற்றி விரிவாக விவாதித்து வந்தார். அதனாலேயே மொழியின் வழியே மாற்றுக் கதையாடல்களைக் கட்டியெழுப்பிக் கொண்டிருந்தார் என்பதையும் பார்க்கிறோம். திரிபென்பது திட்டமிட்டுப் பெரிதாக நடைபெறக் கூடியதல்ல. கண்ணுக்குப் புலப்படாமல் நிகழும். அப்போதுதான் திரிக்கப்பட்டது என்பது தெரியாமல் இருக்கும். மொழியில் நிகழும் திரிபுகள்தாம் தெரியாமல் நடக்கும். மொழித் திரிபினூடாகச் சொல்லப்படும் கதைகள்தாம் மக்கள் உளவியலிலும் பதியும் என்பதே இதிலிருக்கும் நுட்பமாகும்.

ஒரு எழுத்து, ஒரு சொல், ஒரு வாக்கியம் ஆகியவற்றை மாற்றுவதன் மூலம் கூட ஏற்கெனவே நிலவிவந்த அர்த்தத்தைச் சிதைக்க முடியும். மற்றொரு அர்த்தத்திற்கான வழியை உருவாக்கிவிட முடியும். சொல், சொல்லைப் பிரிப்பது, பிரித்த சொற்களுக்கான பொருள் இவையென இனங்காட்டுவது, பிரித்த சொற்களை மீண்டும் இணைத்துக் காட்டுவதன் மூலம் மற்றுமொரு அர்த்தப்பாட்டைக் காட்டுவது என்கிற அவரின் செயற்பாட்டைக் காணலாம். இச்செயற்பாட்டிற்கான காரணம் திரிபுதாம். சொற்கள் திரிந்திருக்கின்றன என்று சொல்லுவதன் பொருள் அர்த்தங்கள் திரிந்திருக்கின்றன என்பதுதாம். பௌத்தம் பற்றிய வரலாற்றை எழுதுவதில் இந்த அணுகுமுறைதான் அவரைப் பிறரிடமிருந்து வேறுபடுத்தியது. அவர்கள் பௌத்தம் அழிந்தது என்று முடிவெடுத்ததற்கும், அழியாமல் திரிந்திருக்கிறது என்று முடிவெடுத்ததற்கும் இதுவே காரணம். மொழிவழியான அர்த்தம் சமூக உளவியலில் தாக்கம் செலுத்துவது கண்ணுக்குப் புலனாகாத ஒன்று. ஆனால் அவர்கள் கண்ணுக்குப் புலப்படுபவற்றையே ஆதாரமாகக் கருதியதால் நூல், கோயில், சிலை போன்ற புறநிலை ஆதாரங்களை வைத்து முடிவெடுத்தனர். அயோத்திதாசர் கண்ணுக்குப் புலப்படாமல் மொழியின் வழியே புழங்கும் திரிபுகளையும் ஆதாரங்களாகக் கொண்டிருந்தார். திரிபு என்பதின் முக்கியத்துவத்தைப் புரிந்து கொண்டதற்கு மொழியின் இயல்பு பற்றி அவருக்கிருந்த பார்வையே காரணம்.

திரிக்குறளும் திருக்குறளும்

ஓர் எழுத்து அல்லது சொல் மாற்றம் என்பவற்றை வெறும் எழுத்து, சொல் மாற்றமாக அயோத்திதாசர் பார்க்கவில்லை. மாறாக அதனைச் சரித்திரத்தை, பண்பாட்டை மாற்றும் கண்ணியாகப் பார்த்தார். திருக்குறள் என்பதைத் திரிக்குறள்

என்றழைத்தார். திரு என்றழைப்பது திரிபு என்றார். இதில் "ரு" என்ற ஒரேயொரு எழுத்துதான் மாறியிருக்கிறது. இத்திரிபைச் சரிசெய்வதன் மூலம் குறளை வேறொரு வரலாற்றிற்குள் கொணர்ந்து நிறுத்தினார். திரிபிடகங்களின் வழிநூல் என்பதாலேயே திரிக்குறள் என்றானது என்றார். இதன்மூலம் குறளை பௌத்தத்தின் பங்களிப்பு ஆக்கினார். மாரி என்பதை மாறி என்றும் சங்கரர் என்பதை சங்கறர் என்றும் எழுதினார். கொடிய நோயை மாற்றியவள் என்பதால் மாறி. சங்கத்தை நடத்திய அறன் என்பதால் சங்கறன். ஒரு சொல்லிலுள்ள எழுத்துக்களை முன்னும் பின்னுமாக மாற்றுவதன் மூலம் திரிபை நீக்கமுடியும் என்றார். ஏனெனில் அவ்வாறு மாற்றியதன் மூலம்தான் ஏற்கெனவே இயல்பாக இருந்ததைத் திரித்தனர் என்றார். காயத்திரி என்பதை திரிகாயம் என்று குறிப்பிட்டார். மாளிய அமாவாசையை மாவலி அமாவாசி என்றார். மாவலி என்று சொல்லியதன் வழியாக மாபலி என்ற பௌத்த அரசனின் வரலாற்றைத் தருவிக்கிறார்.

இரண்டு திரிபுகள்

அயோத்திதாசர் காட்டும் திரிபைப் பற்றிப் பேசும்போது அவரால் இரண்டு வகையான திரிபுகள் சுட்டிக்காட்டப்படு வதைப் பார்க்க முடிகிறது. ஒன்று சொற்றிரிபு. மற்றொன்று அர்த்தத்திரிபு. இவை முன்னரே வேறொரு பின்புலத்தில் சுட்டிக் காட்டப்பட்டிருக்கிறது. ஒரு சொல் முழுமையாகவோ, பகுதியாகவோ திரிந்தால் அது சொற்றிரிபு. சொல் அப்படியே இருக்கும். ஆனால் அர்த்தம் மட்டும் திரிக்கப்பட்டால் அது அர்த்தத்திரிபு. சொற்றிரிபு நேரடியானது. அர்த்தத் திரிபு மறைமுகமானது. சொற்றிரிபைப் படிக்கும்போதே தெரிந்து கொள்ளலாம். அர்த்தத் திரிபை விளக்கிச் சொன்னால்தான் புரியும். மேலே பார்த்தவை யாவும் சொல் திரிபுகளே.

எனவே அர்த்தத் திரிபுகளுக்கான உதாரணங்களை மட்டும் இங்கு பார்க்கலாம். முதலில் பலிபீடம் என்னும் சொல். உள்ளூர் கோயில்களில் விலங்குகள் பலியிடப்படும் பீடமே பலிபீடம். ஆனால் அந்த அர்த்தம் பிற்காலத்தவை என்றார் அயோத்திதாசர். அம்மன் வழிபாட்டின்போது சோற்றினை ஓரிடத்தில் குவித்து வைப்பார்கள். பிறகு அதனை ஊரிலுள்ள ஏழைகளுக்குத் தானமளிப்பார்கள். அதற்கு பலிச்சோறு என்று பெயர். அச்சோற்றைப் பீடமாகக் குவித்து வைப்பதால் பலிபீடம் என்று பெயர் பெற்றது என்கிறார். இது அயோத்திதாசர் தந்துகொள்ளும் விளக்கம் என்று கருதுவோம். ஆனால் இப்போதும் ஊரில் அம்மன் விழாவின்போது உணவு கொடுப்பார்கள். அதற்குப் பெயர் கும்பச்சோறு அல்லது பலிச்சோறு.

லிங்கமும் இறந்தோர் நினைவும்

அங்கலயம் என்னும் மொழியே லயஅங்கம் எனத்திரிந்து தற்காலம் லிங்கமென வழங்கி வருகின்றார்கள் என ஓரிடத்தில் விளக்கம் தருகிறார். சப்த, பரிச, ரூப, ரச, கந்தம் என்னும் பஞ்ச இந்திரியங்களை அடக்கி ஆனந்தமுதித்துப் பூரணநிலை அடைகின்றபடியால் அங்கலிங்க ஐக்கியம் என்று குறிப்பிடும் அவர், புத்தருக்குப் பின்வந்த பின்னடியார்கள் ஆதிக்குச் சமமான நிலை அடைந்தன (சமாதி) அங்கலிங்கம் என்றும் லயஅங்கம் என்றும் வழங்கினார்கள். இந்தச் சொல்லே லிங்கம், லிங்கம் என்று குறுக்கல் விகாரப்பட்டது (திரிபு) என்கிறார். இதன்படி இன்றைய லிங்கம் என்பதும் லிங்க வழிபாடு என்பதும் லிங்கமதம் என்பதும் திரிபு என்றார். இலிங்கம் என்றால் ஆண் குறியோடு தொடர்புபடுத்திவிட்டார்கள் என்று சாடும் அவர் லிங்கத்தை இறந்தோர் நினைவாக நடப்படும் கல்லோடு தொடர்புபடுத்துகிறார்.

பெருங்கற்காலப் பண்பாட்டிலிருந்து இறந்தோரைப் புதைத்த இடத்தை அடையாளப்படுத்துவதற்காகக் கற்களை நடத்துவங்கி நாளடைவில் இறந்தோரில் சிறப்பானவரை வழிபடும் நோக்கத்திற்காகத் தனித்துக்காட்ட கற்களை நட்டனர் என்றும், அதுவே பின்னர் லிங்கமாயிற்று என்றும் கருதும் ஆய்வாளர்கள் உண்டு. அதன்படி பார்த்தால் அயோத்திதாசர் கூற்றை வெறும் விளக்கம் என்று மட்டுமே கருதமுடியாது என்ற நிலை ஏற்படுகிறது.

அர்த்தத் திரிபுகளை சொற்கள் சார்ந்து மட்டுமல்லாமல் சொற்களால் ஆன கதைகள் சார்ந்தும் எடுத்துக்காட்டினார். அவர் எழுதிய இந்திரர் தேச சரித்திரம் என்கிற நூலே அத்தகைய திரிபுகளை மறுத்து எழுதப்பட்ட மாற்றுப் பிரதிதான். அந்நூல் முழுவதும் சொற்றிரிபுகளும் அர்த்தத் திரிபுகளும் இனங்காணப்பட்டு துண்டு துண்டாகவும் பெரிதாகவும் மாற்றுவிளக்கங்களாக விரவிக் கிடக்கின்றன. நூலின் தலைப்பே திரிபொன்றை விடுவிப்பதிலிருந்துதான் ஆரம்பிக்கிறது. அதாவது இந்தியதேசம் என்ற பெயரே இந்திரர் தேசம் என்பதன் திரிபுதாம் என்றார்.

சமூகத்தில் புழங்கும் நிகழ்வுகளின் பூர்வ அர்த்தம் திரிக்கப்பட்டு சமீபத்தில் வேறு அர்த்தம் சொல்லப்பட்டு நிலைத்துவிட்டதைப் பற்றி விரிவாக எழுதினார் என்பதை அறிந்தோம். சிறுசிறு நம்பிக்கைகள், சடங்குகள் போன்ற உள்ளூரின் அன்றாடங்களை இந்த வகையில் அயோத்திதாசர் விளக்கினார். அவ்விசயத்தில் அவர் பண்பாட்டு நிகழ்வுகளுக்கான

உரையாசிரியர்போல விளங்கினார். குறிப்பாக இந்த வகையில் அவரால் அதிகம் விளக்கப்பட்டது சாவுச் சடங்குகளும் பண்டிகைகளும்தான். சாவுச்சடங்கில் ஒவ்வொரு சடங்கையும் எடுத்துக்கொண்டு அதன் அர்த்தம் என்ன என்பதை எழுதினார். அச்சடங்குகளுக்குத் தற்காலத்தில் வழங்கப்படும் அர்த்தங்களை மறுத்தார். அர்த்தங்கள் திரிக்கப்பட்டுவிட்டதே இவற்றுக்கான காரணம் என்றார். இந்த வகையில் சாவுச் சடங்கில் முக்கியமான கதையாடலாக இருக்கும் அரிச்சந்திர புராணத்தை எடுத்துக்கொண்டார். அவற்றில் இடையில் சேர்க்கப்பட்டவற்றைப் பொய் என்றுரைத்தார். பொதுவாகத் திரிபு என்பதை இடைச்செருகல் போன்று தனியாகப் பார்க்கும் போக்கு அவரிடம் இல்லையெனினும் இடைச்செருகல் என்ற வார்த்தையைப் பயன்படுத்தாமலேயே அந்த அம்சத்தைக் குறிப்பிட்டுள்ளார். அதாவது இடைச்செருகல் என்பதைத் திரிபு என்பதிலேயே இணைத்துக்கொண்டார். ஞானவெட்டி என்னும் நூலில் திருவள்ளுவர் சாதிபேதத்தைக் கண்டிப்பது போலமையும் பாடல்கள் சிலவற்றை இடையில் எழுதிச் சேர்த்தனர் என்றார்.

பண்டிகைகள்

பண்டிகைகளைப் பொறுத்தவரையில் தீபாவளி, கார்த்திகை தீபம், தசரா ஆகியவற்றிற்கு நிலவும் கதைகளைப் பொய் என்று சொல்லி மெய்யான கதை என்று தன்னுடைய மாற்றுக் கதையாடல்களை முன்வைத்தார். அந்த மாற்றுக் கதையாடல்களைப் பண்டிகைகளுக்குச் சூட்டப்பட்ட பெயர்களைத் துலக்குவதிலிருந்து தான் ஆரம்பிக்கிறார். அதாவது அப்பெயர்களின் பூர்வ பெயரைக் கூறுகிறார். பிறகு பூர்வ பெயரைப் பிரித்து அதிலிருந்து கதைக்கான காரணத்தை விவரிக்கிறார். கார்த்திகை தீபம் என்பதைத் திரிபென்று கூறி பூர்வ பெயராகக் கார்த்துலதீபம் என்ற பெயரைக் காட்டுகிறார். கார் (இருள்) + துலக்கும் + ஒளி (தீபம்) என்று பிரிக்கிறார். இருட்டை விரட்டிய ஒளி என்ற பொருளிலிருந்து விளக்கு கண்டுபிடிக்கப்பட்ட கதைக்கு நகருகிறார். தசரா என்பதை மரணமடைந்த காளிகாதேவி முன் ஆயுதங்களை இட்டு பத்து நாள் வணங்குதல் என்கிறார். தசம் என்றால் பத்து. அதிலிருந்து தசராவை விளக்குகிறார். இவ்வாறு தீபாவளி என்பதை தீபவதி ஸ்னானம் என்றும் சங்கராத்தி என்பதை சங்கறர் அந்திமம் அடைந்த நாள் என்றும் கூறுகிறார். தர்மராஜா துரோபதை என்பது பாரத பாத்திரப் பெயர்களோடு இணைக்கப்பட்டு திரிபான நடைமுறையும் அர்த்தமும் உருவாக்கப்பட்டுவிட்டது.

ஆனால் தர்மராஜா என்பது புத்தரையும் துரோபதை என்பது அம்பிகாதேவியையும் குறிக்கும் என்றார்.

அயோத்திதாசர் திரிபு என்னும் நிலைப்பாட்டை அவருக்குத் தேவையான, உகந்தவிதத்தில் புரிந்து எழுதினார். அவர் எழுதியமை ஒருபுறமிருக்க, அவரால் கைக்கொள்ளப்பட்ட இந்தத் 'திரிபு' நிலைப்பாட்டை ஒரு அணுகுமுறையாக எடுத்துக் கொண்டு சமூகத்தின் பல விசயங்களைப் புரிந்துகொள்வதற்கும் கையாள முடியும் என்பதே இன்றையச் சூழலில் நாம் அவரிடமிருந்து பெறமுடிகிற பங்களிப்பாக இருக்க முடியும். இன்றைக்கு அரசியல், சமூகம், பண்பாடு உள்ளிட்ட வாழ்வியல் அம்சங்கள் சார்ந்து பல்வேறு திரிபுகள் நடக்கின்றன. பெரிய வரலாறு தொடங்கி அன்றாடச் சமூக வலைதளச் சூழல் வரை இதனை நாம் பார்க்கிறோம். இந்நிலையில் இன்றைய சூழலின் திரிபுகளைப் புரிந்துகொள்ளவும், எதிர்கொள்ளவும் திரிபு பற்றி அயோத்திதாசர் தந்திருக்கும் பார்வைகள் பயன்படும் என்பது என் நம்பிக்கை.

3

திரும்பத் திரும்பச் ‘சொல்’லும் கதை

ஒரு சம்பவம் நடக்காமலேயே நடந்ததாகக் கூறினால் அது பொய். ஒன்றைப் பொய்யென்று தெரியவரும்போது நாம் ஏற்பதில்லை. ஆனால் அவ்வாறு தெரிய வராமலே மெய்யாகி விட்டவை இங்கு ஏராளமுண்டு. அது எப்படிப் ‘பொய்’ கேள்வியின்றி ‘மெய்’யென ஏற்கப்படும்? அயோத்திதாசர் சொல்கிறார்: அது ‘சொல்’லப்பட்டதால் மெய்யென்று ஆனது. மீண்டுமொரு கேள்வி எழுகிறது. ஒன்று சொல்லப்படுவதாலேயே மெய்யாகிவிடுமா? அயோத்திதாசர் இந்தமுறை அழுத்தமாகச் சொல்லுகிறார். ஆம் ஏற்கப்படும். இன்னும் கூடுதலாக விவரிக்கிறார். ‘சொல்’ லுவது என்பதன் பொருள் சொல்லிக்கொண்டேயிருப்பது என்கிறார். அதாவது ஒன்றைத் ‘திரும்பத் திரும்ப’ச் சொன்னால் அது ஏற்கப்படும் என்கிறார். இதை அயோத்திதாசர் மட்டுமா சொல்கிறார்? “ஒரு பொய்யை மீண்டும் மீண்டும் சொன்னால் அது உண்மையாகிவிடும்” என்கிறது ஒரு தமிழ் வழக்கு. இப்போது புரிகிறது என்றாலும், இதனை ஒரு நிலைத்த அணுகுமுறையாகக் கொள்ள முடியுமா? சமூக நிகழ்வுகளை அதன்வழி புரிந்துகொள்ள முடியுமா? என்று கேட்டால் இதிலென்ன பெரிதாக இருக்கிறது என்றுகூட நாம் யோசிக்கலாம்.

ஆனால் இந்தச் ‘சொல்’லுதல் என்பதை, அதிலும் ‘திரும்பத் திரும்பச் சொல்லுதல்’

என்பதை தன் சிந்தனையில் அழுத்தமான நிலைப்பாடாகப் பற்றியிருந்திருக்கிறார் அயோத்திதாசர். இந்த நிலைப்பாட்டைத் தன்னுடைய அக்கறையான சாதியின் வரலாற்றையும், பௌத்தத்தின் வரலாற்றையும் புரிந்துகொள்ள முக்கிய அணுகுமுறையாகக் கையாண்டதன் மூலம் பிறர் காணத் தவறிய சில நுட்பங்களை அவதானித்திருக்கிறார்.

அதேவேளையில் சொல் என்னும் சொல்லை அவர் கையாண்டதில்லை. மாறாக மொழி என்னும் சொல்லையே கையாண்டிருக்கிறார்.

சாதி என்பது பருப்பொருளானதோ கண்ணுக்குப் புலப்படக்கூடியதோ அல்ல. அது கண்ணுக்குப் புலப்படாதது. அது ஒரு மனநிலை. உளவியலோடு தொடர்புடையது. இதற்கான சமூகப் பொருளாதார அரசியல் காரணிகள் உண்டெனினும் எத்தகைய அறிவியல்பூர்வமான நியாயங்களும் அதற்கில்லை என்பது தெரிந்தும் மனித மனம் அதனை ஏன் ஏற்கிறது? என்கிற கேள்வி எழும்போது மேற்கண்ட அம்சங்களோடு மனித உளவியலையும், அதனூடான சமூக உளவியலையும் இணைத்தே புரிந்துகொள்ள வேண்டியுள்ளது. ஒரு மனிதன் பற்றி, ஒரு குழு பற்றி சமூகத்தில் குறிப்பிட்ட ஒரு கருத்து பரப்பப்படுகிறது. நாளடைவில் அக்கருத்து அம்மனிதன்/ அக்குழு பற்றிய கூட்டு உளவியலாக அது மாறிவிடுகிறது. எனவே சாதியச் சொல்லாடலில் இந்தச் சமூக உளவியல் முக்கியமானது இந்தச் சமூக உளவியல் எவ்வாறு உருவாகிறது? இதனை எவையெல்லாம் கட்டமைக்கின்றன? ஒரு கருத்தை வலிந்து திணிக்கப்படுவதாலேயே ஒரு சமூகம் ஏற்றுக்கொண்டிருக்க முடியாது. சமூக அமைப்பொழுங்குக்குள் ஊடாடி – நீடிக்க வைப்பதிலிருந்தே ஏற்க வைத்திருக்க முடியும். எனில் இவ்வாறு ஏற்க வைத்திருக்கக் கூடிய கருவிகள் எவை? அந்த இடத்தில் தான் இந்தச் 'சொல்'லுதல் முக்கிய பங்கு வகித்திருக்க முடியுமென்று கருத வேண்டியிருக்கிறது. சாதியமைப்பு தோன்றியதற்கான பல்வேறு காரணிகள் இருப்பினும், அவை நிலைபெற்ற வரலாற்றைப் பார்க்கும்போது இந்தச் 'சொல்'லுதல் / பரப்புதல் என்பவை முக்கியக் கருவியாக இருந்திருக்க முடியும் என்று தோன்றுகிறது. சொல்லப்பட்ட வரலாற்றிலும், விதத்திலும் தான் அவை ஒரு சமூக அமைப்பில் அறிந்தோ, அறியாமலோ உள்நுழைந்து – ஊடாடி – உரையாடி – 'இயல்பாகி'யிருக்க முடியும்.

மொழியமைப்பில் சொல்லின், சொல்லுதலின் நுட்பம் பற்றி நிறையவே பேசப்பட்டிருக்கின்றன. ஒரு சமூகம் எல்லா வற்றையும் சொல்லாக – மொழியாக – அதன்வழி உருவாகும்

பிம்பங்களாக – நினைவுகளாக அறிமுகப்படுத்திக்கொள்கிறது. இவை சமூகத்தின் கூட்டு நனவிலியை உருவாக்குகின்றன. கூட்டு நனவிலியாக நீடிக்கிறது. இதன் தொடர்ச்சிதான் சொற்களால் ஆன கதை–இலக்கியம்யாவும்.இப்பின்னணியில் அயோத்திதாசரின் நிலைப்பாட்டைப் பார்க்கலாம்.

II

சாதியின் தோற்றம் பற்றிப் பலரும் ஆராய்ந்திருக்கிறார்கள். மேலை நாட்டு ஆய்வாளர்களை அது தொடர்ந்து ஈர்த்து வந்திருக்கிறது. உருவான சாதியமைப்பு காலந்தோறும் அது செயல்பட்ட விதத்தையும் விளைவுகளையும் பற்றிச் சிலர் எழுதியிருக்கிறார்கள். ஆனால் சமூகத்தில் அது ஏற்கப்பட்டது/ நிலைபெற்றது பற்றிய நுட்பங்களைக் கிட்டத்தட்ட யாரும் பேசியிருக்கவில்லை என்றே கூறலாம். அயோத்திதாசர் நவீன கல்விப்புலத்தில் உருவான ஆய்வாளர் அல்ல. ஆனால் அவர் சமூக நிகழ்வுகள்/உண்மைகள் குறித்துத் தொடர்ந்து யோசித்து வந்தவர், எழுதியவர். சாதியைப் புறநிலையிலிருந்து பார்த்தவர் மட்டுமல்ல, கீழ்நிலைக்கு ஆளாக்கப்பட்ட சமூகப் பின்புலத்தி லிருந்து வந்து அதற்கான காரணத்தைப் பற்றித் தேடியவர். அதேவேளையில் தம் எழுத்துகளில் சாதியின் தோற்றத்தைவிட, சாதி இழிவுகள் பற்றியே அதிகம் எழுதியிருக்கிறார். இதில் அவர் பறையர் சாதி மீது சுமத்தப்பட்ட இழிவுகளைப் புத்திபூர்வமாக எதிர்கொண்டிருக்கிறார். இப்பார்வையை அதையொத்த சாதிகளுக்கும் இன்றைக்கு நாம் விரிக்கமுடியும். பறையர் சாதி மீது சுமத்தப்பட்ட இழிவுகளுக்கும் தமிழ்ச் சமூகத்தின் சாதி வரலாறுக்கும் இடையே முக்கிய இணைப்பிருக்கிறது என்கிற முறையில் அயோத்திதாசரின் எழுத்துகள் முக்கியமாகின்றன.

இழிவுகள் பற்றிய எழுத்து என்கிற முறையில் இவை சமூகத்தால் ஏற்கப்பட்ட காரணம், சமூகமே நடைமுறைப்படுத்திக் கொண்ட விதம் பற்றிய அவரின் பார்வை முக்கியமானது. இங்கே ஒரு சாதிக்குப் பெருமையும், மற்றொரு சாதிக்கு இழிவும் சொல்லப்பட்டிருக்கிறது. அறிவியல் முறைப்படி பார்த்தாலும் இந்தத் தகுதியைப் பெற்றிருப்பதில் சாதிகளுக்கிடையே நடந்திருக்கக் கூடிய அதிகார மோதலாலேயே மாறுதல்கள் நடந்திருக்க வேண்டும். ஆனால், இந்தச் சாதியமைப்பு குறிப்பிட்ட சாதிகளுக்கென்று இருக்கிற 'பெருமை – இழிவு' என்பதை மாறாததாக–என்றென்றும் இருந்ததாகக் காட்டுகிறது. அதன்மூலம் மாற்றக் கூடாததாகவும் அர்த்தம் பெறுகிறது. இந்த மாறாத தன்மையை உருவாக்கியதிலும், சமூக உளவியலில் அவற்றைத் தக்கவைத்ததிலும் 'சொல்லலுக்கும்', பரப்புதலுக்கும்

முக்கிய இடமிருக்கிறது என்று கருதினார். எனவே அவற்றின் இயக்கம் பற்றித் தொடர்ந்து விவாதித்து வந்தார்.

'சொல்'லலின் படிநிலைகள்

'சொல்லினார்கள்' என்று கூறிவந்த அயோத்திதாசர் அவற்றைத் தனித்துச் சொல்லவில்லை. கதையாகச் (புனைந்து) சொன்னார்கள் என்றார். கதையின் ஆழம் மொழியின் - சொல்லலின் ஆற்றலில் இருக்கிறது என்பதைப் புரிந்து கொண்டால் அவர் கூறியதை எளிமையாக உணர்ந்து கொள்ளலாம். அவரின் 'சொல்லினார்கள்' என்ற சொல்லின் பொருளே கதையைச் சொல்லினார்கள், கதையாகச் சொல்லினார்கள் என்பதே ஆகும்.

கதை சொல்லல் பற்றிய யோசனையில் அவரிடம், பல படிநிலைகளுண்டு. புனைந்து சொல்லியது, ஏற்கெனவே வழங்கிவந்தவற்றைத் திரித்துச் சொல்லியது, காலத்தால் பழைமையாக்கிச் சொல்லியது என்றெல்லாம் அது விரிந்தது. எல்லாமே சொல்லியவைதான். இதனை இப்படியும் விரிக்கலாம்: அதாவது திரும்பத் திரும்பச் சொல்லப்பட்டது. திரும்பத் திரும்பச் சொல்வது என்றால் ஒரே வடிவத்தில் அல்ல. பல வடிவத்திலும் சொன்னார்கள். பாடல், வழக்காறு, நாடகம், கதை என்கிற பல வடிவங்களில் ஒரே விசயத்தைத் திரும்பத் திரும்பச் சொல்லினார்கள். அதாவது ஒரு சாதியின் அடையாளங்கள் பெருமைக்குரியவை என்று புனையப் பட்டால் அவை வெவ்வேறு வடிவில் தொடர்ந்து திரும்பத் திரும்பச் சொல்லப்பட்டன. பிறகு அது சமூக உளவியலில் மெல்லமெல்ல ஊடுருவி பிறகு அழுத்தம் பெற்றுவிட்டன. இது சமூக உளவியல், தன்மை குறித்த நுட்பமான பார்வையாக இருக்கிறது. ஒரு கருத்து சமூகத்தில் எவ்வாறு பரவுகிறது என்பதை இவ்விடத்தில் அயோத்திதாசர் கூறுகிறார்.

ஒரு கருத்து அல்லது கதை சமூகத்தில் புதிதாகச் சொல்லப்படும்போது கண்டுகொள்ளப்படாமல் போகலாம். சில சமயம் சந்தேகத்திற்குரியதாகலாம். வேறு சமயத்தில் எதிர்ப்பிற்குரியதாகவும் ஆகிவிடலாம். ஆனால் இவற்றை யெல்லாம் மீறி அக்கருத்து தொடர்ந்து வெளிப்படையாகவோ, மறைமுகமாகவோ சொல்லப்பட்டுக்கொண்டே இருக்கும்போது மெல்ல மெல்ல பழகிய கருத்தாகியது. பிறகு அதுவரை ஏற்காதவர்கள்கூட சலித்துப்போய் மெல்ல மெல்ல அது அப்படித்தான் என்று கண்டுகொள்ளாமல் விட்டுவிடுகிறார்கள். சில ஆண்டுகளோ, இரு தலைமுறையோ கேட்டுக் கேட்டுப் பழகியவர்கள் அவர்களை அறியாமலேயே அவற்றைத் திரும்பவும்

சொல்ல ஆரம்பித்து விடுகிறார்கள். சாதிகளுக்கிடையே அதிகார மாற்றம் நடந்த பின்னால் அம்மாற்றத்தைத் தக்கவைத்துக் கொள்ள விரும்பிய புதிதாக மேலாதிக்கம் பெற்ற குழுவினர், தங்களுக்குக் கிடைத்த அரசு உள்ளிட்ட அதிகாரங்களைப் பயன்படுத்திச் சாதிய மேட்டிமை வரலாற்றில் என்றைக்கும் தங்கள் சாதி இதே நிலையிலிருந்தது என்னும் புதிய வரலாற்றை உருவாக்கினர். அவ்வாறு செய்ததால் கிடைத்திருக்கும் தற்போதைய அதிகாரம் இயல்பானது, நீண்ட காலமாக இருந்துவரக்கூடியது என்ற பார்வை உருவாகும். இதன்மூலம் இன்றைய அதிகாரத்தை என்றென்றுக்குமானதாக–மாறாததாக ஆக்கிக்கொள்ள முடியும். இதற்கான வரலாற்றை ஒரு கதையாகத்தான் உருவாக்குகிறார்கள். அதைத்தான் சமூகத்தில் திரும்பத் திரும்பச் சொல்லுகிறார்கள். இதற்கிணையாகக் கீழிறக்கப்பட்ட சமூகக்குழுவின் மீது இழிவு திட்டமிட்டுக் கற்பிக்கப்பட்டு பரப்பப்பட்டது என்றார். இன்றைய ஒடுக்கப் பட்ட சாதிகள் ஏதோவொரு இடத்தில் – ஏதோவொரு காரணத்தால் வரலாற்றில் அதிகாரத் தலைகீழாக்கம் செய்யப்பட்டு இந்நிலையை அடைந்தார்கள் என்ற நினைவை இந்தச் சாதிகளுக்கிடையிலான 'பெருமிதம் – இழிவு' நிலை இயல்பானதல்ல என்று கட்டுடைப்பு செய்ததன் வாயிலாக எதிர்கொண்டார். அயோத்திதாசரின் அபாரமான முயற்சிகள் இவை என்று கூறலாம்.

நிகழ்தல் – சொல்லுதல் என்பதன் தலைகீழாக்கம்

இந்தப் புரிதலைப் பெற்ற பின்னர் மற்றுமொரு கேள்வி எழுகிறது. உண்மை என்ற ஒன்று உண்டா? என்ற கேள்வி எழுந்துவிடுகிறது. அயோத்திதாசர் ஏற்கும் உண்மை உண்டு. உண்மை என்ற ஒன்றே இல்லை என்பது அவர் வாதமல்ல. ஆனால் அவர் மூலம் நமக்கு கிடைக்கிற புரிதல் இங்கு முக்கியமானதாகியது. இங்கு உண்மை என்ற பெயரில் இருப்பதெல்லாம் உண்மை அல்ல. ஒரு காலம் வரையில் உண்மையாக நடந்தவற்றைக்கூடக் கதையாகச் சொல்லி – கதையாகக் கேட்டு – கதையாக நினைவில் வைத்து வந்திருக்கும் நமக்கு எல்லாமே கதைதான். கதைக்கும் உண்மைக்கும் அதிக வேறுபாடில்லை. இந்நிலையில் கதையென்பது முழுப்பொய்யாக இருக்கவேண்டிய அவசியமில்லை. அவற்றில் உண்மையின் தடயங்களும் இருக்கும். அதன்மீது கட்டப்பட்ட புனைவாகவே கதை இருக்கும். (கதை என்பதில் உண்மையின் தடயம் இருக்கும் என்பதில் அயோத்திதாசர் உடன்படுகிறார். அவற்றில் பொய் கலப்பதைத் திரிபு என்கிறார். (காண்க: அயோத்திதாசர் சிந்தனையில் 'திரிபு' கட்டுரை). இதன்படி

பார்த்தால் ஒரு (உண்மைச்) சம்பவம் நடந்திருக்கும். பிறகு அதைப் பற்றிய கதை உருவாகியிருக்கும். எல்லோரும் இதனை ஒப்புக்கொள்வர். ஒரு சம்பவம் நடந்து அதன் தொடர்ச்சி யிலேயே அதையொட்டிய கதை பிறந்திருப்பதாக உலகெங்கும் நம்பப்படுகிறது. சம்பவம் நிகழ்ந்திருக்கிறது, பிறகு அது கதை யாகச் சொல்லப்பட்டிருக்கிறது என்பதே இதன் வரிசைமுறை. நிகழ்தல் – சொல்லுதல் என்கிற இந்த வரிசைமுறையே சரியானது என்று கருதப்படுகிறது. ஆனால் அயோத்திதாசர் இந்த வரிசைமுறைப்படியே நடக்கவில்லை என்று கருதுகிறார். மாறாகச் சொல்லுதல் – நிகழ்தல் என்கிற வரிசையை அவர் யோசித்திருக்கிறார். அதாவது ஒரு சம்பவம் நடைபெறவில்லை. ஆனால் அதுபோல் நடைபெற்றிருக்க வேண்டும் என்று கருதும் குழுவினரால் அது நடைபெற்றதாகவே ஒரு கதையைச் சொல்லமுடிகிறது. இங்கு தொடக்கம் கதைதான். பிறகு அது கதையாகச் சொல்லப்படுகிறது. அதற்கடுத்து அது உண்மை ஆகிவிடுகிறது. அதாவது நடந்ததாகக் கருதப்படுகிறது. முதலில் சொல்லுதல் – நிகழ்தல் என்றிருந்த நிலைமாறி நிகழ்ந்ததால் சொல்லப்படுகிறது என்ற நிலை உருவாகிறது. இவை யாவும் மொழியின் வழியே நடைபெறும் மாற்றங்கள். ஒரு போரினாலோ, அரசதிகாரத்தாலோ நடைபெற வேண்டிய மாற்றம், மெல்ல மெல்ல ஆனால் அவற்றைவிட வலுவாக ஒரு கதையின் வழியே நடக்கிறது.

நம்முடைய கிராமங்களில் நடைபெறும் ஒரு கோயில் திருவிழாவை எடுத்துக்கொள்ளலாம். அந்தக் கோயில் உருவானதற்கு ஒரு ‘கதை’ சொல்லப்படும். அந்தக் கதை நிகழ்ந்தவை என்று கருதப்பட்டுக் கதைக்கேற்ப திருவிழாக்களும், சடங்குகளும் நடைபெறும். ஆனால் அயோத்திதாசர் தரும் புரிதல்படி பார்த்தால் நிகழ்ந்ததோ, இல்லையோ இவ்வாறுதான் நிகழ்ந்தது என்ற கதை சொல்லப்பட்டால் போதும். கதையின்படி நிகழ்வை (திருவிழா – சடங்கு) அமைத்துக் கொள்கிறார்கள். அதாவது இங்கு சொல்லல் – நிகழ்வு என்ற வரிசையே செயற்படுகிறது. ஆனால் மக்கள் அப்படி நினைப்பதில்லை. நிகழ்ந்ததையே (கதையாகச்) சொன்னதாக நினைக்கிறார்கள். இதற்குக் காரணம் திரும்பத் திரும்பச் சொல்லியதுதான் என்று அயோத்திதாசர் நினைக்கிறார்.

இந்த யோசனையைத்தான் அயோத்திதாசர் குறிப்பிட்ட சாதிகளுக்கென்று நிலவும் ‘பெருமை – இழிவு’ தகுதிகளுக்காகக் கூறப்பட்ட கதைகளுக்கும் பொருத்தினார். பறையர்கள் உள்ளிட்ட தீண்டப்படாதோர் இழிவாக இருந்ததால் தீண்டாமைக்குள்ளாக்கப்பட்டனர் என்பது பலருடைய

நம்பிக்கை. இக்கூற்றின்படி பார்த்தால் பறையர்களின் இன்றைய இழிநிலைக்கு அவர்களே காரணமாகிறார்கள். அதாவது அவர்கள் இழிவாக இருந்த காரணத்தால் தீண்டாமை என்ற விளைவுக்குள்ளாயினர் என்பது இதன்பொருள். இதன்படி இழிவாக இருந்தது ஓர் உண்மைச் சம்பவம். ஆனால் அவர்கள் அவ்வாறு இருந்திருக்கவில்லை என்றார் அயோத்திதாசர். அதிகாரக் கீழிறக்கம் செய்யப்பட்டதை நியாயப்படுத்த உண்டாக்கப்பட்ட கதைதான் இந்த இழிவு என்றார் அவர். கதை சொல்லப்பட்டுச் சொல்லப்பட்டு அம்மக்கள் இழிவாக நோக்கப்பட்டார்களே அன்றி, இழிவாக இருந்ததால் அக்கதை உருவாக்கப்படவில்லை.

பறைந்ததால் பறையர்

அதேவேளையில் இக்கதையை ஆதிக்கம் பெற்றவர் மட்டும் சொல்லுவதில்லை. அடக்கப்பட்டவர்களும் சொல்லவே செய்தனர். ஆனால் அவற்றில் வித்தியாசமுண்டு. இவ்விடத்தில் அயோத்திதாசர் சொல்லுவதில் இரண்டு வகையை முன்வைத்தார். ஒன்று மேட்டிமையோர் சொல்லியது. இரண்டு வீழ்த்தப்பட்டோர் வீழ்த்தியவர்களைப் பற்றிச் சொல்லியது. ஏழையின் சொல் அம்பலம் ஏறாததைப் போல வீழ்த்தப்பட்டோரின் சொல்லல் அங்கீகாரம் பெறவில்லை. மேட்டிமையோர் தாங்கள் சொல்லியது மட்டுமல்லாமல், வீழ்த்தப்பட்டோரின் சொல்லை வைத்தும் அவர்களை இழிவுபடுத்தப் பார்த்தனர்.

பறையன் என்ற சொல்லை எடுத்துக்கொள்வோம். இச்சொல்லுக்குப் பல அர்த்தங்கள் தரப்படுகின்றன. பறை அடித்ததால் பறையர் ஆயினர் என்பதே பெரும்பான்மையோர் விளக்கம். அயோத்திதாசர் அச்சொல்லையும் அதற்காகக் கூறப்படும் காரணத்தையும் ஏற்றுக்கொண்டதில்லை. பூர்வ பௌத்தர்களை இழிவுபடுத்தச் சூட்டப்பட்ட பெயர் அது என்றார். அதேவேளையில் இப்பெயரை இரண்டு நிலைகளில் பொருள்படுத்தினார். பெயருக்கான காரணத்தை (நிகழ்வை) ஒத்துக்கொண்ட அவர் அதையொட்டி வழங்கப்பட்ட பெயரை (சொல்லை) ஒத்துக்கொள்ளவில்லை. செயல் ஒன்றாயிருக்க, அதற்காகக் கூறப்படும் காரணத்தை மாற்றிக் கூறுவதன் மூலம் அதனை வேறொன்றாக்கிவிட முடியும்.

பறையர் என்னும் சொல்லுக்குப் பறைதல் என்ற பொருள் கொண்டார் அயோத்திதாசர். அவருடைய அர்த்தத்தின்படி உண்மையில் சொல்லுதலோடு (பறைதல்) தொடர்புடையவர் களாக அவர்கள் இருந்தனர். அவர்கள் எதைப் பறைந்தனர்

ஸ்டாலின் ராஜாங்கம்

அல்லது சொல்லினர். ஆரியர் பௌத்தர்களைப் போலச் செய்தனர். பிறகு தங்களை உயர்சாதிகளாக்கிக் கொண்டனர். அவர்களின் பொய் வேடங்களைப் பறைந்தவர்களாக பௌத்தர்கள் இருந்தனர். பொய் வேடங்களைப் பகிரங்கப்படுத்தி பௌத்த தன்மத்தைச் சொல்லியதால் அச்செயல் அறச்செயலாகிறது. இதன்படி பறையர் என்போர் (பௌத்த) அறத்தைப் பறைந்தோர் ஆகின்றனர். நாளடைவில் ஆரியர்கள் பௌத்தர்கள் என்ற பெயரை மறைத்துப் பறையர் என்று மட்டுமே சொல்ல ஆரம்பித்தனர். அப்பெயரை வைத்தே இழிவை கட்டமைத்தனர் என்று கூறி அப்பெயரை ஏற்க மறுத்தார் அயோத்திதாசர். அதாவது, "பௌத்த விவேகிகளைத் தாழ்ந்தசாதி, பராயர்கள், பறையர்கள் என்று கூறித் தற்காலம் பறையர், பறையரென வழங்கி, பௌத்தர்களைக் கண்டவுடன் அவர்களது அடிக்கும் உதைக்கும் பயந்தோடும் புரூசீகர்களை, அவர்களைச் சார்ந்த குடிகள் ஏன் என்று கேட்பார்களாயின் அடிக்குப் பயந்தோடு வதைச் சொல்லாமல் அவர்கள் தாழ்ந்த சாதி பறையர்கள், அவர்கள் எங்களைத் தீண்டலாகாது, நாங்களவர்களைத் தீண்டலாகாதென்றும் பெரும் பொய்யைச் சொல்லி பௌத்தர் களைப் பாழ்படுத்தி அவர்களது சத்தியதன்மங்களையும் மாறுபடுத்திக்கொண்டு வருகின்றார்கள்" (ப.641,I) என்று கூறியிருக்கிறார் அயோத்திதாசர்.

பௌத்தர்களும் சொல்லினர், அதிகாரம் இல்லாத காரணத்தினால் அது எடுபடவில்லை என்பது மட்டுமல்ல, சொல்லிய செயலைக் குறிப்பிட எழுந்த பெயரையே பயன்படுத்திய அவர்களைத் திரும்ப இழிவுபடுத்தினர். இவ்வாறு அயோத்திதாசர் சிந்தனையில் இரண்டு தரப்பிலும் சொல்லியமை நடந்தது. பௌத்தர்களைப் பார்த்து ஒழுகியவர்கள் பிராமணர்கள். அதைப் பறைந்தவர்கள் பறையர்கள். இவ்வாறு பார்ப்பதும் பறைவதும் எதிரும் புதிருமான செயலாக இருக்கிறது.

பார்ப்பார் – பறையர் எதிர்மறை

இவ்வாறு நடந்துவிட்டது என்று கொள்வோம். பௌத்தர்களைப் பறையர்கள் என்று இழிவுபடுத்தியதும், சமூகம் அதனை ஏற்றுக்கொண்டுவிட்டதா? இவ்விடத்தில் அயோத்திதாசர் காட்டும் சான்றுகளும் அவற்றை அவர் பொருத்தும் விதமும் முக்கியமாகின்றன. தமிழ்ச்சமூக நினைவுகளிலும் வழக்காறு களிலும் பார்ப்பனர் x பறையர் என்னும் எதிர்மறை வலுவாகப் பயின்றுள்ளது. பார்ப்பனர்களுக்கு எதிராகவோ, இணையாகவோ வேறெந்தச் சாதியும் இவ்வாறு வைத்து விவாதிக்கப் படவில்லை. அயோத்திதாசர் அதனை முக்கியச் சான்றாக எடுத்து

விளக்குகிறார். அதாவது பறவைகள், விலங்குகள், வாழ்வியல் நடைமுறைகள் எனப் பலவற்றிலும் இந்த எதிர்மறை விளங்குவதாகக் காட்டினார். (பறை காகம் x பாப்பாரக் காகம், பறை நாகம் x பாப்பார நாகம்) இது இவ்விரு சமூகங்களுக்கிடையே இருந்த முந்தைய விரோதத்தின் தொடர்ச்சி என்றார். அதிகார மேலேற்றம் பெற்ற பார்ப்பனர்கள் இந்த எதிர்மறைகளில் பெருமைக்குரிய பக்கத்தைத் தங்களுக்கானதாகவும், இழிவான பக்கத்தைப் பறையர்களுக்குரியதாகவும் ஆக்கினர் என்றார். இதற்குச் சான்றாக எல்லாவற்றிலும் எதிர்மறையை உண்டாக்கியவர்கள் நாய் என்று வரும்போது மட்டும் தங்களுக்கு இழிவுவரும் என்று கருதி பறைநாய் என்று மட்டும் சொன்னார்களே ஒழிய பாப்பார நாயைச் சொல்லவில்லை என்று கூறியதைக் காணலாம். இவ்வாறு மக்கள் அன்றாடம் புழங்கும் அடையாளங்களில் எதிர்மறையைக் கட்டமைத்ததே இவ்விரு சாதிகளுக்கிடையிலான 'பெருமை – இழிவு' சொல்லாடலைப் பரப்பவேண்டும் என்ற காரணம்தான் என்றார். இவ்வாறு ஏதாவதொரு வகையில் மக்களின் அன்றாட நடவடிக்கைகளில் இந்த எதிர்மறை புழங்க ஆரம்பிக்கும்போது அது சமூக உளவியலில் அழுத்தம் பெறுகிறது. அதாவது ஒரு கருத்து ஓயாமல் பரப்பப்பட்டபோது சமூகத்தால் ஏற்கப்பட்டது என்பது இதன் பொருளாகும்.

கதைகள் வழியாக இழிவு

மக்களின் அன்றாடப் புழங்கு மொழிகளில் 'பெருமை – இழிவு' சொல்லாடல் பரப்பப்பட்டது என்பதைக்கூறிய அயோத்திதாசர் அது கதைகள் வாயிலாகவும் பரப்பப்பட்டது என்று கூறினார். அதன்படி அவர் காட்டிய 1). நந்தன் கதை 2). அரிச்சந்திரன் கதை, 3). ஞானவெட்டியான் எழுதிய திருவள்ளுவர் சாம்பவனார் கதை ஆகிய மூன்று கதைகளைக் கூறலாம். இம்மூவர் குறித்து ஏற்கெனவே நிலவிய கதைகளைத் திரிபுபடுத்தத் தோன்றியதே இக்கதைகள் என்றார். இக்கதைகள் திரிபுபடுத்தப்பட்டதற்கு அதிகாரக் கீழிறக்கம் செய்யப்பட்ட பறையர்கள் 'இயல்பிலேயே இழிவானவர்கள், ஆதியிலிருந்து தாழ்ந்தே கிடந்தவர்கள்' என்ற கதையாடலைப் பரப்பும் நோக்கம் என்றார். அதனால் அக்கதைகளின் வெவ்வேறு வடிவங்களைத் தேடி எடுத்து வந்தார். இக்கதைகளில் எழுத்து வடிவம் பெற்று பிரதிகளிலிருந்த மாறுபாடுகளை ஓயாமல் சுட்டிக்காட்டி வந்தார்.

அரசனாக அறியப்பட்ட நந்தனைப் புராணக் கதை ஒன்றில் பண்ணை அடிமையாகச் சித்திரித்து அவற்றை நாடகம், பாடல், கதாகாலட்சேபம் வழியாகப் பரப்பினர் என்றார். அவ்வாறு பரப்பப்பட்டதால் நந்தன் மன்னனாக இருந்திருந்ததாலும்

அந்த நினைவு மெல்ல மெல்ல மறைந்து அடிமையாக இருந்தான் என்பது மெல் மெல்ல நிலைபெறுகிறது என்பதைக் கூறவந்தார். வள்ளுவரைச் செத்த மாடெடுத்தார் என்று ஞானவெட்டியான் பாடல்களிலும் கருப்பான பறைச்சிகள் என்று அரிச்சந்திரன் கதையிலும் இவ்வாறே இழிவுபடுத்திப் பரப்பினர் என்றார். இதன்படி சமூகத்தில் நிலவும் உண்மை என்பது பௌதீகரீதியாக இருப்பதால் மட்டும் உருப்பெறுவதில்லை. ஒருவர் என்னதான் எப்படித்தான் சொன்னாலும் நம்பப்படும் போதுதான் சொல்லுவதற்கான அர்த்தமே உருவாகிறது. ஒருவர் எவ்வளவுதான் அடித்துச் சொன்னாலும் நம்பாவிட்டால் சொன்னதற்கு ஒரு பொருளும் இருப்பதில்லை. எனவே இதில் நம்பவைத்தல் முக்கியமாகிறது. நம்பவைப்பதற்கு ஒரு விஷயம் இருக்கவேண்டிய அவசியமில்லை. மாறாகச் சொல்லப்படுவதன் மூலமும் நம்பவைக்க முடியும் என்கிறது இச்சிந்தனை.

உண்மை 'சொல்லப்படுவதால்' உருவாகிறது. இதனை இப்படியும் கூறலாம்: ஒரு விஷயம்/சம்பவம் நடந்திருக்கலாம். ஆனால் அது சொல்லப்படவில்லை எனில் சமூக உண்மையாக மாறுவதில்லை. மாறாக ஒரு விஷயம் நடக்காமல்கூட இருந்திருக்க லாம். ஆனால் அது நடந்ததாகத் தொடர்ந்து கூறப்படுமானால் சமூக உண்மையாக மாறும். இது அயோத்திதாசர் மூலம் நமக்குக் கிடைக்கும் முக்கியமான சிந்தனைப் பங்களிப்பு. சாதிகள் தொடர்பாக நிலவும் பல 'உண்மை'களும், 'பொய்'களும் இத்தகையன என்று அவர் அறுதியிட்டார். இந்த அணுகுமுறையைக் கையாண்டு பலவற்றையும் ஆராயமுடியும். குறிப்பாக, தலித் வரலாறு சொல்லப்பட்டிராததாலேயே வரலாற்றிற்குள் கொணரப்படாமல் போய்விட்டதை இன்றைய தலித் வரலாற்று ஆய்வுகள் காட்டியிருப்பதைச் சான்றாகக் கூறலாம். சாதி எதிர்ப்புப் போராட்டங்கள் நடைபெறாமல் இருந்திருக்கவில்லை. ஆனால் சமீபத்திலேயே அது தோன்றியது என்று நம்பப்பட்ட தற்குக் காரணம் அது சொல்லப்படவில்லை என்பதுதான்.

வாழ்வியல் நடைமுறைகள், கதைகள் வாயிலாக மட்டுமல்லாமல் மனிதர்களின் பெயர்கள், ஊர்ப்பெயர்கள் வாயிலாகவும் இந்தப் 'பெருமை – இழிவு' சொல்லாடலைப் பரப்பினர் என்றார் அயோத்திதாசர். சென்னையில் ஹாமில்டன் பெயரிலான பாலம் அம்பட்டன் பாலம் என்றாகிவிட்டதை இதற்கு உதாரணமாகக் கூறினார். இப்பெயர்களை நேரடியாக மட்டுமில்லாமல் ஊர்ப்பெயர் காரணங்கள் வழியாகவும் ஒரு கதையாகப் புனைந்து பரப்பினர் என்றார். ஒரு ஆள் பெயரையோ, ஊர்ப்பெயரையோ பிரித்துக்கூறி அதற்கு ஒரு கதையைக் காரணமாகக் காட்டுவர் என்றார். (எ.கா. சங்கறன்) இன்றைக்கும்

நம்மிடையே ஊர்ப்பெயருக்கான காரணம் கேட்டால் ஊர்ப்பெயரை இரண்டு சொல்லாகப் பிரித்து ஒரு சம்பவத்தைக் காரணமாகக் கூறி அதனால் அப்பெயர் உருவானதாகக் கூறுவது நடக்கிறது. நடந்ததாகக் கூறப்படும் அச்சம்பவம் ஒரு கதையாகவே இருக்கும். உதாரணமாக மதுரையில் கடச்சனேந்தல் என்ற ஊர் இருக்கிறது. கடை+சிலம்பு+ஏந்தல் என்று பிரித்துக் காரணம் கூறுகிறார்கள். கண்ணகி கதை மதுரையோடு தொடர்புடையது என்பதால் இவ்வாறு கூறப்படுகிறது என்பது தெளிவு. அதாவது கண்ணகி மதுரைக்கு வந்தபோது மதுரைக்கு வெளியே இருந்த இந்த இடத்தில்தான் கையில் சிலம்பை ஏந்தி நின்றாள் என்பதால் இப்பெயர் வந்தது என்கின்றனர்.

இதை யாரும் மறுக்கமுடியாது, மறுப்பதில்லை. ஏனெனில் ஒரு ஊரின் பெயருக்கான காரணம் கேட்டால் அப்பெயரைப் பிரித்து, அதிலிருந்து விளக்குவது இங்கு ஏற்கப்பட்ட மரபாக இருக்கிறது. இவ்வாறு கூறப்படும் காரணம் உண்மையோ, பொய்யோ இதற்குப் பின்னால் ஒரு 'வரலாறு' (சம்பவம்) இருக்கிறது. அதுவே கதையாகக் கூறப்படுகிறது. இது கதை என்பது மறக்கப்பட்டு வரலாறாக நம்பப்படுகிறது. இவ்விடத்தில் அயோத்திதாசரின் முக்கியத்துவத்தை விளங்கிக் கொள்ளலாம்.

○

'சொல்'லப்படுவதுதான் உண்மை ஆகிறது. எனில், அதை அப்படியே ஏற்றுக் கொள்ளவேண்டுமா? இதுபற்றி அயோத்திதாசர் என்ன சொல்லுகிறார்? சமூகம் உண்மை என்று ஏற்றுக்கொண்டிருப்பவை பலவும் பொய்யாக இருக்கிறது என்ற அதிருப்தியிலிருந்துதான் இந்த விளக்கங்களில் அவர் ஈடுபட்டார். எனவே இந்த 'உண்மை'களை அவர் ஏற்றுக் கொள்ளவில்லை. சாதி என்பது ஒரு பொய் என்று கருதிய அவர் திரும்பத் திரும்பச் சொல்லப்பட்டு / பரப்பப்பட்டு சமூகத்தால் ஏற்றுக்கொள்ளப்பட்டு உண்மை ஆகியிருக்கிறது என்றார். சமூகம் சாதியமைப்பை எவ்வாறு ஏற்றுக்கொண்டது என்பதை விளங்கிக்கொள்கிற முயற்சி இது. சமூக உளவியலின் இயங்குமுறை குறித்த வாசிப்பு என்றும் இதைக் கூறலாம்.

திரும்பத் திரும்பச் சொல்லப்பட்டு உண்மையாகிவிட்டதை அவர் உண்மை என்ற பெயரால் குறிப்பிடவில்லை. மாறாக அது பொய்யின் வேசம் என்றார். அதற்குப் புறமெய் என்ற பெயர் கொடுத்தார். அதாவது மெய் அல்ல, மெய் போலும் தோற்றம் காட்டி நிலைத்து நிற்கும் பொய் அது என்றார். உள்மெய் என்ற சொல்லையே உண்மை என்ற சொல்லுக்கு

மாற்றாகக் கையாண்டார். உள்மெய் என்பது சரியானது; அசலானது என்றார். உள்மெய் என்பதிலிருந்துதான் உண்மை என்ற வார்த்தையே உண்டானது என்றார். ஆனால் இன்று இதைப் புரிந்துகொள்ளாமல் புறமெய்யை உண்மை என்று சமூகம் கருதுவதாகப் பார்த்தார்.

அயோத்திதாசரின் திரும்பத் திரும்பச் சொல்லும் நிலைப்பாட்டை, சாதி அமைப்பைப் புரிந்துகொள்வதற்காக நாம் விளக்கினாலும் அவர் பௌத்த சமயத்தின் பூர்வீக நிலையையும், பின்னடைந்த நிலையையும் சேர்த்தே இந்த அணுகுமுறையில் வைத்து விளக்கினார் என்ற புரிதலுடனே இதனைப் பார்க்கவேண்டும். இதன்படி ஒரு விசயம்/கருத்து பூர்வீகத்தில் பௌத்தத்தால் குறிப்பிட்ட செயல் பற்றி உருவாக்கப்பட்டது என்றார். செயல்தான் உள்மெய். அதனைச் சாதிபேதமுடைய பிராமணர்கள் எடுத்துக் கொண்டபோது திரித்தனர்; மாற்றினர். அந்தத் திரிபின் பெயரே வேஷம் (புறமெய்). அந்தப் புறமெய் உள்மெய்யைப் போலச்செய்வதால் உருவாகிறது. பிறகு உள்மெய் போன்று உலவத்தொடங்குகிறது. எனவேதான் அதன் பெயர் புறமெய். திரும்பத் திரும்பச் சொல்லப்பட்டதால் அது மெய் போலக் காட்சியளிக்கிறதே ஒழிய பூர்வத்திலிருந்த மெய் அதுவல்ல. அயோத்திதாசர் 'திரும்பத் திரும்பச் சொல்லப்பட்டதற்கு' எதிராக ஏன் போராடினார் என்றால் 'புறமெய்'யை ஒதுக்கி 'உள்மெய்'யை இனங்காட்டத்தான்.

கதையும், சொல்லப்படுவதும் கண்ணுக்குத் தெரியக்கூடியதல்ல. அது மொழியின் வழியே நடக்கக்கூடியது. ஆனால் இதன் வழியாக நடந்திருக்கக்கூடிய மாற்றங்கள் சமூகத்தைப் பாதித்திருக்கிறது; சமூக உளவியலாக மாறியிருக்கிறது. சாதியமைப்பு நிலைபெற்றதில் இதற்கிருந்த இடத்தை அயோத்திதாசர் மதிப்பிட்டார். ஒரு போர் நடந்திருக்க லாம், நடக்காமல் இருந்திருக்கலாம். ஆனால் அவ்வாறு நடந்தது என்ற ஒரு கதை மக்களை இறுகப்பற்றுமானால் போர் உண்டாகியிருக்கக்கூடிய விளைவைக் காட்டிலும் ஆழமானதாகிவிடுகிறது. இங்கு வரலாறு பலவும் இவ்வாறே உருவாகியிருக்கிறது. கண்ணுக்குத் தெரிந்த / தெரியக்கூடிய விசயத்தைவிட, தெரியாத விசயம் உண்டாக்கும் தாக்கம் அழுத்தமானது. இந்த வகையில் கண்ணுக்குப் புலப்படாத அதிகாரத்தின் நுட்பத்தைத் தனக்குரிய புரிதலிலிருந்து – வரையறையிலிருந்து அயோத்திதாசர் விளக்கியிருக்கிறார் எனலாம்.

4

'புறமெய்'யிலிருந்து 'உள்மெய்'க்கு

பண்டிதர் அயோத்திதாசர் (1845–1914) பெயரை பாபாசாகேப் அம்பேத்கர்(1891–1956) எங்கும் குறிப்பிடவில்லை. அம்பேத்கருக்கு முன்னமே பிறந்து செயல்பட்டு அவர் அரசியலில் நேரடியாக ஈடுபட்ட நான்கைந்து ஆண்டுகளுக்கு முன்பே மரணமடைந்தவர் அயோத்திதாசர். இவரின் சமகாலச் சகாக்களையும் வழிதோன்றல்களையும் பின்னாளில் குறிப்பிடவும் சந்திக்கவும் செய்த அம்பேத்கரிடம் அயோத்திதாசரை அறிந்துகொண்டமைக்கான பதிவுகள் கிடைக்கவில்லை. அதேவேளையில் அயோத்திதாசரின் சகாக்கள் மூலம் அறிந்திருக்க வாய்ப்பிருந்திருக்கலாம். எனினும் அது மறைமுகச் சான்று மட்டுமே. அம்பேத்கரும் அயோத்திதாசரும் தோன்றிச் செயல்பட்ட காலகட்டமும் பின்புலமும் வேறுவேறானவை.

இருவரின் சிந்தனைமுறைகளும் மாறுபட்டவை. அயோத்திதாசர் தமிழ்ப் பகுதி சார்ந்து இயங்கியவர். உள்ளூர் அடையாளங்கள் உள்ளடக்கித் தேசிய அரசியல் உருவான பின்பு ஒடுக்கப்பட்டோருக்கான அரசியல் உரிமை என்ற நவீனச் சொல்லாடல் களத்தில் செயல்பட்டவர் அம்பேத்கர். இவற்றையெல்லாம் கணக்கிலெடுத்தே இருவரின் தொடர்பை மட்டுமின்றித் தொடர்பின்மையையும் பார்க்க வேண்டும்.

இப்பின்னணியில் இவ்விருவரின், சிந்தனைகளுக் கிடையேயான தொடர்பொன்றை வேறு ஒருவழியில் நாம் பார்க்கிறோம். அம்பேத்கருக்கு முன்பே ஒடுக்கப்பட்டோருக்கான சமயம் என்று பௌத்தத்தைத் தேர்ந்தவர் அயோத்திதாசர். அம்பேத்கரின் முன்னோடி என்று இவரைப் பலரும் குறிப்பிடுவதற்கான காரணங்களுள் இது முதன்மையானது. ஆனால் தமிழில் பெரியார், அயோத்திதாசர் ஆகிய இருவரையும் எதிரெதிராக வைத்து 1990களின் இறுதியில் தொடங்கப்பட்ட அபவாதச் சர்ச்சைகளின் எதிர்வினையாகப் பெரியாரைக் காப்பாற்றுவதாக நினைத்துக்கொண்டு அம்பேத்கரையும் அயோத்திதாசரையும் எதிரெதிராக நிறுத்தும் பேத வாசிப்பு நடத்தப்பட்டது. அதற்காக அவர்கள் கண்டுபிடித்துக் கொண்ட அம்சம், பௌத்தம். அம்பேத்கரின் பௌத்தத்திற்கும் அயோத்திதாசரின் பௌத்தத்திற்கும் இடையேயான வேறுபாடுகளைப் 'பிரித்தறிந்து' விளக்கினர். ஆனால் அந்த விளக்கங்கள் ஆய்வாக மாறவில்லை.

பௌத்தம் சார்ந்து இருவரின் அணுகுமுறைகளும் வேறுபடுகிற புள்ளியை மட்டுமல்லாமல் ஒன்றுபடுகிற புள்ளிகளையும் இனங்கண்டு அதற்கான காரணங்களை விரிந்த பின்புலத்தில் எடுத்துவைத்திருந்தால் அது ஆய்வாக மாறியிருக்க முடியும்;

அம்பேத்கர் பின்னாளில் எழுதிய 'புத்தரும் அவர்தம் தம்மமும்' (1956) என்ற மாற்றுப் பிரதியைத் தவிர பௌத்த சமய வரலாற்றை இந்திய வரலாற்றையும் ஒப்புவைத்து எழுதியது 'பண்டைய இந்தியாவில் புரட்சியும் எதிர்ப் புரட்சியும்' என்ற நூலில்தான். இந்நூல் அவரால் எழுதி முடிக்கப்பட்ட நூலல்ல. எழுதத் திட்டமிட்டிருந்த முழுமையடையாத பகுதிகளின் தொகுப்பாகவே பின்னாளில் அவருடைய நூல் தொகுதிகளில் சேர்க்கப்பட்டது. இந்த நூலில் பௌத்தத்தின் தோற்றத்தையே புரட்சி என்று அவர் குறிப்பிடுகிறார். பௌத்தத்தை வீழ்த்திய பிராமணர்களின் செயல்பாடுகளை எதிர்ப்புரட்சி என்கிறார். இந்திய வரலாறு என்பதே பிராமணியத்திற்கும் புத்த மதத்துக்கும் இடையேயான போராட்டம்தான் என்று அவர் கூறியிருப்பது இந்நூலில்தான். இதன்படி பிராமணர்களின் வருகைக்கு முன்பு இந்தியாவில் பௌத்தமே இருந்தது. பிறகு பிராமணியம் எழுந்தது என்பது அவரின் முடிவு. இந்திய வரலாற்றை மூன்றாகப் பார்க்கும் அவர் பண்டைய இந்தியாவை முதலாவதாகக் கூறி அதை பௌத்த இந்தியா என்றும் கூறினார். இவ்வாறு அம்பேத்கர் பௌத்த இந்தியாவின் வரலாற்றையும் அது வீழ்த்தப்பட்டுப் பிராமணியம் எழுந்த வரலாற்றையும் எழுதியிருக்கிறார். நவீன

வரலாற்றியல் இக்கூற்றுகளை ஒத்துக்கொள்கிறது. இங்கிருக்கும் எல்லா அடையாளங்களும் பூர்வத்தில் பௌத்தத்தினுடையதே என்பதை அயோத்திதாசரும் தமக்குரிய மொழியில் பேசியுள்ளார். ஆனால், இன்னும் குறிப்பான இடமொன்றில் அம்பேத்கர் எழுதியிருக்கும் கருத்து ஒன்று அயோத்திதாசரோடு நேரடித் தொடர்பு கொண்டிருக்கிறது. அவற்றை ஒப்பிட வேண்டியுள்ளது.

நாம் நம்பவைக்கப்பட்டிருப்பதற்கும் மீறி பௌத்தம் தொடர்பான அம்பேத்கரின் எழுத்தில் அயோத்திதாசரின் தொடர்பு இருப்பதை நாம் காணத் தவறியிருக்கிறோம். அயோத்திதாசரோடு அம்பேத்ரை ஒப்பிடுவது தமிழில் இருந்தவர்களோடு ஒப்பிடுவதுபோல எளிதானதாகவோ நேரடியானதாகவோ இருக்க முடியாது.

‘சூத்திரர்கள் யார்?’ (1946) என்ற நூலைத் தொடர்ந்து *‘தீண்டப்படாதோர் யார்?’ ‘அவர்கள் எவ்வாறு தீண்டப்படாதோர் ஆயினர்’ (1948)* என்ற நூலை அம்பேத்கர் எழுதினார். தீண்டப்படாதோர் என்ற பிரிவினர் எவ்வாறு தோன்றியிருக்க முடியும் என்பதைப் புரிந்துகொள்வதற்காக ‘அனைவராலும் அறவே புறக்கணிக்கப்பட்டுவிட்ட ஒரு துறையை ஆராயும் முன்னோடி முயற்சியாக’ அந்நூலை அவர் எழுதினார். சூத்திரர் அல்லாதவர்களில் குற்றப் பரம்பரையினர், பழங்குடிகள், தீண்டப்படாதோர் என்கிற மூன்று பிரிவினரை இனங்காணும் அவர், இவர்களில் எண்ணிக்கையில் அதிகமுடைய தீண்டப்படாதோர் பற்றி எழுத முற்பட்டார். வரலாற்றாய்வில் யூகத்திற்கும் அறிவியலுக்கும் இடையேயுள்ள தொடர்பு குறித்து அந்நூலில் அவர் எழுதியிருக்கும் முன்னுரை அபாரமானது. நூலில் ஆறு அத்தியாயங்களில் பதினாறு தலைப்புகளில் தீண்டப்படாதோர் உருவானமைக்கான காரணங்களை விவாதித்துள்ளார். அக்காரணங்களில் ஒன்று பௌத்தம். தீண்டாமையைப் பண்பாட்டுக் காரணங்களோடு இணைத்து இந்த அளவிற்கு யோசித்துப் பார்த்தவர் வேறு யாருமில்லை. அதாவது, பௌத்தர்கள் மீதான வெறுப்பைப் பற்றியும் அவர் விவாதிக்கிறார். ‘பௌத்தர்கள் மீதான வெறுப்பு தீண்டாமைக்கு மூல காரணம்’ என்பது அத்தலைப்பு.

இந்தியாவில் அதுவரை பின்பற்றப்பட்டுவந்த நடைமுறை யிலிருந்து 1910ஆம் வருட மக்கள் தொகைக் கணக்கெடுப்பு வேறுபட்டதாக இருந்ததைச் சுட்டுவதிலிருந்து அம்பேத்கர் அத்தலைப்பை எழுதத் தொடங்குகிறார். அதாவது அதுவரை முஸ்லிம்கள், இந்துக்கள், கிறித்தவர்கள் மற்றும் பிறர் என்று

பிரித்துக்காட்டப்பட்டதிலிருந்து வேறுபட்டு 1910ஆம் ஆண்டுக் கணக்கெடுப்பில் முதன்முறையாக இந்துக்கள் மூன்று வகையினராகப் பிரித்துக்காட்டப்பட்டதை அவர் குறிப்பிடுகிறார். இந்துக்கள், ஆவி உலகக் கொள்கையினர் – பழங்குடியினர், தாழ்த்தப்பட்டோர் அல்லது தீண்டப்படாதோர் ஆகிய மூன்று வகையே அவை. இதில் இந்துக்களிலிருந்து தீண்டப்படாதோரைப் பிரித்து வேறானவர்களாகக் காட்டும் போக்கு இருப்பதைப் பார்க்கலாம். இந்துக்கள் என்ற வகைப்பாட்டை மூன்றாகப் பிரித்துக்காட்டியதற்கான அரசியல் காரணங்களை விவாதித்து முடிக்கும் அம்பேத்கர், மேலும் இந்துக்களை நூறு சதவிகித இந்துக்கள் என்றும் அவ்வாறு இல்லாதவர்கள் என்றும் பிரித்துக் காட்டியதைக் குறிப்பிட்டுவிட்டு அதற்காகக் கணக்கெடுப்பு ஆணையர்கள் கைக்கொண்ட அடிப்படைகளை எடுத்துக் காட்டுகிறார்.

பிராமணர்களின் மேலாதிக்கத்தை ஏற்க மறுப்பவர்கள், பிராமணரிடமிருந்தோ வேறு எந்த அங்கீகரிக்கப்பட்ட இந்துக் குருவிடமிருந்தோ மந்திரம் பெறாதவர்கள், வேதங்களின் அதிகாரங்களை மறுதலிப்பவர்கள், இந்துத் தெய்வங்களை வழிபடாதவர்கள், பிராமணர்களைக் குருக்களாகக் கொண்டிராதவர்கள், எந்தப் பிராமண மதக்குருக்களையும் ஏற்காதவர்கள், இந்து ஆலயங்களில் நுழைய மறுக்கப் படுபவர்கள், தொடுதல் அல்லது குறிப்பிட்ட தூரத்தில் இருத்தல் ஆகியவற்றால் தீட்டு ஏற்படுத்தக்கூடியவர்கள், இறந்தவர்களைப் புதைப்பவர்கள், மாட்டிறைச்சி சாப்பிடுபவர்கள், பசுவைப் பூசித்துப் போற்றாதவர்கள் ஆகிய பத்து அம்சங்களை நூறு சதவிகித இந்துக்கள் அல்லாதோர் என்ற வகைப்பாட்டிற்கானதாக ஆணையர்கள் கொண்டிருந்ததைக் காட்டுகிறார். பிறகு இந்தப் பத்து அம்சங்களை எடுத்து விவாதிக்கிறார். இந்தப் பத்து அம்சங்களில் சில ஆவியுலகக் கொள்கையை ஏற்றிருப்போருக்கும் பழங்குடிகளுக்கும் பொதுவாகப் பொருந்துகின்றன என்று கூறிவிட்டு இந்துக்களைத் தீண்டப்படாதோரிடமிருந்து பிரித்துக்காட்டும் திட்டவட்டமான அம்சங்களை மட்டும் எடுத்துக்காட்டுகிறார். அதன்படி இந்தப் பத்து அம்சங்களில் பிராமணரிடமிருந்தோ வேறு அங்கீகரிக்கப்பட்ட இந்துக் குருக்களிடமிருந்தோ மந்திரம் பெறாதவர்கள், பிராமணர்களைக் குடும்ப மதக்குருக்களாகப் பெற்றிராதவர்கள், எந்தப் பிராமண மதக்குருக்களையுமே ஏற்காதவர்கள், இந்துக் கோயில்களில் நுழைய மறுக்கப்படுகிறவர்கள், மாட்டிறைச்சி உண்ணுவோர் அல்லது பசுவைப் பூசித்துப் போற்றாதவர்கள் ஆகிய ஐந்து அம்சங்களை மட்டும் தீண்டப்படாதோரை இந்துக்களிடமிருந்து

பிரித்துக் காட்டும் அம்சங்களாகக் கொள்கிறார். பிறகு இந்த ஐந்து அம்சங்களில் முதல் மூன்று அம்சங்களை மட்டும் தனிவகை யாகக் கருதி ஆராய முற்படுகிறார். இந்த அம்சங்களுக்கிடையே உள்ள தொடர்பைப் பார்க்கலாம்.

பிராமணர்களின் மதத் தலைமையையோ மந்திரத்தையோ எந்த வகையிலும் பெற்றிராதவர்கள் என்பதே மூன்று அம்சங்களின் பொதுத்தன்மை. இதில் எல்லா மாகாணங்களைச் சேர்ந்த கணக்கெடுப்பு ஆணையர்களும் ஒருமித்த முடிவுகளையே பகிர்ந்திருந்ததாக அம்பேத்கர் குறிப்பிடுகிறார். அதே வேளையில் அவர்களின் செயல்பாடுகள்மீது விமர்சனத்தையும் வைக்கிறார். அதாவது தீண்டப்படாதோர் பிராமணர்களின் சமய அதிகாரத்தை ஏற்றிருக்கவில்லை என்ற யதார்த்தத்தைச் சொன்ன ஆணையர்கள் அவ்வாறு ஏற்காமல் இருப்பதற்கான காரணத்தை அறிய முற்படவில்லை என்பதே அவரின் விமர்சனம். இவ்வாறு இருக்கிறது என்பதைவிட அவ்வாறு ஏன் இருக்கிறது என்கிற கேள்விக்கு அம்பேத்கர் அழுத்தம் தர விரும்புகிறார். அந்தக் கேள்விக்குப் பின்னால்தான் பெரும் புதிருக்கான விடை இருப்பதாக அவர் கருதியிருந்தார். தீண்டாமையின் ஆணிவேரைத் தெரிந்துகொள்ள முடியும் என்பதுதான் அந்தப் புதிருக்கான விடை. எனவே தீண்டப்படாதோர் பிராமணர்களின் மதத் தலைமையை ஏற்றிராததைத் தீண்டாமைக்கான தோற்றுவாய்களில் ஒன்றாகக் கருதி அம்பேத்கர் ஆராயத் தலைப்படுகிறார்.

இவ்விடத்தில் பிராமண ஏகபோகம் பற்றி ஆணையர்களிடம் காணப்படும் முக்கியமான வேறுபாட்டைச் சுட்டிக்காட்டுகிறார் அம்பேத்கர். இது அவர் ஆய்வின் பிற இடங்களில் அதிகம் பயின்றிராத கருத்து. அதாவது பிராமணர்கள் தீண்டப்படாதோரை வெறுத்தொதுக்கியது மட்டுமல்ல தீண்டப்படாதோரும் பிராமணர்களைத் தவிர்த்து ஒதுக்கியிருக்கின்றனர். இதில் முதல் அம்சத்தைக் கண்டுகொண்ட ஆணையர்கள் இரண்டாவது அம்சத்தைக் காணத் தவறியிருக்கின்றனர் என்கிறார். தீண்டப்படாதோர் வரலாற்றை ஒருதலைப்பட்சமாகவே புரிந்துகொள்வதிலிருந்து விரிந்து செல்ல இது பயன்படும் என்று அம்பேத்கர் கருதியிருக்கிறார். ஏனென்றால் தீண்டப்படாதோர் வரலாற்றில் இது முக்கியமான அம்சம். பாதிப்பைச் சந்திப்பவர்களாக இருப்பதாலேயே தீண்டப்படாதோர் ஆயினர் என்ற வரலாற்றுக்கு மாறாக அவர்கள் பாதிப்பைப் பெறுவோராக இல்லாமல் மறுப்போராக இருந்த இந்தத் தருணம் முக்கியமானது; மேலும் தீண்டாமையைத் தீண்டப்படாதோர் ஏற்றுக்கொள்ளாமல் எதிர்த்தனர்

அல்லது எதிர்த்ததனால் தீண்டப்படாதோர் ஆயினர் என்ற ஆய்வுக்கும் இது இட்டுச்செல்கிறது.

மக்கள்தொகைக் கணக்கெடுப்பு ஆணையர்கள் முடிவை முன்வைத்து அம்பேத்கர் கண்டெடுத்து விவாதிக்கும் இதே கருத்தை இதே வார்த்தைகளிலும் சற்றே மாறிய வார்த்தைகளிலும் கூறியிருப்பவர் அயோத்திதாசர். தமிழ் என்னும் வட்டாரத்தில் பறையர் என்னும் குழுவினரைச் சார்ந்து பேசிய அயோத்திதாசரின் கூற்று முற்றிலும் வேறொரு தளத்தில் வேறொரு காலத்தில் அம்பேத்கரால் பேசப்பட்டிருப்பதைப் பார்க்கிறோம்.

பிராமணர்களுக்கும் பறையர்களுக்கும் பூர்வவிரோதம் இருப்பதைப் பல்வேறு சான்றுகள் காட்டி எழுதிவந்த அயோத்திதாசர் அந்த விரோதத்திற்குப் பின்னால் வரலாற்றுக் காரணம் இருப்பதாகவும் தெரிவித்தார். பிராமணர்கள் பறையர் என்போரைத் தீண்டுவதில்லை என்பதற்கு மாறாகத் தங்கள் வாழ்விடங்களிலே பிராமணர்களைப் பறையர்கள் நுழைய விடுவதில்லை என்றார். அந்த நுழையவிடாத புறக்கணிப்பு நம்பிக்கையாக இருப்பதோடு மக்களால் சடங்காக நிகழ்த்தப்படுவதாகவும் சொன்னார். இதற்கு உதாரணமாக பறையர் வகுப்பினர் குடியிருப்பிலோ, அருகிலோ பிராமணர் ஒருவர் சென்றுவிட்டால் அவர் நின்ற இடத்தில் சாணிச்சட்டி போட்டு உடைக்கும் சடங்கைத் தம் எழுத்தில் பல இடங்களில் அயோத்திதாசர் குறித்துச் சென்றிருக்கிறார். சாணிச்சட்டி போட்டு உடைப்பது தீட்டை அழித்துச் சுத்தப்படுத்தும் காரியமாகும். அதன்படி, இங்கு பிராமணரே தீண்டப்படாதவர் ஆகிறார். புனிதமானவராகக் கருதப்படும் அவர் இங்கு தீண்டப்படாதவர் ஆகிறார். எனவே அவர்களின் ஏகபோகத்தை மறுப்பவர்களாகவும், வெளியே இருப்பவர்களாகவும் பறையர்கள் என்ற தீண்டப்படாதோர் உள்ளனர். பிராமணர்களின் மதத்தலைமையையோ மந்திரத்தையோ குடும்பரீதியாக ஏற்காதவர்களாக உள்ளனர் என்ற அர்த்தம் இத்தோடு இணைகிறது.

அயோத்திதாசர் இதனை நவீன ஆய்வுச் சட்டகத்திலும் ஆய்வு மொழியிலும் சொல்லவில்லை. அதனாலேயே அவர் கூற்றை ஏற்காதோரும் கற்பனை என்று கூறிவிடுவோரும் உண்டு. அயோத்திதாசரின் கூற்று நவீன ஆய்வுமொழியைக் கொண்ட அம்பேத்கரிடமும் வெளிப்பட்டிருப்பதுதான் நாம் இங்கு அறிய வேண்டிய செய்தி. சாணிச்சட்டி உடைப்பதை உள்ளூர் மொழியில் தாம் செயல்பட்ட உள்ளூர்க் குழுவின் வாழ்க்கை நடைமுறையிலிருந்து எடுத்துவைக்கிறார் அயோத்திதாசர். அவர் மரபின் பின்புலத்திலிருந்து உருவாகி நவீன காலத்தைச்

சந்தித்தவர். அவரது சிந்தனா முறையியல் அவருடைய கல்விக்கும் காலகட்டத்திற்கும் கட்டுப்பட்டவை. அவருக்குச் சான்றுகள் என்பவை வெளியிலிருப்பவை என்பதைவிட 'தான்' கலந்ததாக இருக்கிறது. அவ்வாறே இருக்க முடியும் என்ற நம்பிக்கையை அவரிடம் காண்கிறோம். ஆனால் இவ்வாறு தான் கலந்திருப்பதாலேயே தான் நீக்கிய நவீன ஆய்வுச் சட்டகங்கள் இவற்றை ஏற்பதில்லை. சமகாலத்தில் அயோத்திதாசர் வாசிப்பின்மீது ஏவப்பட்டிருக்கும் 'ஏவலும்' இதுதான். உண்மையில் அயோத்திதாசர் தரப்புக் கருத்தியலை எதிர்கொள்ளவோ புரிந்துகொள்ளவோ வேறு வழி கிடைக்காததாலேயே அவரின் இந்த முறையியலையே எதிர்ப்பதற்கானக் காரணமாக்கிக் கொள்கின்றனர் என்பதே எம் துணிபு.

பிராமணர்களைத் தீண்டப்படாதோர் ஏற்பதில்லையென்ற இந்த முடிவிற்கு ஆதாரமாகப் பிறர் எழுதிய நூலிலிருந்து மூன்று சான்றுகளை எடுக்கிறார் அம்பேத்கர். அம்பேத்கரைப் பொறுத்தவரையில் சான்றென்பது புறநிலைத் தரவே. இத்தரவுகளையே விருப்பு வெறுப்பு நீங்கிய ஆதாரமாகக் கருதிய நவீன கல்விப் புலத்தின் ஆய்வுச் சட்டகத்திலிருந்து உருவாகிவந்தவர் அவர். எனவே தனக்கு வெளியிலிருக்கும் ஆதாரத்தைத் துணைகொண்டு நிறுவுவதே நவீனத்தின் ஆய்வுச் சட்டகம். இதுவே அதன் முறையியல். இந்த முறையியலுக்கே நாம் எல்லோரும் நவீனகல்வி, நவீன யோசனைமுறைகள் வழியாகப் பழகியிருக்கிறோம். இதன்படி அம்பேத்கரை ஏற்கிறோம். அயோத்திதாசரைத் தன்விருப்பம்போல் எழுதியவர் என்று கருதி ஏற்க மறுக்கிறோம். அயோத்திதாசர் வாசிப்பில் ஏற்பட்ட முக்கிய சிக்கல் இது.

அம்பேத்கரின் இம்மூன்று சான்றுகளும்கூட வேறு வகையில் அயோத்திதாசரை நெருங்கியிருக்கின்றன. அதாவது மூன்றுமே தென்னிந்தியா சார்ந்தவை; அன்றைக்கிருந்த ஒரே மாகாண எல்லைக்கு உட்பட்டவை. தமிழகத்தோடு தொடர்பு கொண்டிருந்த அபே துபே, தஞ்சை மாவட்ட கெஜட்டியர் ஹெமிங்ஸ்வே, ஹோலியர்கள் பற்றி எழுதிய கேப்டன் ஜே.எஸ்.எப். மாகன்ஸி ஆகியோரின் கூற்றுக்களே இச்சான்றுகள். இவற்றில் இரண்டு அயோத்திதாசர் தொடர்பு கொண்டிருந்த பறையர் வகுப்பாரிலிருந்து அமைகின்றன. மூன்றாவது பறையர் வகுப்பினர் வாழும் பகுதிக்கு அருகில் வாழும் கன்னடப் பகுதி ஹோலியர் வகுப்பினரைக் குறிக்கிறது. இவை அயோத்திதாசர் பறையர்கள் பிராமணர்களை விலக்குகின்றனர் என்று கூறிவந்த முடிவுகளோடு இணைகின்றன.

சொல்லப்போனால் இந்த மூவரைவிட அயோத்திதாசரின் சான்றே இன்னும் நெருக்கமாக இருந்திருக்க முடியும். மூவரும் இந்தச் சம்பவத்தோடு நேரடித் தொடர்புகொண்டவர்கள் அல்லர். சம்பவத்திற்குப் புறம்பே நின்று அதைப் பார்த்தோ, கேட்டோ, பிறர் விளக்கியோ எழுதியவர்கள். மேலும் மூவருமே ஐரோப்பியர்கள். ஆனால் சம்பவத்தோடு தொடர்பில்லாமல் கண்டு எழுதிய எழுத்துகளே தரவுகள் என்ற மதிப்பைப் பெறுகின்றன. தரவு என்றால் எது? உண்மை என்றால் எது? நவீன ஆய்வு முறையியல் ஏற்படுத்தியிருக்கும் சட்டகங்களே இவற்றைத் தீர்மானிக்கின்றன. ஆனால் அயோத்திதாசர் நிலையோ வேறு. அவரைப் பொறுத்தவரையில் இவை ஆய்வுக்கான தரவுகள் அல்ல. மாறாக அனுபவம்; 'தான்' கலந்தது. அந்த அனுபவத்திற்குள்ளிருந்து அவர் பேசுகிறார். அவர் பேசும்போது அது தரவு என்று தனித்து அர்த்தப்படாமல் விரிந்த பண்பாட்டுப் பின்னணியையும் உள்ளே கொண்டுவருநகிறது. மேற்கண்டவர்களிடம் பிராமணர்கள் பறைச்சேரிகள் பக்கம் அனுமதிக்கப்படுவதில்லையென்று தகவலாக மாறும் இச்சம்பவம் அயோத்திதாசரிடம் சாணிச்சட்டி போட்டு உடைக்கும் சடங்கு என்று விரிக்கப்படுகிறது. சாணிச்சட்டி உடைப்பதென்பது பண்பாட்டு நிகழ்வு. இந்நிகழ்வு குறிப்பிட்ட இடம், குறிப்பிட்ட குழு, குறிப்பிட்ட காலம் என்ற தொடர்ச்சி யில் அமைகிறது. குறிப்பிட்ட பண்பாட்டுப் பின்புலத்தில் அர்த்தம் பெறுகிறது. அயோத்திதாசர் ஏன் இந்திய அளவில் யோசிக்க முடியவில்லை? அவருக்கிருந்த பண்பாட்டு வரையறையிலிருந்து புரிந்துகொள்ள முற்படும்போது சில தெளிவுகளை நாம் அடைய முடியும்.

தீண்டப்படாதோர் தொடர்பாக இத்தகைய விளக்கங்களை எடுத்தாளும் அம்பேத்கர் இத்தகைய புறக்கணிப்பிற்கான காரணம் எவையென்று தேடுகிறார். அதற்கான காரணத்தை ஊகம் என்று கூறுகிறார். இம்மக்கள் தீண்டப்படாதோராக இல்லாதிருந்த காலத்தில் சிதறுண்ட மக்களாக இருந்தனரென்றும் அப்போது பௌத்தர்களாக இருந்தனரென்றும் குறிப்பிடும் அவர், அக்காரணத்தினால் பிராமணர்களை உயர்வாக மதிக்கவில்லை, தங்களுடைய மத குருக்களாக ஏற்றுக் கொள்ளவில்லை, அவர்களைத் தூய்மையற்றவர்களாகவும் கருதினர் என்ற யூகத்தை முன்வைக்கிறார். அதனால் பௌத்தர்களான சிதறுண்ட மக்களைப் பிராமணர்கள் வெறுத்தனர்; அவர்களுக்கு எதிராகத் தொடர்ந்து விஷமத் தனமான பிரச்சாரத்தைக் கட்டவிழ்த்து விட்டனர்; வெறுப்பை யும் துவேஷத்தையும் உமிழ்ந்தனர்; அவர்களை அவமதித்தனர்;

ஏளனம் செய்தனர். இதன்படிச் சிதறுண்ட மக்கள் தீண்டப்படாதோராகக் கருதப்படலாயினர் என்கிறார். முதலில் பிராமணர்களைச் சிதறுண்ட மக்கள் ஏற்றுக்கொள்ளவில்லை. அதன்படி பிராமணர்களும் அவர்கள்மீது வெறுப்பைக் கட்டமைத்தனர். இதனைப் பரஸ்பர வெறுப்பு என்று குறிப்பிடுகிறார் அம்பேத்கர். அதாவது இரண்டு தரப்புக்குமிடையே ஒரு மோதல் இருந்தது. தீண்டப்படாதோர் பௌத்தர்களாக இருந்ததுதான் இம்மோதலுக்குக் காரணம் என்பதே இதன் பொருள்.

இதே கருத்தைத்தான் தன் எழுத்து முழுவதும் முன் வைத்து வந்தார் அயோத்திதாசர். அவரின் மொத்த எழுத்தின் 'மையமாக இந்தத் தர்க்கமே இருந்தது. பறையர் என்பது பூர்வபெயர் அல்ல என்று கூறிய அவர், பூர்வத்தில் பௌத்தர் களாக இருந்தவர்கள்மீது பௌத்த சத்ருக்கள் சூட்டிய பெயரே அது என்றார். அதன்படி இன்றைய பறையர் என்போர் பூர்வபௌத்தர். இந்தப் பறையர் வகுப்பார் இன்றைக்கும் தங்கள் சடங்குகளை நடத்த பிராமணகுருக்களை வைத்துக் கொள்ளாமைக்கும், பிராமணர்களை விலக்கும் சடங்குகளை நடத்திவருவதற்கும் காரணமாகத் தீராத பகைமை இருக்கிறது. அந்தப் பகைமையின் வேர் இன்றைய பறையர் என்போர் பூர்வத்தில் பௌத்தர்களாக இருந்த நிலைக்குக் கொண்டுசென்று நிறுத்துகிறது. வேடதாரிகளான பிராமணர்களைப் பௌத்தர்கள் ஏற்கவில்லை. பிறகு பல்வேறு உபாயங்கள் மூலமாக மேலுக்கு வந்த வேடதாரிப் பிராமணர்கள் தங்களை ஏற்காதிருந்த பௌத்தர்களை விலக்கும் செயல்பாடுகளில் இறங்கி மெல்லமெல்ல அவர்கள்மீது இழிவுகளைக் கற்பித்துப் பறையர் என்றாக்கினர்.

பறையர்கள் இவர்களை ஏற்காதிருந்த பூர்வ காலத்தின் தொடர்ச்சி காரணமாகவே இன்றைக்கும் பறையர்கள் பிராமணர்களை விலக்கும் சடங்குகளைக் கைக்கொண்டுள்ளனர் என்று விளக்கினார். இதன்படி அவரிடம் சடங்கு எவ்வாறு பொருள் பெறுகிறதென்று பார்க்கிறோம். ஏதோ ஒரு காலத்தில் உண்மையில் நடந்த நிகழ்வின் எச்சமே சடங்கு என்றோ குறியீட்டுப் பொருளில் அர்த்தத்தைக் கொண்டிருப்பது என்றோ அயோத்திதாசர் பார்க்கிறார். எனவே அவற்றை வரலாற்றின் ஒரு கூறாக அவர் புரிந்துகொள்கிறார்.

இவ்வாறு சிதறுண்ட மக்கள் பௌத்தர்களாக இருந்தமை தீண்டப்படாதோர் ஆக்கப்பட்டதற்கான காரணம் என்று கூறும் அம்பேத்கர், அவற்றை விரித்துக் காட்டுவதற்குத் தன்னிடம்

நேரடியான சான்று ஏதுமில்லை என்கிறார். எனவேதான் தன்முடிவை ஊகம் என்று கூறிலும் அவர் ஊகம் என்று முடிவெடுப்பதற்கான மறைமுகக் காரணங்கள் இல்லாமல் இருக்காது. பிராமணர்களுக்கும் தீண்டப்படாதோருக்கும் விரோதம் இருப்பதைச் சுட்டும் இடத்தில் அவர் அவற்றில் பௌத்தத்தைக் காரணமாக இணைத்துகாட்டவில்லை. ஆனால் அடுத்து தீண்டப்படாதோரை முந்தைய காலத்தின் பௌத்தர் என்று யூகிப்பதற்கு அந்த விரோதத்தையே ஆதாரமாகக் கொள்கிறார். இந்த விரோதத்திற்குப் பௌத்தம்தான் காரணம் என்று வேறுசில தர்க்கங்களோடு இணையும்போது யூகித்திருக்கிறார் எனலாம்.

ஆனால் அயோத்திதாசர் இரண்டு தரப்பாருக்கும் இடையே யான பூசலுக்குப் பறையர்கள் பௌத்தர்களாக இருந்ததுதான் காரணம் என்று தொடக்கத்திலேயே சொல்லிவிடுகிறார். ஆனால் நவீன ஆய்வுமுறையியலில் விவரித்துச் செல்லும் போக்கில் ஒன்றை ஊகித்துக்கொண்டாலும் அதனை அதே இடத்திலேயே சொல்ல முடியாது. மாறாக அதற்கான ஆதாரங்களைத் தேட வேண்டும். இதன் மூலம் எழுதுபவரின் அகவிருப்பம் தவிர்க்கப்படுகிறது. உண்மையில் தவிர்க்கப்படுகிறதா அல்லது உருவாகிவிட்ட அகவிருப்பத்திற்கான சான்றுகள் தேடப்படுகிறதா? ஒன்று நடந்திருக்க வாய்ப்பிருந்தாலும் சான்றுகள் கிடைக்காமல் போகுமானால் அது வரலாற்றிற்குள் கொணரப்படாமல் போகலாமா என்பன போன்ற பல கேள்விகள் எழுகின்றன. இருப்பினும் இக்கேள்விகளை இத்தோடு நிறுத்திக் கொள்வோம்.

வரலாற்று ஆய்வில் யூகம் என்பதன் இடம் என்ன என்று இந்நூலின் முன்னுரையில் அம்பேத்கர் விவாதித்திருப்பதைப் பொருத்திப் புரிந்துகொள்ள முடிகிறது. தீண்டாமையின் அடிமூலத்தை ஆராயும்போது பல இடைவெளிகளைக் கண்ணுற்றதாகக் கூறும் அவர் இதனாலேயே ஒரு வரலாற்றாசிரியர் தன் பணிகளை மூட்டைகட்டிவைத்துவிட வேண்டுமா என்று கேட்கிறார். அத்தகைய சந்தர்ப்பங்களில் ஒரு வரலாற்றாசிரியர் நிகழ்ச்சிக்கோவையில், விட்டுப்போன இடங்களை இதுவரை கண்டுபிடிக்கப்படாத கண்ணியிழைகளை ஒருங்கிணைத்துத் தன்னோடு பிணைத்துக் கற்பனைத் திறனையும் உள்ளுணர்வையும் பயன்படுத்த வேண்டும் என்கிறார். மேலும் பிணைக்கப்பட முடியாத உண்மைகளைத் தெரிந்த உண்மையை வைத்து ஒரு தற்காலிகக் கோட்பாட்டையும் உருவாக்க வேண்டும் என்று குறிப்பிடுகிறார்.

அம்பேத்கர் என்ற நவீனகாலச் சிந்தனையாளர் உள்ளுணர்வு, கற்பனைத்திறன் போன்ற சொற்களைக் கையாளுவது வியப்பு அளிக்கலாம். ஆனால் அவர் வரலாற்றாசிரியர் உருவாக்கிக்கொள்ளும் இத்தகைய கோட்பாடு அனுமானத்தை அடிப்படையாகக் கொண்டு பரிசீலிப்ப தற்குத் தகுதியுடையதுதானா, முன்வைக்கும் விவரங்களுக்குப் பொருத்தமுடையதுதானா என்று கவனம் செலுத்தக் கோருகிறார். கோட்பாட்டின் சில பகுதிகள் அனுமானத்தோடு தொடர்புடையதாக இருப்பதாலேயே தவறானதாகிவிடாது. தீண்டாமை என்னும் தொன்னெடுங்கால அமைப்பை எழுதுவது மூலாதாரங்களைக் கொண்டு திட்டவட்டமாக எழுதப்படும் வரலாற்றைப் போன்றதல்ல, மூலாதாரங்கள் இல்லாமலே வரலாற்றைப் புனைந்தியற்றும் முயற்சி என்று சொல்வது குறிப்பிடத்தக்கது. இந்தப் பணி உடைந்த கற்களிலிருந்து மறைந்துபோன நகரை நிர்மாணிக்கும் தொல்பொருள் ஆராய்ச்சியாளரின் பணியை ஒத்தது. சிதறிக் கிடக்கும் எலும்புகளையும் பற்களையும் கொண்டு அழிந்துபோன ஒரு தொன்ம விலங்கை உருவகித்துக் காணும் புதைபடிவ ஆய்வாளரின் பணியை ஒத்தது என்றெல்லாம் வர்ணிக்கும் அவர் அத்தகைய வரலாற்றை ஒரு கலைப்படைப்பு என்று கூறுகிறார்.

எனவே தீண்டப்படாதோரின் தோற்றம் பற்றிய அவரது முடிவுகளில் ஊகம் பங்காற்றுவதைப் பார்க்கிறோம். அதை அவர் அங்கீகரிக்கவும் செய்திருக்கிறார். அதன்படி பௌத்தர்களே தீண்டப்படாதோர் ஆயினர் என்ற ஊகத்திற்கு இரு தரப்பிலும் விரோதம் இருந்தது என்று மேற்கோள் தரவோடு ஆதாரம் கிடைத்த பிறகுதான் அது அர்த்தம் பெறுகிறது.

எது எப்படியிருப்பினும் விரோதம், பௌத்தம் என்ற அம்பேத்கரின் இரண்டு முடிவுகளையும் அயோத்திதாசரும் தன்னுடைய மொழிக்குட்பட்டுப் பேசியிருக்கிறார். அவர் நவீன ஆய்வு மொழி கொண்டவர் இல்லையென்றாலும், அம்பேத்கர் வலியுறுத்தும் ஊகம், கற்பனைத் திறனைக் கொண்டு வரலாற்றை எழுதும் முயற்சியில் ஈடுபட்டார். நவீன ஆய்வுக்கு ஊகமாகத் தெரிவது மரபான யோசனைமுறைக்கு நடப்பாகத் தெரியலாம்.

அயோத்திதாசருக்குக் கதை, சடங்கு, ஊர்ப்பெயர் என்று ஒவ்வொன்றுக்கும் வரலாறு தெரியும். இவற்றைப் புரிந்து கொள்ள அவர் சரியானவர், இவர் தவறானவர் என்று எதிர்மறையாகப் பார்ப்பதிலிருந்து விடுபட வேண்டும். அப்போதுதான் சிலவற்றைத் திறந்த மனத்தோடு விவாதிக்க முடியும். ஆய்வுச் சட்டகத்தைப் போலவே அவை ஈன்றளிக்கும்

முடிவுகளும் முக்கியமானதே. மரபான நடைமுறைகளை வேறெந்தத் தரவுகளும் இல்லாத நேரத்தில், துணைத் தரவுக்குள் ஒன்றாக மட்டுமே எடுத்துக்கொள்ளும் நவீன ஆய்வுமொழி அவற்றை ஊகம், மறைமுகச் சான்று எனப் பெயரிட்டு எடுத்துக் கொள்கிறது.

நவீன ஆய்வு மொழியைச் சேர்ந்த அம்பேத்கர் ஊகம் என்றும் மறைமுகச் சான்று என்றும் சொல்வதும் இவ்வாறுதான். தீண்டப்படாதோர் பௌத்தர்கள் என்ற முடிவுக்கு வந்துவிட்டா லும் அவர், அதற்கு நேரடிச் சான்று ஏதும் இல்லை என்று கூறுவது இதன்படியே. ஆனால் அயோத்திதாசருக்கு இவை பிரச்சினையாய் இருந்திருக்கவில்லை. ஒரு ஏட்டுச்சுவடி, ஐதீகம், கதை, சடங்கு, சமகால நடைமுறை என எல்லாமும் சான்றுகளா கின்றன. அவற்றை ஆய்வுக்கான சான்றுகளாக மட்டும் நிறுத்திவிடாமல் அவற்றையே மாற்றுக் கதையாடலாக விவரிக்கிறார் அல்லது மாற்றுக் கதையாடலைக் கண்டுபிடித்துக் கொள்கிறார். அம்பேத்கர் நவீன ஆய்வுக்காகச் சொல்லும் கற்பனைத்திறனும், அனுமானிக்கும் திறனும் அயோத்திதாசரிடம் விரிவாகப் பங்காற்றுகின்றன. அயோத்திதாசரின் யோசனைமொழியே அதுவாகத்தான் இருக்கிறது. இவற்றை நபர்களின் பிரச்சினைகளாகப் பார்ப்பதிலிருந்து விலகி அவரவர் மேற்கொண்ட ஆய்வு மொழிகள், புரிதல் என விரித்த பார்வைகளாகப் பார்ப்பது நலம்.

அடுத்து பௌத்தர்கள்மீது பிராமணர்கள் கொண்டிருந்த விரோதத்திற்கும் ஆதாரங்களைக் காட்டும் அம்பேத்கர், பிராமணர்கள் மொத்த இந்துக்கள் மனத்திலும் இதே (சாதிபேதம்) நஞ்சை ஊட்டிவிட்டனர் என்றும் கூறியுள்ளார். இந்த இரண்டு கருத்துகளையும் அயோத்திதாசரும் கூறியிருக்கிறார். மனு, சமஸ்கிருத நாடகம் போன்ற செவ்வியல் எழுத்துப் பிரதிகளே அம்பேத்கரின் ஆதாரங்கள். அயோத்திதாசருடையவை எழுத்துப்பிரதிகள் மட்டுமல்ல; எழுத்தில் வராத பதிவுகளும் உண்டு. அதன்படி பிற இந்துக்கள் மனத்தில் பௌத்தர்கள்மீதான விரோதம் பரப்பப்பட்ட விதத்தை உள்ளூர் நடைமுறை யிலிருந்து விவரிக்கிறார். அதாவது அம்பேத்கரின் கூற்றை வேறுமொழியில் அயோத்திதாசர் விளக்கியிருக்கிறார். கதைகள், பெயர்கள், நம்பிக்கைகள் வழியாக சாதி இழிவைப் பரப்பியிருக்கிறார்கள். அதனால்தான் அவை மக்கள் உளவியலில் தங்கி அவர்களின் ஓர்மை இல்லாதிருக்கும் சமயத்திலும் அனிச்சைச் செயலாக / சிந்தனையாகச் செயல்படுகிறது என்றார். அதாவது ஒன்று புனைவாக இருந்தாலும்கூட மக்கள் நம்பத் தொடங்கும்போது உயிர்ப்புள்ளதாக மாறிவிடுகிறது. இவ்வாறு

மக்களை நம்பவைக்கத் திரும்பத் திரும்பச் சொல்லுதல் என்ற செயல்முறை கையாளப்பட்டதாகக் கூறுகிறார். ஒரே விஷயத்தை வேறுவேறு பெயர்களில் திரும்பத் திரும்பச் சொல்லும்போது சமூக மனத்தில் நனவிலியில் அது பதிந்துபோகிறது. பௌத்தர்கள் மீதான இழிவு இவ்வாறுதான் புனையப்பட்டும் திரிக்கப்பட்டும் பிற இந்துக்களிடையே பரப்பப்பட்டது.

மேலும் அவற்றைக் கண்ணுக்குத் தெரிகிற நடைமுறை களில் அல்லாமல் கதைகள், பாடல்கள், வழக்குச்சொற்கள், சடங்குகள் ஆகிய மக்களிடம் புழங்கும் பண்பாட்டு வடிவங்கள் மூலமாகப் பரப்பினர் என்றார். அயோத்திதாசர் அவை பரவுவதற்கான வலுவான காரணிகளாக இவையே இருந்திருக்க முடியும் என்பது அவர் நம்பிக்கை. உதாரணத்திற்கு பார்ப்பனர், பறையர் என்கிற எதிர்மறை பறப்பன, ஊர்வன, (பாப்பார காகம் x பறை காகம்; பாப்பார நாகம் x பறைநாகம்; பாப்பார மைனா x பறைமைனா) வாயிலாக மக்களிடம் பரப்பப்பட்டு இயல்பாகப் பயிலப்படுவதைப் பலமுறை எழுதிச்செல்கிறார். அரிச்சந்திர புராணம், நந்தனார் கதை யென்று மக்களிடம் பரவியிருக்கும், கதைகள் இந்த இழிந்த பெயரைக் கண்ணுக்குத் தெரியாத வகையில் மக்களின் நினைவில் சேர்ப்பதற்கே என்றும் குறிப்பிட்டார். எனவே இன்றைய பறையர் (தீண்டப்படாதோர்) பௌத்தர்களாக இருந்தனர் என்பதற்குச் சான்றளிக்க அயோத்திதாசர் சிறிதும் தயங்கவில்லை. எங்கிருந்தும் அவர் சான்றுகள் எடுக்கத் தயங்கவில்லை. ஏனென்றால் சாதி என்னும் புனைவைச் சாதி இழிவு மறுப்பு என்னும் மாற்றுப் புனைவு மூலம் அவர் எதிர்கொண்டார். எனவே அவருக்கான சான்றுகள் புலப்படுவதாக இல்லாமல் அன்றாட நடைமுறைகளில் கண்ணுக்குத் தெரியாமல் புழங்குவதாக இருக்கலாம். இதற்குக் காரணம் அயோத்திதாசருக்கு இருந்த புரிதல் சட்டகம். நவீன சட்டகத்தின் செல்வாக்கு இல்லாததால் வாழ்க்கை நடைமுறைகள் அவரிடம் சான்றுகளாக உள்ளன. இச்சான்றுகள் அவர் நேரில் பார்த்தவை. அவற்றில் அவரே புழங்கினார். ஆனால் இதே முடிவை எட்டும் அம்பேத்கர் அதற்கு நேரடியான சான்றுகள் ஏதுமில்லை என்று கூறுவதைக் கவனிக்கலாம். அவர் நேரடியாகப் பார்த்திருந்தாலும் பார்க்காதிருப்பினும் அவற்றை உடனே சான்றாக்கிவிட முடியாது. ஏனெனில் அவற்றில் கலக்காமல் தனித்திருக்கிறார். எனவே அவற்றைப் பயன்படுத்துவதில் ஒரு வரையறை உருவாகி விடுகிறது. விசாவுக்காகக் காத்திருத்தல் தவிர அவர் நூல்களில் தன்னைப் பற்றிய தனிப்பட்ட சான்றுகள் இருப்பதில்லை. தீண்டப்படாதோர் பௌத்தர்களே என்ற முடிவெடுக்கத்தக்கத்

தர்க்கம் கிடைத்திருந்தாலும் அவற்றை அவர் சான்றுகளாகக் கொள்ளவில்லை. மாறாக மனு, ஸ்மிருதி, சமஸ்கிருதத்தில் எழுதப்பட்ட நாடகம் போன்ற பழைய எழுத்துப் பிரதிகளிலிருந்தே புறநிலையாகச் சான்றுகளைத் தரவுகளாகக் கொண்டிருப்பதைக் கவனிக்கலாம்.

புறநிலை ஆதாரமாகத் தரமுடியாத நிலையில் அதை அவர் ஊகம் என்ற நிலைப்பாடு மூலம் சமன் செய்துகொள்கிறார். இதனால்தான் அயோத்திதாசர் கற்பனைத்திறனுடன் உருவாக்கும் பௌத்தக் கதையாடல் அம்பேத்கரிடம் ஆய்வாக மட்டும் நிற்கிறது. பிறகுதான் நவீன தர்க்கத்திற்கேற்ற பௌத்தத்தின் கடந்த காலத்தை 'புத்தரும் அவர்தம் தம்மமும்' நூலில் கட்டி யெழுப்பினார். அம்பேத்கர் இந்நூலின் முன்னுரையில் ஊகம், கற்பனைத்திறன் என்று கூறியிருப்பதற்கு அவர் ஏற்றிருந்த முறையியலிலேயே இடமில்லாமல் போய்விட்டது குறிப்பிடப்படவேண்டிய செய்தி.

எனவே அயோத்திதாசரை அம்பேத்கர் குறிப்பிடாமல் போனமைக்குப் புறமெய்யாகப் பார்த்தால் ஆதாரம் இல்லை. ஆனால் உள்ளார்ந்த (உள்மெய்) தொடர்பு இருந்திருக்கிறது. 'முகநக நட்பது நட்பன்று' என்ற குறளடி நினைவுக்கு வருகிறது

காலச்சுவடு, ஏப்ரல் 2020

5

நந்தன் கதை என்னும் உருவகம்: அயோத்திதாசரின் வரலாற்றுக் கதையாடல்

நந்தனார் என்ற சிவனடியாரின் கதையை எதோவொரு வகையில் கேட்டிருப்போம். அந்தணரிடம் கூலியாக இருக்கும் பறையடிமையான நந்தனார், பல தடைகளைத் தாண்டி சிதம்பரத்தி லுள்ள நடராஜரைத் தரிசித்து நெருப்பில் இறங்கித் தன்னுடைய புலைப்(இழி)பிறப்பை நீக்கிச் சிவனிடம் சேர்கிறார் என்பதே கதை. ஒடுக்கப்பட்டவர்களுக்கான முன்னுதாரணமாக இன்றளவும் இக்கதை பரவலாகச் சொல்லப்படுகிறது. சமூகத்தால் தரப்பட்டிருக்கும் வழிமுறைகளைப் பணிந்து ஒடுக்கப்பட்டவர் ஏற்றுக்கொள்ளும்போது இழிவிலிருந்து மீண்டு (அடியாராகி) மேலே வர முடியும் என்பதே இக்கதையின் அர்த்தம். இவ்வாறு இருக்கும் நந்தனாரை முன்வைத்து அவர் சார்ந்த சாதிமீது கூறியிருக்கும் இழிவை அக்கதை மறுப்பதில்லை.நந்தனார் கதை பற்றி பல்வேறு ஆய்வுகள் தமிழில் எழுதப்பட்டிருக்கின்றன.

நந்தனார் கதையின் வடிவங்கள்

நந்தனார் கதையின் பல்வேறு கதை வடிவங்களையும் மாற்றங்களையும் குறித்து ஆய்வுகள் நடந்துள்ளன (க. கைலாசபதியின் புலைப்பாடியும் கோபுரவாசலும் என்கிற விரிவான கட்டுரை, மா. உத்திராபதி காலந்தோறும் நந்தன் கதை என்கிற

தலைப்பில் சென்னைப் பல்கலைக்கழகத்திற்காக மேற்கொண்ட ஆய்வு). இந்த ஆய்வுகள் நந்தனார் கதைக்கு இலக்கிய அளவில் தொடர்ச்சியும் வளர்ச்சியும் இருந்திருப்பதை விவரித்திருக் கின்றன. சுந்தரரின் திருத்தொண்டர் தொகை, நம்பியாண்டார் நம்பியின் திருத்தொண்டர் திருவந்தாதி, சேக்கிழாரின் பெரியபுராணத்தில் இடம்பெற்ற திருத்தொண்டர் புராணம் போன்றவற்றிலிருந்து நந்தனார் கதைக்கான புள்ளிகள் இனங்காணப்பட்டிருக்கின்றன. சைவ சமய ஏகபோகத்தின் பின்னணியில் இந்தக் கதை வளர்த்தெடுக்கப்பட்டுள்ளதை அந்த ஆய்வுகள் மூலம் புரிந்து கொள்ளமுடிகிறது. இத்தகைய படைப்புகளின் வளர்ந்த வடிகமாகவே 19ஆம் நூற்றாண்டில் கோபாலகிருஷ்ண பாரதியாரால் எழுதப்பட்ட நந்தனார் சரித்திரக் கீர்த்தனை (1861) என்று விளக்கியிருக்கின்றனர்.

நந்தனார் கதைக்கு இத்தனை வடிவங்கள் இருந்த போதிலும் இன்றைக்குப் பரவலாக அறியப்பட்டிருப்பது கோபாலகிருஷ்ண பாரதியார் எழுதிய வடிவம்தான். காரணம் இவ்வடிவம் புலமை நெறியினரோடு நில்லாமல் நாடகம், கதை, பாடல் என்றெல்லாம் பரப்பப்பட்டது. எனவே இந்தக் கதை சைவ பக்தியுணர்வுடைய அடியார் ஒருவரின் கதையைச் சொல்வதற்குப் பயன்படக்கூடிய அதேவேளையில் ஒடுக்கப்பட்ட வகுப்பினரின் அடையாளங் களைத் துல்லியப்படுத்துவதற்கும் பயன்படுத்தப்படுகிறது. கதையில் நந்தனார் சமூக ரீதியாகத் தனக்கு வழங்கப்பட்ட வரிசையை ஏற்றுக்கொண்டு அதன் வழியே ஏறிவரக் கூடியவராகச் சொல்லப்படுகிறார். மேலே அவருடைய (இழிவான) வாழ்க்கை நிலை பற்றி எந்தக் கேள்வியும் இப்பிரதிகளுக்கு இல்லை. மாறாக அதை இயல்பானதாகப் படைத்திருக்கின்றன.

நந்தனாரின் நிலையைக் கேட்டு பரிதாபப்பட்டு உருகி அக்கதையை ஏற்கும் நம் நினைவில் அச்சமூகத்தவர் பற்றிய இத்தகைய வாழ்வியல் இழிவுகளும் சேர்ந்தே சேகரமாகிறது. வரலாறு முழுவதும் ஒரு சமூகம் இழிவாகவும், மற்றொரு சமூகம் பெருமையாகவும் தொடர்ந்து இருந்து வந்திருக்க முடியாது. ஆனால், நந்தனார் கதையானது சாதிகள் இன்றைக்குக் கொண்டிருக்கும் தகுதியையே (பெருமை x இழிவு) வரலாறு முழுமைக்குமானது என்று சாராம்சப்படுத்துகிறது.

அயோத்திதாசரின் நந்தன் கதை

நந்தனார் பற்றி இச்சட்டகங்களுக்குள் அடங்காத முற்றிலும் வேறொரு கதையும் இருக்கிறது. அத்தகையதொரு கதையை அயோத்திதாசர் எழுதியிருக்கிறார். இக்கதையில் அவன் பெயர்

நந்தனார் அல்ல. மாறாக நந்தன். புன நாட்டிற்குக் கிழக்கே வாதவூர் என்னும் தேசத்தை நந்தன் ஆண்டு வந்தான். பௌத்த நெறியை உள்வாங்கிய அவன் தன் நாட்டையும் பௌத்த நெறியின்படி ஆண்டு வந்தான். இந்நிலையில் புரூசிக நாட்டிலிருந்து வந்த குடியினர் இவற்றைக் கண்டு பொறாமை உற்று நந்தனின் நாட்டை வசப்படுத்தும் திட்டத்தோடு காத்திருந்தனர். அதற்கு அருகிலிருந்த சோணாட்டில் சிவாலயம் என்ற பெயரில் ஒரு கோயிலைக் கட்டி அதில் ஒரு சிலையை வைத்து அதன்மேல் ஒரு துளையை உண்டாக்கி நீர் வரும்படி செய்து சாமி சிலை மீது விழும்படி செய்தனர். சாமி தலையிலிருந்து நீர் விழுகிறது என்று மக்களிடையே சொல்லி நம்ப வைத்திருந்தனர். பிறகொரு நாளில் அவர்கள், நந்தனின் நாட்டுக்குச் சமண முனிவர்களைப் போலச்செய்து கொண்டு சென்றார்கள். இப்புதியவர்களை நந்தன் பார்க்க விரும்பினான். அவனிடம் சென்ற வேடதாரி பிராமணர்கள் சில சமஸ்கிருத ஸ்லோகங்களைக் கூறினார்கள். இவர்களை விவேகம் மிகுந்தவர்களாக அவன் எண்ண வேண்டுமென்பதே சுலோகம் சொன்னதன் நோக்கம்.

ஆனால், இவர்களின் பொய்வேடம் பற்றி ஏற்கெனவே அறிந்திருந்த பௌத்த (சமண) முனிவர்கள். மன்னனிடம் இவர்கள் பௌத்தத் துறவிகள் அல்ல. மாறாக இங்கிருக்கிற மெய்க் குருக்களைப் போல் வேடமிட்டு நாட்டுக்குடிகளை ஏய்க்க வந்தவர்கள் என்றனர். உடனே பௌத்த ஞானியாகிய அஷ்வகோஷரை வரவழைத்து விசாரிக்க வைத்தான். விசாரணையில் அவர்களின் பொய் வேடம் புலப்படத் தொடங்கியது. அவர்கள் கூறும் தேசத்தைத் தெரிந்து வரும்படி ஒற்றர்களை அனுப்ப முற்பட்டான் நந்தன். ஒற்றர்கள் உண்மை அறிந்து வந்தால் தாங்கள் இதுவரையிலும் சொல்லிவந்த பொய்கள் பறையப்பட்டுவிடும் என்று அஞ்சி அவர்கள் நந்தனைக் கொல்லத் திட்டமிட்டார்கள்.

நந்தனை நோக்கி நாங்கள் இந்த நாட்டைச் சேர்ந்தவர்கள் தான் என்பதற்கு இங்கேயே சான்றுகள் இருக்கின்றன என்றார்கள். அதாவது நாங்கள் பூர்வீகமாக வணங்கி வரும் சிவாலயம் இங்கிருக்கிறது. அந்தளவுக்கு நாங்கள் பூர்வீக மானவர்கள் என்றனர். நந்தன் அவற்றை நேரில் பார்த்தறிய விரும்பினான். அதற்கு அவர்கள் நிபந்தனை விதித்தனர். நீங்கள் மட்டும் வந்தால்தான் அவற்றைப் பார்க்கமுடியும் என்றனர். நந்தன் அரண்மனைக்கு மேற்கே தில்லை மரங்கள் அடர்ந்த காட்டில் மண்ணைத் தோண்டி அதன் மத்தியில் கல்லாலான தூண்கள் அமைத்துக் கட்டடம் போலச் செய்திருந்தனர். நந்தன் அதன் மத்தியில் காலை வைத்ததும் உள்ளே விழுந்தான்.

ஸ்டாலின் ராஜாங்கம்

இப்படியாகப் பொறி வைத்து நந்தன் கொல்லப்பட்டான். ஊருக்குள் திரும்பிவந்த வேடதாரி பிராமணர்கள் நந்தனை சாமி உள்வாங்கிக் கொண்டார் என்று கதையைப் பரப்பினர். ஏற்கெனவே நந்தன் மீது பொறாமை கொண்டிருந்த சிற்றரசர்கள் துணையோடு நந்தனின் நாட்டைக் கைப்பற்றச் செய்தனர் வேடதாரிகள். இதுதான் அயோத்திதாசர் எழுதிய நந்தன் கதை.

○

நமக்கு இப்பொழுது சில கேள்விகள் எழும். அயோத்திதாசர் சொல்லுவது கதை. அவற்றை எவ்வாறு ஏற்பது? இதற்கு வரலாற்றுரீதியான சான்றுகள் இருக்கிறதா? என்பதான கேள்விகளே அவை.

முதலில் ஒன்றைப் புரிந்துகொள்ளவேண்டும். அயோத்திதாசர் சொல்வது கதைதான், கதையை வரலாறாகக் கொள்ளக் கூடாதுஎன்றால், சுந்தரர் தொடங்கி கோபாலகிருஷ்ண பாரதியார் வரை நந்தனார் பற்றி எழுதியிருப்பவையும் கதைகளே. ஆனால் அவற்றைச் சொல்லும்போது யாரும் இது கதைதானே என்று கேட்பதில்லை. ஒருவேளை யோசித்து பதில் சொல்லும்போது வேண்டுமானால் கதை என்று ஏற்றுக்கொள்வார்கள். ஆனால் இயல்பான தருணங்களில் அவற்றை வரலாறாகவே ஏற்க நம் மனம் பழகிவிட்டிருக்கிறது. வெகுஜன மனத்தில் கதைக்கும் வரலாறுக்கும் பெரிய வித்தியாசம் இருப்பதில்லை. இங்கு கதை வரலாற்று வடிவிலும், வரலாறு கதை வடிவிலும் நிலவுகிறது என்பதே உண்மை. ஒரு காலகட்டம் வரையிலும் (இன்றைக்கும்) இங்கு யாவும் கதை வடிவிலேயே சொல்லப்பட்டு இருக்கின்றன. வெகுஜன உளவியல் அவற்றை உண்மையா? பொய்யா? என்று யோசிப்பது அரிது. தேவையா? தேவையில்லையா? என்பதிலிருந்து எந்தவொன்றையும் பார்க்கிறது.

இதுவரை சொல்லப்பட்டு வந்த நந்தனார் கதைக்கு வரலாற்றுச் சான்றுகள் இருக்கிறதா என்று நாம் கேட்ட தில்லை. இது ஏன் நடக்கிறது? உடனடிப் புரிதலில் பார்த்தால் நம்முடைய பிழை போலத் தோன்றும். ஆனால் இது சமூக உளவியல் தொடர்புடைய பிரச்சினை. அதிலும் இது சமூகத்தின் கூட்டு உளவியல் சம்பந்தப்பட்டது.

ஒரு விசயம் எப்போது உண்மையாகிறது? அந்த விசயம் பௌதீக ரீதியாக ஓரிடத்தில் இருப்பதால் உண்மையென்று ஏற்கப்படுகிறதா? உண்மையில் ஒரு விசயம் ஓரிடத்தில் இருக்கிறதோ இல்லையோ அப்படியொரு விசயம் இருப்பதாகக் கருத்தொன்றை உருவாக்கி மக்களின் நினைவை எட்டும் வகையில் தொடர்ந்து பரப்பிவிட்டால், அது தோன்றிய விதம்

பற்றிய விசாரணையெல்லாம் மறக்கப்பட்டு 'சொல்லப்பட்டு வருவதனாலே'யே ஏற்கப்பட்டுவிடுகிறது. நாம் இன்றைக்கு வரலாறாக ஏற்றுக்கொண்டிருக்கும் பலவும் இவ்வாறு கதைகளாகச் சொல்லத் தொடங்கியவையே ஆகும். ஆரம்பத்தில் ஏற்பு இல்லாதிருந்தாலும் தொடர்ந்து சொல்லப்பட்டு, சொல்லப்பட்டு அவை ஏற்பை அடைந்துவிடுகின்றன. எனவே நாம் வரலாறாக ஏற்றுக்கொண்டிருக்கும் பலவும் கதையாக உருவாகி கதையாக நீடிப்பவையே.

அயோத்திதாசர் காட்டும் நந்தன் கதை மீது கேள்வி எழ மற்றுமொரு காரணமும் இருக்கிறது. அதாவது ஏற்கெனவே நம்பப்பட்டு வரும் ஒரு விசயத்திற்கு மாற்றாக, புதிய விஷயத்தைச் சொல்லுவோமானால் நம் மனம் உடனடியாக ஏற்காது. அவை புதியவை. எனவே அவற்றை நோக்கிப் பல கேள்விகள் எழும். சந்தேகம் கொள்ளுவோம். புதியவற்றின் மீதான அச்சம் மட்டும் இதற்குக் காரணமல்ல. பழையவற்றைத் தக்கவைத்துக் கொள்ளுவதில் உள்ள எளிமையும் பாதுகாப்பும்கூட இதற்குக் காரணம். அயோத்திதாசரின் நந்தன் கதையை முதன்முறையாகக் கேட்கும்போது ஏற்கெனவே கேட்டு வந்தவற்றிலிருந்து மாறுபட்டதாக இருக்கிறது; புதிதாக இருக்கிறது. அதனால் பல கேள்விகள் எழுகின்றன. என்றாலும், இதுவரையிலும் உலவும் கதைகள் எவ்வாறு ஏற்கப்பட்டிருக்கின்றன என்பவற்றைப் பார்த்தாலே இதிலுள்ள பிரச்சினையைப் புரிந்துகொண்டுவிட முடியும். நம்முடைய சமூகத்தில் புதிய விசயங்கள் அறிமுகமான ஒவ்வொரு காலகட்டத்திலும் அவற்றைப் பற்றிப் பல்வேறு விவாதங்கள் நடந்தபிறகே ஏற்பு பெற்றுள்ளன என்பதை இங்கு நினைவில் கொள்ளவேண்டும். இவை எல்லாவற்றையும் தாண்டி அயோத்திதாசர் கூறும் நந்தன் கதைக்குப் பல்வேறு சான்றுகளும் கிடைக்கின்றன. தேவைதான் தேடலைச் சாத்தியப்படுத்துகிறது.

o

தலைகீழாக்கமும் நேர்செய்தலும்

நந்தன் என்னும் பௌத்த அரசன் கொல்லப்பட்டான் என்பதோடு இந்தக் கதையை அயோத்திதாசர் நிறுத்திவிடவில்லை. மாறாக நந்தன் என்னும் மன்னன் இருந்தான் என்பதும் அவன் சூழ்ச்சியால் கொல்லப்பட்டான் என்பதும் தெரியக்கூடாது என்பதற்காகச் சமூக நினைவில் அவனைப் பற்றி முற்றிலும் வேறொரு புதிய கதையை (நந்தனார் கதை) உருவாக்கியிருக்கிறார்கள். மேலும் அப்புதிய கதையைக் கேள்வியில்லாமல் ஏற்றுக்கொள்ள வேண்டுமென்பதற்காக

அதன் மீது புனிதத்தை ஏற்றி வெவ்வேறு வடிவங்களில் திரும்பத் திரும்பப் பரப்பி ஏற்க வைத்துள்ளனர். இவ்வாறு பின்னாட்களில் பரப்பப்பட்ட இப்புதிய (பொய்) கதை மட்டுமே மக்கள் நினைவில் நிலைத்துப்போனது என்பதையும் சொல்லியிருக்கிறார். நந்தன் வரலாற்றைச் சொல்லியதைக் காட்டிலும் நந்தனார் என்ற புதிய கதை ஏற்கப்பட்ட நுட்பத்தைச் சொல்லியதில் தான் அயோத்திதாசரின் முக்கியத்துவம் இருக்கிறது.

இவ்வாறுதான், நிலைத்துவிட்ட நந்தனார் கதைக்கு நேரெதிர் திசையில் நிற்கிறது அயோத்திதாசர் கூறும் நந்தன் கதை. ஏறக்குறைய முற்றிலுமான தலைகீழாக்கம் இது. இதனை நாம் நந்தனார் கதையை அயோத்திதாசர் தலைகீழாக்கிவிட்டார் என்றே விளங்கிக்கொள்ள விரும்புவோம். ஆனால் இதில் வேறொரு அர்த்தம் அடங்கியிருப்பதையும் நாம் கவனிக்கத் தவறக்கூடாது. அதாவது அயோத்திதாசரின் கதை தலைகீழானது என்று கூறுவதின் மூலம் இங்கிருந்து வந்த நந்தனார் கதை நேரானது, அதாவது சரியானது என்ற பொருளைத் தந்துவிடுகிறோம். இவ்விடத்தில்தான் நந்தனார் கதை, தன் நோக்கத்திற்கு ஒத்து வரவில்லை என்பதால் தலைகீழாக எழுதிக்கொண்டார் அயோத்திதாசர் என்ற நிலைப்பாட்டிற்கும் போய்விடுகிறோம். இதன் மூலம் அயோத்திதாசரின் நந்தன் கதையும் ஒரு புனைவு என்று கருதிக்கொள்கிறோம்.

ஆனால் அயோத்திதாசர் இதனைத் தலைகீழாக்கமாகக் கருதவில்லை. மாறாக அவர் கூறிய நந்தன் கதையையே நேரானது (மெய்க்கதை), முந்தையது என்றார். அதையே பின்னால் வந்த வேடதாரி பிராமணியம் திரித்து நந்தனார் கதையாக (பொய்க்கதை) எழுதிக்கொண்டது என்கிறார். அவருடைய இக்கூற்றின்படி பார்த்தால் வேடதாரி பிராமணியம் செய்ததுதான் தலைகீழாக்கம். அவ்வாறு நிகழ்த்தப்பட்ட தலைகீழாக்கத்தை நேர் செய்வதாகக் கருதியே அவர் நந்தன் கதையை எழுதினார். அவர் வார்த்தை களில் இதனைக் கூற வேண்டுமானால் அவரின் நந்தன் கதை மெய்க்கதை. பண்ணையடிமை நந்தனார் கதை பொய்க்கதை.

நந்தன் கதையிலும், நந்தனார் கதையிலும் உள்ள அடிப்படையான வேறுபாடு என்ன? ஒரு கதைக்கு மற்றொரு கதை தலைகீழாக இருக்கிறது. ஒரு கதையில் அரசன்; மற்றொரு கதையில் அடிமை. அதாவது முற்றிலும் எதிரெதிர் நிலை. தகுதியைப் பொறுத்த வரையில் அரசன் என்பது உச்சநிலை. அடிமை என்பது கடைநிலை. இந்த அளவிற்கான உச்சபட்ச எதிர்நிலையை ஏன் எடுக்கவேண்டும்? அதாவது ஏற்கெனவே இருந்த நிலையின் (அரசன்) தடயம்கூட இல்லாமல் மறைத்துவிடவேண்டும் என்றால் உச்சபட்ச எதிர்நிலை எடுத்தால்தான், அதைச் செய்யமுடியும்

என்ற எண்ணமே இதில் செயல்பட்டிருக்கிறது. அதனை (அடிமை நிலை) புரிந்துகொண்டு எதிர்கொள்ளும் அயோத்திதாசர், அதற்கு எதிரான மற்றொரு நிலைப்பாட்டை (அரசன்) முன்வைத்தார். அடிமை என்கிற உச்சபட்ச இறுதிநிலைக்கு மாற்றாக அரசன் என்கிற உயர்நிலையை வைக்கிறார். அதையே பூர்விக வரலாறு என்றும் கூறுகிறார்.

பௌத்த வரலாற்றிற்கான உருவகமாகும் நந்தன் கதை

நந்தனார் கதையை, நந்தன் என்னும் மன்னனின் கதையாக ஊடறுத்து எழுதினார் அயோத்திதாசர் என்பதோடு விஷயம் முடிந்துவிடவில்லை. இந்தக் கதையை அயோத்திதாசர் எழுதியது அவர் பார்வையிலான மொத்த வரலாற்றியலைப் புரிந்து கொள்வதற்கான ஒரு சாவியாக அமைந்திருக்கிறது என்பதுதான் இதிலிருக்கும் சுவாரஸ்யம். அதாவது அயோத்திதாசர் பௌத்தம் பற்றியும், சாதி அமைப்பு பற்றியும் தன் பார்வைக் கோணங்களைத் தொடர்ந்து பதிந்து வந்தார். அவற்றின் நீட்சியாகவே நந்தன் கதையையும் எழுதினார். அந்தவகையில் நந்தன் கதை ஒரு உருவகமாக (*Metaphor*) இருக்கிறது எனலாம். அதாவது அயோத்திதாசர் முன்வைக்கும் மொத்தச் சமூகப் பண்பாட்டு வரலாற்றையும் புரிந்துகொள்வதற்கான உருவகமாக அக்கதையைக் கொள்ளலாம்.

ஒடுக்கப்பட்ட சமூகம் மீதான இழிவுகளுக்கு அம்மக்களையே காரணமாக்குகிற வரலாற்று வாதத்திலிருந்து அவர்களை விடுவிக்க முயன்று வந்தவர் அயோத்திதாசர். தத்துவங்களுக் கிடையிலான முரண்பாட்டில் சாதியமைப்பு தோன்றிது. அது அதிகாரத் தலைகீழாக்கத்தை உருவாக்கியதன் மூலம் தன் இருப்பைத் தக்க வைத்திருக்கிறது என்று புரிந்திருந்தார். இங்கு சொல்லப்படும் அதிகாரமென்பது அரசியல் அதிகாரம் அல்ல, பண்பாட்டு அதிகாரம். பௌத்தமே அந்தப் பண்பாடு. சாதிபேத வரலாற்றையும் அதன் இழிவிலிருந்து மீளுவதையும் சாதியின் பெயரிலான வரலாறாக அவர் எழுதவில்லை. மாறாக பௌத்தம் பற்றிய மீள்வாசிப்பினூடாக அவற்றைக் கட்டமைத்தார் என்பதுதான் அவரின் தனித்துவம். இந்தியாவில் தன்னுடைய நிலையிலிருந்து பௌத்தம் கீழிறக்கப்பட்டதையும், குறிப்பிட்ட மக்கள் குழுவினர் தீண்டப்படாதார் என்று இழிவாக்கப்பட்டதையும் ஒன்றாகப் பார்த்தார். அவை இரண்டையும் இணைத்த வரலாற்றுச் சொல்லாடலைக் கட்டியெழுப்பினார். இன்றைய தீண்டப்படாதார் பூர்வத்தில் பௌத்தர்களாக இருந்தவர்கள் என்ற முடிவை இவ்வாறே அவர் வந்தடைந்திருந்தார்.

இந்தியா முழுக்க நந்தன் என்னும் பெயர் பௌத்த மரபோடு பிணைந்ததாக இருக்கிறது. ஆனால் தமிழில் மட்டும் (நந்தனார் கதை) அப்பெயர் ஒரு சாதியோடு, அதுவும் பறையன் என்னும் பெயராக ஏன் குறிப்பிடப்பட்டிருக்க வேண்டும்? இவ்விடத்தில் தான் அயோத்திதாசர் பௌத்தன் என்பதற்கும் பறையன் என்பதற்கும் இடையே தொடர்பிருக்க முடியுமா? என்ற தேடலுக்கு வருகிறார். முடிவில் இரண்டிற்கும் இடையில் தொடர்பிருக்கிறது என்ற கருத்திற்கு வந்தடைகிறார். பறையன் என்பது சாதியின் பெயராக இல்லை. குறிப்பிட்ட நிலைப்பாட்டை எடுத்தவர்களைக் குறிப்பிடுவதற்கான பொதுப் பெயராகத் திணிக்கப்பட்டிருக்கிறது என்றார். இதன்படி அவர் எழுதிய நந்தன் பற்றிய கதையாடலில் பறையர் என்பதை எடுத்துவிட்டு அவ்விடத்தில் பௌத்தத்தை வைக்கிறார். இந்த விதத்தில் பௌத்தம் திரிக்கப்பட்டதற்கும் சாதி இழிவு உருவானதற்கும் ஆன உருவகமாக (*Metaphor*) அயோத்திதாசர் எழுதிய நந்தன் கதை மாறுகிறது.

நந்தன் இடத்தில் பௌத்தம்

பௌத்தம் பற்றிச் சிறிதும் பெரிதுமாக எழுதிய கட்டுரைகளையெல்லாம் உள்ளடக்கி அயோத்திதாசர் எழுதிய நூல் இந்திரர் தேச சரித்திரம். பூர்வத்தில் இந்தியா, இந்திர (பௌத்த) தேசமாக விளங்கியது. அதன் நெறிமுறைகள் பண்பாட்டு வடிவங்களாக விரவியிருந்தன, பௌத்த தன்மத்தைப் பின்பற்றிய அரசர்கள் இருந்தார்கள். மக்களிடையே தொழில் பாகுபாடுகள் அல்லது சாதிப் பாகுபாடுகள் இல்லாதிருந்தன. இந்நிலையில்தான் புருசிக நாட்டிலிருந்து வந்த குடிகள் இவற்றைக்கண்டு வியந்தனர். இங்கிருந்தவற்றைத் தங்களவை ஆக்கிக்கொள்ள விரும்பினர். முதலில் பௌத்தர்களைப் போலச் செய்வதிலிருந்து ஆரம்பித்து, மக்களை நம்பவைத்து ஏய்க்கத் தொடங்கினர். பௌத்த அரசர்களுக்கு எதிரான சிற்றரசர்களை வைத்துக்கொண்டு பல கோயில்களையும் தத்துவங்களையும் நூல்களையும் திரித்துத் தங்களுடையவை ஆக்கிக்கொண்டனர். பிறகு தங்களின் தந்திரங்கள் கண்டுபிடிக்கப்படக் கூடாதென்பதற்காக பௌத்தர்களைப் பற்றி இழிவான கதைகளை உண்டாக்கினர் என்று எழுதினார் அயோத்திதாசர். நவீன ஆய்வு மொழியில் அல்லாமல் அவருடைய மொழியில் இதனை எழுதியிருக்கிறார். ஆனால், பௌத்தம் இந்தியாவில் செழித்திருந்தது என்பதையும் இன்றைய இந்து மதத்தின் கோயில்களும் கருத்துகளும் பௌத்தத்திடமிருந்து எடுக்கப்பட்டிருக்கின்றன என்பதையும் நவீன ஆய்வுகளும் ஏற்றிருக்கின்றன. பண்டைய இந்தியா பௌத்த இந்தியா என்று பாபாசாகேப் அம்பேத்கர் எழுதியிருப்பதையும் பார்க்கலாம்.

தமிழ்ப்பகுதியில் நடந்திருப்பவற்றை மயிலை சீனி. வேங்கடசாமி தொடங்கி தொ. பரமசிவன் வரை எழுதியுள்ளனர்.

இவ்விடத்தில் மேலே சொல்லப்பட்டதைப் போல நந்தன் தந்திரமாகக் கொல்லப்பட்டு அவன் நாடும், நாட்டின் நெறிகளும் வேஷ பிராமணர்களால் உள்வாங்கப்பட்டன என்றும், நந்தன் மன்னனாக இருந்தான் என்பதை மறைத்து அடிமையாகப் புனையப்பட்டான் என்றும் அயோத்திதாசர் எழுதியதை பௌத்த வரலாறு பற்றிய வரிசைக்கு அப்படியே பொருத்தலாம். நந்தன் அரசனாக இருந்து தந்திரமாக வீழ்த்தப்பட்டான் என்ற கதையைப்போலவே பௌத்தமும் பூர்வகாலத்தில் மேலோங்கியிருந்து வைதீகத்தால் தந்திரமாக உள்வாங்கப்பட்டது என்று கூறும் வரலாறு பொருத்தம் பெறுகிறது. பௌத்த அடையாளங்கள் திரிக்கப்பட்டு இந்து அடையாளங்கள் ஆக்கப்பட்டதைப்போல் நந்தன் வரலாறும் திரிக்கப்பட்டு அவன் அடிமையாக இருந்தவன் என்று ஆக்கப்பட்டுவிட்டது. அந்த வகையில் பௌத்தமும் நந்தனும் ஒன்று மற்றொன்றிற்குக் குறியீடாக அமைந்திருப்பதைப் பார்க்கிறோம். பௌத்த வரலாறு, நந்தன் கதை என்கிற எதிர்மறை மறைந்து வரலாறு கதைக்குள் ஒரு உருவகமாகவும் கதை வரலாற்றிற்குள் உள்ளுறையாகவும் ஊடாடுகிறது. இங்கு கதைக்கும் வரலாற்றிற்குமான இடைவெளியே கூட மயங்கிப் போவதைப் பார்க்கிறோம்.

இந்தியாவில் பௌத்த சமயத்தின் வரலாறு கி.மு. ஐந்தாம் நூற்றாண்டில் தொடங்குகிறது. புத்தரின் போதனைகளை அடிப்படையாகக் கொண்டு அவர் காலத்திலும், அவர் காலத்திற்குப் பின்னரும் பல்வேறு மாற்றங்களினூடாக அது வளர்ந்து ஒரு சமயமாக நிலைபெற்றது. முந்தைய பல்வேறு மரபுகளை உள்வாங்கி இந்தியாவின் முதல் நிறுவனச் சமயமாக அது அழுத்தம் பெற்றது. கருத்துகளும், வடிவங்களும் அமைப்பொழுங்கின் கீழ் உருவாயின; பரவின. பின்னால் வந்த பல்வேறு மரபுகளும், மதங்களும் இதன் தாக்கத்தைப் பெறாமல் உருவானதில்லை. பௌத்தத்தின் இந்த நிலையை இந்திய நவீன வரலாற்றியல் ஒத்துக்கொள்கிறது. பௌத்தம் வாழ்ந்தபோதும், அழிந்த பின்பும் அதன் கூறுகள் இந்துமதம் உள்ளிட்ட பல்வேறு மரபுகளால் எடுத்துக்கொள்ளப்பட்டன என்பதனையும் ஒத்துக்கொள்கின்றன. இதன்படி தமிழ்ப் பகுதியில் கி.மு. மூன்றாம் நூற்றாண்டிலிருந்தே பௌத்தம் இருந்ததற்கான கல்வெட்டுக் குறிப்புகளைக் காண்கிறோம். இன்னும் பொருத்தல், கீழடி அகழாய்வுகளோடு பௌத்தத்தை ஒப்பவைத்து ஆராய்ந்தால்

இந்தக் காலவரையறை நீளலாம். அதேபோல சமணக்குகை களாக அறியப்படுபவற்றில் பௌத்த சமயக் குறிப்பு உள்ளடங்கி இருக்கின்றன. சங்கப் பாடல்களிலும், பாடப்பட்டோரிலும் பௌத்த சார்பு உண்டென்பது அறியப்பட்டுள்ளது. அவ்வையாரின் நாடா கொன்றா காடா கொன்றா என்ற புறநானூற்றுப் பாடல் தம்மதப் பாடலின் மொழிபெயர்ப்பாக அறுதியிடப்பட்டுள்ளது. இதன்படி மிக நீண்டகாலம் பௌத்தம் தமிழ்ப்பகுதியில் செழித்திருந்திருக்கிறது. கி.பி. பத்தாம் நூற்றாண்டிற்குப் பிறகே அதற்கு நெருக்கடி ஏற்பட்டிருக்கிறது. பத்தாம் நூற்றாண்டிற்குப் பிறகே தமிழகத்தில் தீண்டாமைக்கான தோற்றப் புள்ளிகளும் காணக் கிடைக்கின்றன.

நந்தன் என்னும் பெயரும் பௌத்த வரலாற்றில் முக்கியமான பெயராகக் காணக்கிடைக்கிறது. அதாவது புத்தரின் (பொ.மு. 563–483) புத்தரின் தந்தை சுத்தோத்தனார் கபிலவஸ்துவின் அரசர். அவருக்கு அடுத்து மன்னனாக வேண்டிய இளவரசராக இருந்தவர் சித்தார்த்தர் என்னும் புத்தர். புத்தரின் தம்பி பெயர் நந்தன். அதாவது புத்தரின் சிற்றன்னையான மகாபிரஜாபதி கௌதமியின் மகனே நந்தன். புத்தர் துறவு மேற்கொண்டதால் அவருக்குப் பதிலாக கபிலவஸ்துவின் மன்னனானவர் (இளவரசர்) நந்தன்தான். இவ்வாறு பௌத்த மரபில் நந்தன் உண்டென்பதும், அவர் மன்னராக இருந்தாரென்பதும் ஏற்கப்பட்ட வரலாறேயாகும். இக்காலத்தோடு ஒப்பிட இந்து மரபிலோ–சைவ மரபிலோ நந்தன் என்னும் பெயர் இல்லை. புத்தர் கதையில் நந்தனுக்கு முக்கிய இடமிருக்கிறது.

நந்தனின் மனைவி சுந்தரி அழகி. எனவே அவள் அழகில் கட்டுண்டு கிடந்தான் நந்தன். அவளோடு கொஞ்சிக் கிடந்த நாளில் பிச்சை பெறுவதற்காக புத்தர் வந்தார். அரண்மனையில் யாருமில்லாததைக் கண்டு புத்தர் திரும்பினார் என்பதைக் கேள்விப்பட்டு அழைத்துவர ஓடினான் நந்தன். கூட்டத்தில் மறைந்த புத்தர் பிறகு நந்தனை நோக்கி வந்து பிச்சைப் பாத்திரத்தைத் தந்தார். அப்பாத்திரத்தோடு நடக்க முடியாத நந்தனை புத்தர் தன்னோடு அழைத்தச் சென்று அறம் போதித்தார். தம் சீடரான ஆனந்தரை, பணித்து நந்தனுக்கு துவராடை தந்து சங்கத்தில் சேர்க்கக் கூறினார். அவன் பிக்குவாக மாறமுடியாததை ஆனந்தர் மூலம் அறிந்த புத்தர் மீண்டும் அறம் போதித்தார். எனினும் அவனுக்குச் சுந்தரி நினைவு மறக்கவில்லை. பிறகு அவனுக்கு வழிகாட்டுவதற்காக புத்தர் இந்திரலோகம் அழைத்துச் சென்றார். அங்கிருந்த பிற அழகிகளைப் பார்த்துமத் தன் மனைவியை மறந்தார். அதையொட்டி புத்தர் மீண்டும் அறம் போதித்தார். இறுதியாக நந்தன் முழு துறவுக்கு ஒப்பினான். ஆனால் இங்கு

தவமியற்றியதுகூட இந்திரலோக அழகிகளுக்காகத்தான் என்றறிந்த ஆனந்தரும் அவனிடம் பேசினார். பிறகு அவன் பிக்குவானான்.

நந்தனைத் தவிர வடஇந்தியாவில் நந்த வம்சமும் அதனைத் தொடர்ந்து மௌரிய வம்சமும் உருவாகி ஆட்சிசெய்தனர். கி.மு. நான்காம் நூற்றாண்டு முதல் கி.மு. இரண்டாம் நூற்றாண்டு வரையிலானதாக இந்த ஆட்சிகளின் காலம் அமைந்திருந்தது. நந்த வம்சத்தைச் சேர்ந்த பல்வேறு சிற்றரசர்கள் இருந்தனர் என்றும் அவர்கள் வைதீகத்திற்குச் சவாலாக விளங்கினர் என்றும் கூறப்படுகின்றனர். நந்த வம்சத்தை வென்று ஆட்சிக்கு வந்த மௌரிய மரபினரான அசோகர் புகழ்பெற்ற பௌத்த அரசரானார். தமிழின் பண்டைய நூல்களாகக் கருதப்படும் சங்க நூல்களில் புறநானூறு, அகநானூறு, குறுந்தொகை ஆகியவற்றில் நந்தர் மௌரியர் குறித்த குறிப்புகள் கிடைக்கின்றன.

மோரியரின் படைத்திறன் (புறம். 175, அகம். 69,265) சொல்லப்படுவதோடு நந்தர்களைக் குறிப்பிட்டு அவர்களைச் செல்வத்தோடும் பாடலிபுத்திரத்தோடும் (குறுந். 75) தொடர்புபடுத்தப்படுகிறது. அகநானூற்றின் 251வது பாடலில் நந்தன் என்னும் பெயரே குறிக்கப்பட்டுள்ளது. நந்தர்களை அரசமரபினராகவும், புத்தரின் சமகால பௌத்த அரசரான அஜாதசத்ருவால் உருவாக்கப்பட்ட பாடலிபுத்திரமும் சொல்லப்பட்டுள்ளமை குறிப்பிடத்தக்கது. மௌரியர்களும் நந்த வம்சத்தினரும் தமிழ்ப் பகுதி வந்தார்கள் என்பதற்கு வரலாற்றில சான்று கிடைக்கவில்லை. ஆனால் அவர்கள் பற்றி, அவர்கள் மூலம் தாக்கம் பெற்றமை பற்றி இப்பாடல்கள் மூலம் நாம் அறிகிறோம். எனவே தமிழ்ப் பகுதி நந்தர் என்றும் அரசவம்சம் பற்றியும் அது பௌத்தத்தோடு தொடர்பு கொண்டிருந்தது பற்றியும் அறிய முடிகிறது.

இதற்கடுத்து பக்தி இலக்கியப் பாடல்களுக்குச் சென்று விடலாம். இப்பாடல்கள் கி.பி. பத்தாம் நூற்றாண்டுக்குப் பிந்தையவை. சைவ – வைணவ மார்க்கங்களை வலியுறுத்தும் இப்பாடல்களில் சமணம் – பௌத்தம் இரண்டு வகைகளில் எதிர்கொள்ளப்படுகின்றன. ஒன்று அவற்றின் அடையாளங்களைத் தனதாக்குதல் மற்றொன்று எதிர்த்தல்/பழித்தல். இந்திய அளவிலான வரலாறு முழுவதும் இப்போக்குதான் இருந்திருக்கிறது. அதாவது முன்பு ஏற்றம் பெற்றிருந்த சமணம் – பௌத்தம் இக்காலகட்டத்தில் இந்நிலையைச் சந்தித்தது என்பது குறிப்பிடத்தக்கது. சைவநெறிப் பாடல்களில் சமண – பௌத்தர்கள் பழிக்கப்பட்டுள்ளனர். இப்பாடல்களில் பழிக்கப்பட்டுள்ளவாறு தான் அவர்கள் இருந்தார்களா? என்று தெரியவில்லை.

ஆனால் அவர்களின் செல்வாக்கு குறைக்கப்பட்ட நிலையில் தங்களை நிறுவிக்கொள்ள சைவர்களால் இவ்வாறான பழிப்புக் கதையாடல்கள் உருவாக்கப்பட்டிருக்கின்றன. சைவரான திருஞானசம்பந்தர் பாடல்கள் பிறந்தகாலத்தில் புத்தர், சாக்கியர், தேரர், சமணர் முதலியோர் இருந்தனர் என்று தெரியவருகிறது. இவர்களின் தத்துவங்களை உள்வாங்கிக்கொண்டு நடையுடை ஒழுக்கம் ஆகியவற்றை மறுத்தும், வெறுத்தும், வெகுண்டும், கடிந்தும், எள்ளியும், இகழ்ந்தும் பாடியுள்ளார் சம்பந்தர். சம்பந்தரின் ஒவ்வொரு பதிகத்திலும் பத்தாம் பாடலில் ஜைன–பௌத்தத் துறவிகளை உடலைக் கழுவாதவர், உடையற்றவர், பொய்யர், துட்டர், துன்மதியினர், அறிவு அற்றவர், ஊத்தெவாயர், உடையின்றி உண்பவர், பறித்த தலையினர் என்றெல்லாம் சாடியுள்ளார். அவர்கள் புறக்கணிக்கப்பட வேண்டியவராக – தீண்டப்படாதவராகக் கூறப்பட்டுள்ளனர்.

தீண்டப்படாமல் இருப்பதற்கான நியாயம் சொல்லப்படு கிறது. இச்சொல்லாடல்களைத் தீண்டாமையின் கூறுகளாகவும் பார்க்கலாம். அதாவது ஒரு குழுவைப் புறக்கணிக்க நடையுடை பாவனை உள்ளிட்ட புறத்தோற்றத்தைக் காரணியாக்குகிற பண்பே இது. அப்படியே சாதிமுறையிலும் இது பொருந்தி வருகிறது. தீண்டப்படாத சாதிகளைப் புறக்கணிப்பதற்கான காரணங்களாகவும் இவையே கூறப்படுகின்றன. இவ்விடத்தில் பௌத்த – சமண புறக்கணிப்புக்கும் ஒடுக்கப்பட்டோர் மீதான புறக்கணிப்புக்கும் ஒரு தொடர்பு இருப்பதைப் பார்க்கலாம். முந்தைய செல்வாக்கிலிருந்த சமண – பௌத்தத்தைப் பழிப்புக்குள்ளாக்கிய பக்தி பிரதிகளிலேயே முன்பு மன்னனாகக் கூறப்பட்ட நந்தன் மெல்லமெல்ல கீழிறக்கப்பட்டு பின்னாட் களில் முற்றிலும் (பண்ணை) அடிமையாகக் கூறப்பட்டான். பௌத்த மரபின் மன்னனாக இடம்பெற்ற பெயர் சாதியாகக் குறிக்க வரும்போது ‘பறையன்’ என்றாக்கப்பட்டான்.

இந்த இரண்டு போக்குகளையும் இணைத்து ஒரு காலத்தில் ஏற்றத்திலிருந்து கீழிறக்கம் செய்யப்பட்ட பௌத்தர்களே இன்றைய தீண்டப்படாதார் என்கிற விளக்கத்தை அயோத்திதாசர் முன்வைத்தார். அவர் எழுதிய நந்தன் கதையே இந்த வரலாற்று மாற்றத்திற்கான உருவகமாக அமைந்திருக்கிறது. நந்தன் என்பதை சமூகத்தகுதிக்கான குறியீடாகக் கொண்டால் அதற்கு மாற்றாக அவ்விடத்தில் பௌத்தத்தையும், இன்றைய தீண்டப்படாதாரையும் வைத்தால் பொருத்தம் கிடைக்கிறது. எனவே அயோத்திதாசர் எழுதிய நந்தன் கதை அவரிடம் இரண்டு விதங்களில் பொருந்தி வருகிறது. ஒன்று அவர் தெரிந்து செய்தது. இதுதான் அவரெழுதிய நந்தன் கதை. மற்றொன்று

அவரைத் தாண்டி அக்கதை பெறும் வரலாற்று உருவகம். அதாவது அவரின் மொத்த வரலாற்று எழுத்தியலுக்குமான ஒரு மெட்டாஃபாராக அக்கதை அமைந்திருக்கிறது. எனவே அவரெழுதிய நந்தன் கதையை மாற்று வரலாறு என்ற பொருளில் மட்டுமல்லாது அவரின் வரலாற்றுப் புரிதல் முறையைப் புரிந்து கொள்வதற்கான, நுழைவதற்கான சாவியாகக் கொள்ளலாம். மேலே சொன்ன சங்கப் பாடல்கள், பக்தி இலக்கியப் பதிவுகள் ஆகியவற்றை அறிந்துதான் அயோத்திதாசர் பௌத்தத்தையும் – தீண்டப்படாதாரையும் – இணைத்தாரா? என்கிற கேள்வி இங்கெழலாம். நாம் சொல்லியிருப்பது நவீன வரலாற்றியல் வரிசை. இந்த வரிசை அயோத்திதாசரிடம் இல்லை. நவீன வரலாற்று எழுதுகை முறையிலும் அவர் எழுதவில்லை. ஆனால் அவரிடம் இதே சான்றுகள், கதைகள் வேறுவகையில் இருந்திருக்கின்றன. அவற்றை நவீன காலத்தில் தனக்கேயுரிய கதைமொழியில் – வரிசை ஒழுங்கில் வைத்து ஒரு கதையாடலாகக் கட்டியெழுப்பினர் எனலாம். அவை இன்றைய நவீன வரலாற்று மொழியோடும் இணைகிறது என்பதே எம் வாதம்.

6

அயோத்திதாசர் எழுதிய இரணியன் கதை

இருபதாம் நூற்றாண்டுத் தமிழ் மறுமலர்ச்சி மீதான விமர்சனக் குறிப்பு

இரணியன் என்ற இரண்யகாசியபன் முதுகாஞ்சியை ஆண்டுவந்தான். பௌத்தனான அவன் ஆண்ட பகுதியில், பௌத்த நெறி ஓங்கி யிருந்தது. இந்நிலையில் ஜெகத்குரு சங்கரர் என்ற பெயரில் ஒருவரைப் பல்லக்கில் வைத்து ஊர்வல மாக அழைத்து வந்தனர் பௌத்த சத்ருகளான வேடதாரி பிராமணர்கள்.

சங்கரர் என்பது ஏற்கெனவே சங்கத்தை நடத்தி மெய்ஞானம் வளர்ந்த அறனாகிய புத்தரின் பெயர். மக்களிடையே செல்வாக்குப் பெற்றிருந்த சங்கறர் பெயரைப் பயன்படுத்தினால் இந்தப் புதிய சங்கரரை ஏற்கச் செய்துவிடலாம் என்று கருதிய பிராமணர்கள், முதலில் அவர் பெயரைப் போலச்செய்துக்கொண்டு வலம் வந்தனர். அதன்படி சங்கறர் என்ற பெயரையும் சங்கரர் என்று சற்றே திரித்து எடுத்தாளத் தொடங்கினர். சங்கறர் என்பதைச் சங்கம் + அறர் என்றே பிரிக்கமுடியும். சங்கம் என்பது பௌத்த மும்மணிகளில் ஒன்றாகியப் பௌத்த சங்கத்தையும், அறன் என்பது அறத்தைக் காட்டியோன் என்ற முறையில் புத்தனையும் குறிக்கும்.

ஏற்கெனவே, சங்கரரைப் பின்பற்றிவந்தோர் என்றமுறையில் ஜெகத்குரு என்ற பெயரில் வந்த இந்தப் பொய்க்குருவை மக்கள் நம்பத் தொடங்கி

அவர்கள் கேட்ட பொருட்களையெல்லாம் மெல்லமெல்லக் கொடுக்கத் துவங்கினார்கள். எனினும் மக்களில் சிலர், இதனை அரசனாகிய இரணியனிடம் தெரிவித்தனர். அரசன், அவர்களை அழைத்துவரக் கூறினான். அரசன் அதிகப்பொருள் கொடுப்பான் என்று ஆனந்தத்தில் சென்ற வேடதாரி பிராமணர்களை அவனோ விசாரிக்கத் தொடங்கினான். சிவன்தான் சங்கரராகத் தோன்றியிருக்கிறார். அவரை நீங்களும் தரிசிக்க வேண்டுமென்பதற்காக அழைத்து வந்திருக்கிறோம் என்றார்கள். பொய்க்குருக்களின் பொய் மொழிகளை அறியத்தக்கப் பௌத்த ஞானம் பெற்றிருந்ததால், அவர்களை நோக்கி **"சிவன் என்றால் யார்? அவர் எவ்விதம் சங்கறராகப் பிறந்தார்?"** என்பவற்றை விளக்க வேண்டும் என்றான். அவற்றின் உள்மெய் அறியாத காரணத்தால் ஏதேதோ பிதற்றினார்கள். இறுதியில், குருதட்சணை கோரினார்கள். அதனைக் கேட்ட அரசன் **"உங்களை யாவரென்று நான் அறிவேன். நந்த மன்னனைக் கற்சிதம்பத்தால் அழித்தவர்களும், புரூரவனை மண்குழி வெட்டி அழித்தவர்களும் நீங்கள் அல்லவா?"** என்றான். தங்களின் வேஷதாரி நிலையை அறிந்துவிட்டவன் என்பதால் பேச்சைத் தொடராமல் உடனே வெளியேறினர். எனினும், அக்கூட்டத்தாரோரில் சிலர் அரசன் மீது வஞ்சினம் கொண்டு அவனை அழிக்கும் தருணம் நோக்கி அவர்கள் காத்திருந்தனர்.

இந்நிலையில், அரசனின் சிறுவயது மகனான பிரபவகாதனோடு (பிரகலாதன்) சில வேடதாரி பிராமணர்கள் நெருங்கி நட்புக் கொண்டனர். மெல்ல மெல்ல அவனைத் தங்கள் சொல்படி நடக்கும் தந்திரங்களைச் செய்தனர். அறப்பள்ளிக்குச் செல்லும்போதும், அரண்மனையிலிருக்கும் போதும் 'நாராயண நம' என்று சொல்லிக்கொண்டேயிருந்தால், உன் தந்தையார் உள்ளிட்டோர் அதன் அர்த்தம் என்ன என்று கேட்பார்கள். நீயோ நாராயணனே என் கடவுள், அவரே எம்மைக் காப்பவர் என்று சொன்னால் எல்லோரும் மகிழ்ச்சியடைவர் என்று சொல்லினர். அதன் உள்நோக்கம் அறியாது அவனும் அவற்றை நம்பினான். பிறகு பிரபவகாதனிடம்" யார் கேட்கினும் பதில் கூற வேண்டாம். இம்மந்திரத்தை மட்டும் கூற வேண்டும். அங்ஙனம் இல்லாமல் **"நாராயணன் யார்? அவன் எங்கிருக்கிறான்? எத்தேசத்தவன்?"** என்று தந்தை விசாரிக்கும்போது மட்டும், இருட்டும் மாலை வேளையில் காட்டுகிறேன் என்று கூறி அரண்மனைக்குள் அழைத்து வர வேண்டும். அப்போது, மண்டபத்தின் தூணிலிருந்து நாராயணன் வந்து உங்கள் இருவருக்கும் தரிசனம் தருவார் என்று கூறுகின்றனர். வெளிப்படாத பட்சத்தில் நீயோ இதோ தூணிலும் இருக்கிறான். துரும்பிலும் இருக்கிறான் என்று கூச்சலிட்டால்

நாராயணன் வெளிப்படுவார் என்று கூறி அவனை அனுப்பி வைத்தனர்.

பிரகலாதன் சென்றபின் வேடதாரி பிராமணர்கள் தத்தம் ஆட்களை அரண்மனை மண்டபத்தில் மறைந்திருக்கச் செய்தனர். அவன், "**நாராயண நம**" என்று கூறினான். நமது மரபில் தாய் தந்தையரையே தெய்வமாக வணங்கிவருவதால் தந்தை வணக்கமே கூற வேண்டும். அதை விடுத்து நீரைக் குறிப்பிடும் பெயராகிய நாராயணனைக் கூறுகிறாயே என்று கூறி, எங்கிருக்கிறான் நாராயணன் என்று கேட்டான் அரசன். அதைக் கேட்ட பிரகலாதன் மண்டபத் தூண்கள் பக்கமாய் சென்று நாராயணன் தூணிலும் இருப்பான் துரும்பினிலும் இருப்பான் என்று பதில் கூறினான். அப்போது, தூணின் பின்னால் சிம்மத்தோலைப் போர்த்தியிருந்த வேடதாரி பிராமணன் ஒருவர், வெளிப்பட்டுக் கையிலிருந்த ஆயுதத்தால் குத்தி அரசனைக் கொன்றுவிட்டு ஓடிவிடுகிறான். பிரபவகாதன் நடந்ததை யூகிக்க முடியாமல் திகைத்து நிற்கிறான். பிறகு, பிரபவகாதனை விசாரித்தபோது அதுகாறும் நடந்தவற்றைக் கூறினான்.

பிறகே வேடதாரி பிராமணர்கள் மீது சந்தேகம் வந்து விசாரிக்க ஆரம்பித்தனர். இரணியனின் மரணத்திற்காகப் பரிந்து பேசுவது போன்று காட்டிக்கொண்ட அவர்கள், ஏதோவொரு குலதெய்வ தோஷத்தால் அரசனுக்கு மரணம் நேரிட்டிருக்கலாமேயன்றி மற்றெவர்களாலும் நடந்திருக்க வாய்ப்பில்லை என்றனர். இவ்வாறு கூறுவதன் மூலம் தங்கள் மீது சந்தேகம் வருவதிலிருந்து காப்பாற்றிக்கொள்ள முற்பட்டனர். **அதைக் கேட்ட பௌத்த முனிவர்கள், புத்தரை அசோதரை நரசிம்மம் என்ற பெயரால் அழைத்ததை நினைவுகூர்த்தனர். இதன்படி, நரசிம்மம் என்ற பௌத்தப் பெயரோடு நாராயணன் என்ற தங்களின் விநோதமான புதிய பெயரை இணைத்ததன் மூலம் ஏற்கெனவே வழங்கிவரும் பௌத்த மார்க்க பழைய பெயர் போன்றதே நாராயணன் என்பதும் என்ற மயக்கத்தை உண்டுபண்ணினர்**. இதைப் புரிந்துகொண்ட பௌத்த மார்க்கத்தார், இதுவரையிலான குழப்பங்கள் யாவும் இந்த வேடதாரி பிராமணர்கள் செய்தவை என்று தெளிந்த பிறகு நடந்தவற்றை முழுவதும் புரிந்துகொண்ட பௌத்த மார்க்கத்தார் நூதனமாக குடியேறியுள்ள பிராமணர்களைத் துரத்த முடிவெடுத்தனர். ஆனால் பிற்காலத்தில் தங்கள் செல்வாக்கை உறுதிபடுத்திக்கொண்ட வேஷ பிராமணர்கள் இரணியனை வஞ்சித்துக் கொன்றனர் என்ற மக்கள் நினைவை மாற்றும் விதமாக, இரணியன் ஆணவத்தால் அழிந்தான் என்ற புனைவை

உண்டாக்கி வெவ்வேறு வடிவங்களில் பரப்பி நாளடைவில் அந்தப் புதிய கதையையே வரலாறு போலாக்கிவிட்டனர்.

இந்தக் கதை, தமிழன் இதழில் அயோத்திதாசரால் எழுதப்பட்ட **'இந்திரர் தேச சரித்திரம்'** என்ற நீண்ட தொடரில் ஒரு பகுதியாக அமைந்தது. இந்து மரபின் வைணவப் பிரிவில் இடம்பெறும் பிரகலாதன் கதையையே அவர் இவ்வாறு மாற்றி எழுதியிருக்கிறார். அயோத்திதாசரின் இக்கதையைப் படிக்கும் யாரும் இதை அவராகப் புனைகிறார் என்றும், மீறி அழுத்திச் சொன்னால் ஆதாரம் எங்கே என்றும் கேட்கக்கூடும். இவ்விடத்தில், நாம் ஒன்றை மறந்துவிடுகிறோம். இதுவரையிலும், வைணவக் கதையான பிரகலாதன் கதையாடலைக் கேட்டபோது நாம் அதற்கான ஆதாரத்தைக் கேட்டதே இல்லை. வெகுமக்களுக்கு இந்தப் பிரச்சினையே இல்லை. புனைவா, வரலாறா என்பதை விடவும், அவர்களின் நம்பிக்கையாகவே இது மாறிவிட்டிருக்கிறது. அவர்கள் அளவில் இவையெல்லாம் நடந்தவையே. வைணவப் பிரகலாதன் கதையை நடந்தது என்று அதன் எதிர்ப்பாளர்களே கருதுவதால்தான் அயோத்திதாசர் சொல்வதைப் புனைவு என்று முடிவெடுத்துவிடுகிறார்கள் என்றுகூடச் சொல்லாம்.

இந்த முரண்பாட்டை நாம் அயோத்திதாசரின் மற்றொரு பார்வை ஒன்றின் மூலம் புரிந்துகொள்ள முயற்சிக்கலாம். ஒரு சம்பவம் உண்மையிலேயே நடந்ததா இல்லையா என்பதைவிட அது நடந்ததென்று சொல்லப்படுவதாலேயே அர்த்தப் படுத்தப்படுகிறது. உண்மையோ, பொய்யோ ஒன்று சொல்லப்பட்டுச் சொல்லப்பட்டு நம்பவைக்கப்படுகிறது. நாளடைவில் அது வரலாறாகவும் ஆகிவிடுகிறது. ஒன்று ஓரிடத்தில் இருந்தது, நடந்தது என்பதைவிட, அங்கு நடந்தது என்று நம்பப்படும்போதே, அதற்கு வரலாறு என்னும் அர்த்தம் கிடைக்கிறது. ஒரு கதை ஏதோவொரு காரணத்தால், ஏதோவொரு காலத்தில் உருவாக்கப்படுகிறது என்று வைத்துக்கொள்வோம். உருவாக்கப்படும் தருணத்தில் அது பொய்யாகக்கூட இருக்கலாம். ஆனால் அதைத் திரும்பத் திரும்ப வேறுவேறு வடிவங்களில் பரப்பும்போது (சொல்லப்படும்போது), நாளடைவில் மக்கள் நம்பத் தொடங்கிவிடுகின்றனர். அவர்களை அறியாமலேயே அந்த நம்பிக்கைகள் அழுத்தம் பெறுகின்றன. கதை, பாடல், பெயர், ஊர்ப்பெயர், பழமொழிகள் என்று பல்வேறு வடிவங்களில் அமையும் கதையாடல்களே மக்களிடம் அவற்றை 'உண்மை'யாக நிலைக்கவைக்கின்றன. நாளடைவில் அது புனைவு என்பதே மறந்துபோகிறது. பிறகு அக்கதையாடலின் அரசியலை ஏற்போர், மறுப்போர் என்று யாராக இருந்தாலும் கதையாடலிலிருந்து

விலகாமல் அதன்மேல் நின்றுகொண்டே விவாதம் செய்கின்றனர். இந்த வழியாகவே அக்கதை வரலாற்றுத் தன்மையைப் பெற்றுவிடுகிறது.

கதையாடலின் தன்மை குறித்து அயோத்திதாசரிடமிருந்து கிடைக்கும் இந்த விளக்கம்தான் அவர், எழுதிய பிரபவகாதன் கதையின் உண்மைத்தன்மை பற்றி எழுப்பப்படும் சந்தேகத்திற்கான பதிலாகும். வைணவப் பிரகலாதன் கதை திரும்பத் திரும்பச் சொல்லப்பட்டதால் அது உண்மையில் நிகழ்ந்த 'வரலாறாகவும்' அயோத்திதாசர் எழுதிய பிரபவகாதன் கதை இப்போது திடீரென கேள்விப்படுவதால் புனைவாகவும் தோன்றுகிறது. இவ்வாறு தான் மொழி வழியாக (கதை) நிலைப்பட்ட ஒரு 'வரலாற்றை' மொழி வழியிலான மாற்று விளக்கம் வழியாக அயோத்திதாசர் எதிர்கொள்ள முயன்றதைப் பார்க்கிறோம். இனி நிலவுகிற பிரகலாதன் கதையையும் அதையொட்டிய பிற தகவல்களையும் தொகுத்துக்கொள்ளலாம்.

❍

நரசிம்மம் விஷ்ணுவின் அவதாரங்களுள் ஒன்று. இரண்யகசிபு என்ற இரணியனுக்கும் கயாதுக்கும் மகனாகப் பிறந்தவன் பிரகலாதன். தான் பெற்ற வரத்தால் ஈரேழு உலகத்தை ஆட்சிபுரிந்துவந்த இரணியன் தன்னைத் தானே கடவுள் என்று கூறிவந்தான். தாய் வயிற்றில் இருக்கும்போதே பிரகலாதனுக்கு அரிஸ்ரீமன் நாராயணன் தான் ஈரேழு உலகிற்கும் கடவுள் என்பதை நாரத மாமுனி கற்பித்து விடுகிறார். பிறகு அவன் பிறந்து கல்வி பயின்றபோது அசுரகுல குரு சுக்கிராச்சாரியார் இரணியனே கடவுள் என்று கற்பித்தார். ஆனால் அவனோ, நாராயணனே கடவுள் என்றான். பிரகலாதனின் எண்ணத்தை மாற்ற இரணியன் பலவிதங்களில் முயற்சி செய்தும் தோற்றான். இறுதியில் பிரகலாதனை இரணியன் கொல்ல இறங்கி அதில் தோற்றுப்போனான். முடிவில் "எங்கிருக்கிறான் உன் நாராயணன் அவனைக் காட்டு" என்று பிரகலாதனிடம் இரணியன் கேட்டான். பிரகலாதனோ, அவர் தூணிலும் இருப்பார் துரும்பினிலும் இருப்பார் என்று கூறினான். இரணியன் அங்கிருந்த தூணொன்றை உதைக்க, நாராயணன் மனிதன் பாதி சிங்கம் பாதி என்று நரசிம்ம அவதாரத்தில் வெளிப்பட்டு அவனை வதம் செய்து கொன்றார். இதுவே, பிரகலாதன் அல்லது நரசிம்ம அவதாரக் கதையின் சுருக்கமாகும். பாகவதப் புராணம் கூறும் இக்கதையே, சிற்சில வேறுபாடுகளோடு இரணியவதைக் கதையாக வழங்கப்படுகிறது.

இவ்வாறு வழங்கப்படும் பிரகலாதன் கதையைப் பின்னால் புனையப்பட்ட பொய்க்கதை என்றுகூறி, தானெழுதுவதே மெய்க்கதை என்று எழுதினார் அயோத்திதாசர். அதாவது, பௌத்தத்தைப் போலச்செய்துகொண்ட பின்னால் அதனை மறைக்க வேடதாரி பிராமணர்கள் புனைந்த பொய்கதையே இன்றைய பிரகலாதன் கதை என்று அவர் வாதிட்டார். கதை இரணியன் என்ற பாத்திரம் பற்றியதாக இருந்தாலும், அவனைப் பௌத்தத்திற்கான குறியீடாகவும் கொள்ளலாம். இதனை விரிந்த வாசிப்புக்குக் கொண்டுசெல்லும்போது வைதீக, அவைதீக மரபுகள், உள்ளூர் நம்பிக்கைகள் ஆகியவற்றை உள்ளிழுத்துக் கொண்டதன் குறியீடாகவும் வாசிக்கலாம். அயோத்திதாசரிலிருந்து இவற்றைப் புரிந்துகொள்ள வேண்டுமானால் வைதீகத்தை (வேஷ) பிராமணியம் என்றும், மாற்று மரபுகளைப் பௌத்தம் என்ற சொல்லாலும் குறித்துக் கொள்ளலாம். பௌத்தத்தின் வெவ்வேறு வடிவங்களாகவே இங்கிருக்கும் உள்ளூர் (அவைதீக) மரபுகளை அவர் பார்த்தார் என்பதும் குறிப்பிடத்தக்கது.

சுரர் – அசுரர்:

வைணவப் பிரகலாதன் கதை இரணியனை அசுர குலத்தைச் சேர்ந்தவனாகக் கூறுகிறது. அசுரர் என்றாலே தீமையின் குறியீடாக / அழிக்கப்பட வேண்டியவனாகக் கூறுவது வைதீகத்தின் போக்கு. அசுரர்கள் என்போர் தீயவர்களே என்று இக்கதைகள் அறுதியிடுகின்றன. அவை நாளடைவில் வரலாறாக ஏற்கப்பட்டிருக்கின்றன. தன்னை எதிர்த்த, ஏற்க மறுத்த குழுக்களையும் தலைமைகளை இழிவாகச் சித்தரிப்பது, தீமையானவர்களாகக் காட்டுவது, வென்றவர்கள் அல்லது அதிகாரத்தைக் கைக்கொண்டிருப்போரின் பொதுவான செயல்முறை. இந்தியாவின் சமய அதிகாரத்தைக் கைக்கொண்ட வைதீகம், அவைதீக அடையாளங்கள்மீது இதையே செய்தது. இதுபோன்ற கதைகளில் சொல்லப்படும் குழுக்கள், அரசர்கள் ஆகியோர் எவ்வாறு உள்ளூர் மரபினராக இருந்தார்கள் என்பதை இன்றைய மாற்று வாசிப்புகள் பலவும் விளக்கியிருக்கின்றன. நிலவிவந்த வரலாற்றைச் சமூக நினைவுகளிலிருந்து அழிக்க, புனைவுகளை உருவாக்கி அவற்றின் மீது போர்த்தினர் அயோத்திதாசர். அதேவேளையில் பண்பாட்டு விஷயங்களை எவ்வளவுதான் அழித்தாலும் அவற்றின் மீது பழைய எச்சங்கள் எந்த விதத்திலேனும் இருந்துவிடவே செய்யும். கதையாடல்களின் தன்மை அது. அந்த எச்சங்கள் குறியீடுகளாகவோ, அடையாளங்களாகவோ, திரிபுகளாகவோ இருக்க முடியும். அவற்றைப் பிரித்தும், பொருள் கொண்டும், ஒப்பிட்டும் உள்மெய்

அர்த்தங்களை நுட்பமான வாசிப்பின் மூலம் அறிய முடியும். இதுவே அயோத்திதாசரின் அணுகுமுறை.

இதன்படி, இன்றைய பிரகலாதன் கதையை வாசிக்கும்போது அவற்றிலுள்ள புனைவு – திரிபு – போலச்செய்தது – சிலவற்றைத் திரும்பத் திரும்பச் சொல்லியது போன்ற செயல்முறைகளைப் பார்க்கலாம். அச்செயல்முறைகளை அறிவதன் வழியாக அதன் உள்மெய் தன்மைகளை அறியலாம். ஆதன்படி அசுரன் என்ற பெயரோடு ஆணவம் – அதிகாரம் – அரக்கத்தனம் போன்ற அம்சங்களை இணைத்துள்ளனர். இவை இரணியன்மீது மட்டுமல்லாமல் வைதீகத்தால் அழிக்கப்பட்ட எல்லா அரசர்கள் மீதும் பொதுப்பண்புபோலச் சொல்லப்பட்டுவந்துள்ளன. இந்த அரசர்கள் யாரும் வெளியிலிருந்து வருபவர்களாக இல்லாமல் அப்பகுதியைப் பூர்வமாக ஆண்டவர்களாக இருப்பது குறிப்பிடத்தக்கது. எல்லாக் கதையிலும், இவர்கள் சொல்லிவைத்தாற்போல் வைதீகக் கடவுளை ஒத்துக் கொள்ளாதவர்களாகவே சொல்லப்பட்டிருக்கிறார்கள். அதையே ஆணவம் என்பதாக இக்கதைகள் கூறுகின்றன அல்லது ஆணவத்தால் அவ்வாறு நடந்துகொள்கிறார்கள் என்று காட்டியிருக்கிறார்கள். எனவே, இவ்விடத்தில் நடப்பது இரண்டு மரபுகளுக்கு, தத்துவங்களுக்கு, சமயங்களுக்கு இடையேயான மோதல். வென்றவர்கள் எப்போதும் தோற்றவர்களைப் பற்றி எழுதும்போது அவர்கள் தோற்கடிக்கப்பட வேண்டியவர்கள் என்ற நியாயம் உருவாகும்படியே வரலாறு எழுதுவார்கள். அதற்காக உண்டாக்கப்பட்ட நியாயம்தான் ஆணவம் என்ற சொல்லாடல். அசுரர்கள்பற்றி நாம் வாசிக்கும் எல்லாக் கதைகளும் தோற்கடித்தவர்களால் எழுதப்பட்டே நம்மிடம் வந்தடைந்துள்ளன என்பதை இவ்விடத்தில் நினைவில் கொள்ள வேண்டும். இவ்வாறே பிரகலாதன் கதையில் காட்டப்படும் மோதலைப் பௌத்த மரபுக்கும், பிராமணிய மரபுக்கும் இடையேயானதாக விளங்கிக்கொள்கிறார் அயோத்திதாசர். அவர், வேறொரு இடத்தில் சொல்லும் விளக்கம் ஒன்று இத்தருணத்தை இன்னும் நெருக்கமாகப் புரிந்துகொள்ள உதவும்.

அசுரர்கள் என்போரைத் தீமையானவர்கள் என்று சொல்லிவருகின்றனர். அதற்கு மாறாகச் சுரர் என்போரை ஒழுக்கமுள்ளவர்களாக முன்வைக்கின்றனர். இதன்படி, வைதீக நம்பிக்கைகளை ஒத்துக்கொள்ளாதவர்களாக அசுரர் என்போரைக் காட்டி, கொல்லப்பட வேண்டியவர்களாக அவர்களை இந்து

புராணங்கள் கூறியுள்ளன. ஆனால், இவ்வாறான எதிர்மறையே (வேஷ) பிராமணியத்தின் திரிபு என்கிறார் அயோத்திதாசர். அதாவது, சுராபானம் பயன்படுத்தியவர்கள் வேதவழி பிராமணர்களே. எனவே, அவர்களே சுரர். மாறாகச் சுராபானம் பயன்படுத்தாதவர்கள் அசுரர். அதன்படி, வேதமரபைச் சாராதவர்களே (பிராமணர் அல்லாதோர்) அசுரர். இதன்படி பார்த்தால், அசுரர்களே சுராபானம் அருந்தாத ஒழுக்கமுடையோர். பௌத்தமும் மதுவை மறுத்தது. இதனை அயோத்திதாசர் சுட்டியுள்ளார். ஆனால், வைதீகம் இந்தப் பெயர்களை மாற்ற முடியாமல் அதன் அர்த்தத்தை மட்டுமே தலைகீழாக மாற்றித் திரும்பத் திரும்ப வழங்கி, உண்மைப் போலாக்கி விட்டிருக்கிறது. இந்தச் சித்திரிப்பின்படி பார்த்தால் அசுரர் என்போரே நல்லோர்.

இந்தப் பெயர்களைத் தலைகீழாக்கிப் பொருள்படுத்தியதைப் போலவே இத்தகைய கதைகளையும் தலைகீழாக்கித் தக்க வைத்துள்ளனர். இவ்வாறு, அந்தக் கதைகளின் வரலாற்றின் உள்ளார்ந்த மெய் (உள்மெய்) வேறொன்றாய் இருந்திருக்க, அதில் வரும் நல்லோரான அசுரர்களைத் தீமையானவர்களாகவும், சுரர்களை நல்லோராகவும் தலைகீழாக மாற்றி எழுதிவிட்டனர். இந்த தலைகீழாக்கத்தைத் (புறமெய்) திரிபுகள் நீக்கி (உள்மெய்) மீட்டெடுத்து எழுதப்பட்டதே அயோத்திதாசரின் மாற்று வரலாறு எனலாம்.

எல்லாக் கதைகளிலும், தங்களை ஏற்றுக்கொள்ளாததே அசுரர்களை அழிப்பதற்கான காரணமாக வைதீகம் சொல்கிறது. இதிலிருந்து, வேறொரு மரபு ஏற்கெனவே அங்கிருந்திருக்கிறது என்பதையும், அவர்கள் வைதீகத்தை ஏற்றுக்கொள்ள மறுத்தார்கள் என்பதையும் அறிந்துகொள்கிறோம். அந்த ஏற்றுக்கொள்ளாத மரபினரைச் சுட்டுவதற்கே ஆணவம் என்ற சொல் இங்குக் கையாளப்படுகிறது. அந்த 'ஆணவத்தை' (பௌத்தத்தை) அழிக்க இறைவன் 'அவதாரம்' (வைதீகம்) கொள்கிறான். வேறொரு மரபு இருந்த இடத்தில் புதிய மரபு கோலோச்சுவதன் அடையாளமாகவே, அவதாரம் என்ற சொல் அமைகிறது. ஆணவத்தை அழிக்க அவதாரம் எடுப்பதோடு விஷயம் நின்றுவிடுவதில்லை. மாறாக அசுரர்கள் வதம் செய்யப்படுகிறார்களென்றும் எல்லாக் கதைகளும் சொல்லுகின்றன. அதாவது, ஏற்கெனவே இருந்த மரபைப் புதிய மரபு வன்முறையால் எதிர்கொள்கிறது. இதையே ஆணவத்தை அழிப்பதற்காக அவதாரம் செய்த கதை என்று நியாயப்படுத்தியுள்ளனர்.

அயோத்திதாசர், இரணியன் பெயரை இரண்யகசிபு என்றே குறிப்பிடுகிறார். இந்து தொன்மவியலில் காசியபர் சப்தரிஷிகளில் ஒருவராகக் கருதப்படுகிறார். காஸ்யப குலம் என்ற பெயருண்டு. எனவே, இப்பெயரை இந்துமரபினதாகக் கருதுகிறோம். இரணிய காசியபன் என்ற பெயரையே வைதீகப் புராணங்கள் கூறுகின்றன. ஆனால், இப்பெயர் பௌத்தத்தோடும் தொடர்புடையது. அதைக் குறிக்கும் விதமாகவே இங்கே அயோத்திதாசர் கையாள்கிறார். மகாகாஸ்யபர் என்றும், காஸ்யப தேரர் என்றும் அறியப்படும் காஸ்யபர் புத்தரின் பிரதான சீடர். இவர் மடியிலேயே புத்தர் உயிர் துறந்தார் என்ற நம்பிக்கையுண்டு. கி.மு. 483இல் ராஜகிருகத்தில் நடந்த முதல் பௌத்த மாநாட்டின் தலைமை இவரே. காசியபன் என்பதன் சுருக்கமே கசிபு. அசுர குலத்திற்குத் தனிமரபு இருந்ததற்கான குறிப்புகள் பிரகலாதன் கதையிலேயே ஊடாடிக் கிடக்கின்றன. அசுர குலத்திற்கென்று குரு சுக்கிராச்சாரியரும் குறிப்பிடப்படுகிறார்.

கதையைத் தொன்மையாக்குதல்

நாமறிந்து பிரகலாதன் கதைபற்றிய இத்தகைய மாற்று வரலாற்றை எழுதியிருப்பவர் அயோத்திதாசர்தான். அதிலும், இரணியனை பௌத்த மன்னன் என்று கூறி அந்த நோக்கில் வரலாற்றை எழுதியிருக்கிறார். இரணியன், ராவணன், மாபலி போன்றவர்கள் வைதீகத்தை ஏற்காததால் கொல்லப்பட்டவர்கள் என்ற பார்வை ஏற்கெனவே இங்கே இருந்து வந்தது. எனவே அயோத்திதாசர் இரணியன் கதையை வைதீக விளக்கத்திலிருந்து விலக்கி எழுதியிருப்பதற்குப் பொருத்தம் இருக்கிறது. பிரகலாதன் கதையிலேயே பல மாறுபாடுகளும் குழப்பங்களும் உள்ளன. அதாவது, பிற்காலத்தில் புனையப்படும் கதை ஒன்றைக் காலத்தால் தொன்மையானதுபோல் காட்டுவதன் மூலம் அக்கதைக்கொரு ஏற்பையும், அவை மாற்ற முடியாதவை என்ற கருத்தையும் உருவாக்குகின்றனர் என்பது அயோத்திதாசருடைய கருத்து. எனவே, ஒவ்வொரு கதைபற்றியும் 'சொல்லப்படும்' காலத்தை ஆராயவேண்டும். அதிலேயே, அதன் பொய்மெய்யை அறிந்துவிட முடியும் என்றார். பிரகலாதன் கதை இறைவனோடு தொடர்புபடுத்தப்படுவதால் 'இயல்பாகவே' புனிதத்தன்மையையும், கேள்விக்கு அப்பாற்பட்ட தன்மையையும் பெற்றுவிடுகிறது. அச்சம்பவத்திற்குக் காலாதீத அம்சமும் ஏற்பட்டுவிடுகிறது. எனவே, அக்கதையின் மீது மனிதர்கள் எவ்வித சந்தேகமும் கொள்ளக் கூடாது என்ற கட்டுப்பாடு ஏற்பட்டுவிடுகிறது.

இதன்படி பார்த்தால் பிரகலாதன் கதையும்கூடப் பிற்காலத்திலேயே எழுதப்பட்டு, காலந்தோறும் புதுப்பிக்கப்பட்டு வந்தது. அதாவது, பௌத்தத்தை வீழ்த்தி அதன் இடத்தைப் பிடித்த புதிய மதங்களைச் சேர்ந்தவர்கள் தாங்கள் புதியவர்கள் என்பதை மறைக்கவும், பழையவற்றை வீழ்த்தத் தாங்கள் செய்த தந்திரங்களை மறைக்கவும் அக்கதையைத் தொன்மையானவை போன்று எழுதினர்.

பிரகலாதன் கதை வளர்ந்த வரலாறு

விஷ்ணுக்குரியதாகக் கூறப்படும் பத்து அவதாரங்களுள் நான்காம் அவதாரமாகக் கூறப்படுவதே நரசிம்ம அவதாரம். ஆனால், விஷ்ணு அவதாரங்களின் எண்ணிக்கையும் வரிசை முறையும் காலத்துக்குக் காலம் நூலுக்கு நூல் மாறிவந்திருக்கின்றன. ஒவ்வொரு காலத்திலும் உருவாக்கிக்கொள்ளப்படும் அடையாளங்களைப் புதிது புதிதாகச் சேர்த்துக்கொள்வதால் இந்த மாறுபாடுகள் ஏற்பட்டிருக்கின்றன. பௌத்தம் செழித்த பின் புத்தரைத் தங்கள் அவதாரங்களுள் ஒருவராக ஏற்றுக்கொண்டமை இதற்கான சான்றுகளுள் ஒன்று. காலத்தால் பழமையானதாகக் கூறிக்கொள்ளப்படும் வேதங்களில், நரசிம்ம அவதாரத்திற்கு எந்த ஆதாரமும் இல்லை என்பது குறிப்பிடத்தக்கது. இந்த அவதாரக் கதை காலத்தால் பிந்தியே புனையப்பட்டிருக்கிறது. அதுவும், பௌத்தம் உண்டான பின்னால் உருவாக்கப்பட்டிருக்கிறது. இன்னும் குறிப்பாகச் சொல்லப்போனால் பௌத்தத்தின் செல்வாக்கைப் பின்னால் தனதாக்கிக்கொள்ள உருவாக்கிய கதை என்றே சொல்லலாம்.

தமிழைப் பொறுத்த அளவில் சங்க இலக்கியங்களில் காலத்தால் பிந்தையதான பரிபாடலில் நரசிம்மம் பற்றிய சிறுகுறிப்பு இடம்பெற்றது. பின்னர் வைணவ ஆழ்வார் பாசுரங்களில் குறிப்புகளாக இடம்பெற்றுள்ளன. கம்ப ராமாயணத்தில் இரணியன் வதைப்படலம் தனிப்படலமாக எழுதப்பட்டுள்ளது. பிற்கால வைணவ நூல்கள், தல புராணங்கள் ஆகியவற்றில் இக்கதை இடம்பெற்றது. எனினும் இக்கதையின் பரவல் பிற்காலத்தில் எழுதப்பட்ட கீர்த்தனைகள், கதைப்பாடல்கள், இசை நாடகப் பனுவல்கள் ஆகியவற்றின் மூலமே நடந்தது. சிற்றிலக்கிய வகைமையில் இரணியவதைப் பரணி என்ற நூலே எழுதப்பட்டது. இப்பரணி முழுவதும் இரணியன் கதையாக இல்லை என்றாலும், போரின் வன்மையை விளக்குவதற்கான சான்றாக இரணியனுக்கும் நரசிம்மத்துக்கும் இடையே நடந்த போர் சித்தரிக்கப்பட்டிருக்கிறது.

இவ்வாறு இக்கதை கதைப் பாடல்களாகவும் கீர்த்தனை களாகவும் மாறியதை ஒட்டி வைணவ மரபைச் சேர்ந்தோரின் முக்கியமான கதையாக நாளடைவில் மாறியது. இரணியன் கதை இன்றும் நாடகங்களாகவும் தெருக்கூத்தாகவும் நடத்தப்படுகிறது. இக்கதை தமிழ்ப் பகுதிக்கு வடக்கே தெலுங்குப் பகுதிலிருந்து பரவியதாகவும் இங்கிருந்து அங்கு பரவியதாகவும் அறியப்படுகிறது. கருநாடக இசை மூர்த்திகளில் ஒருவரான தியாகையர், தெலுங்கில் பிரகலாத பக்த விஜயம் எழுதியிருக்கிறார். இதேபோல, தஞ்சை நாயக்க மன்னர் விஜயராகவ நாயக்கர் (1633–1673) பிரகலாத மகாநாடகம் எழுதியதை சுந்தர்காளி எடுத்துக்காட்டுகிறார். இவற்றைத் தொடர்ந்து தெலுங்கிலும் தமிழிலும் நரசிம்ம அவதாரக் கதை ஏராளமான ஆசிரியர்களால் இயற்றப்பட்டதாகவும் கூறுகிறார். இக்கதை வேதம் போன்ற நூல்களிலிருந்து கீழே பரவியவை அல்ல. மாறாக, குறிப்பான தல அளவிலான புராணங்களில் சேர்க்கப்பட்டு மெல்லமெல்லப் பெருமரபுப் புராணங்களுக்குள் சேர்க்கப்பட்டிருக்கிறது. இதன்படி இக்கதை காலத்தால் பிந்தியதாகவும் மாறிமாறி வந்ததாகவும் இருக்கிறது.

மேலும், இந்தக் கதை வைதீக மரபால் உள்ளிழுக்கப் பட்டிருக்கிறது என்று சொல்லும் ஆய்வுகளும் இருக்கின்றன. ஆந்திர, ஒரிய பகுதிகளில் வழங்கிய பழங்குடி மக்களின் சிங்க வழிபாட்டு மரபு வைதீக மதத்தில் உள்வாங்கப்பட்டதன் அடையாளமாக நரசிம்மர் என்னும் உருவகம்பற்றி என்று ஆய்வாளர்கள் கூறியிருப்பதாகச் சுந்தர்காளி குறிப்பிட்டுள்ளார். அயோத்திதாசரும் தானெழுதிய கதையில் நாராயணன் என்ற பெயரை ஏற்கவில்லையே தவிர, நரசிம்மம் என்பது புத்தரைக் குறிக்க யசோதரைப் பயன்படுத்திய பெயர் என்று கூறியிருப்பது குறிப்பிடத்தக்கது. அயோத்திதாசர் இதேபோல், நந்தன் வரலாற்றையும் எழுதினார். அயோத்திதாசர் விளக்கத்தின்படி நந்தனும் இரணியனைப்போல ஒரு பௌத்த மன்னன். இரணியனைப் போலவே நந்தனையும் நம்பவைத்து, சதி செய்து வேஷ பிராமணர்கள் கொன்றனர் என்றார்.

பாரதிதாசனின் இரணியன் கதை

தமிழில் இரணியன் கதையை மாற்றுநோக்கில் எழுதியவர் என்றால் நினைவுக்கு வரும் பெயர் பாரதிதாசன். தமிழ்ப் பகுதியில் செல்வாக்குப் பெற்றுவந்த திராவிடர் இயக்கக் கருத்தியலின் பின்புலத்தில் அதை அவர் எழுதினார். அயோத்திதாசர் இரணியன் கதையை ஒரு வரலாற்று வரைவாக எழுதினார். ஆனால், பாரதிதாசன் நாடகப் படைப்பாக எழுதினார். 'இரணியன்

அல்லது இணையற்ற வீரன்' என்பது அந்நாடகத்தின் பெயராகும். எழுதப்பட்டு மேடையேற்றம் கண்ட பின்னரே, அந்நாடகம் நூலாக ஆக்கப்பட்டதாகத் தெரிகிறது. 1934ஆம் ஆண்டு பெரியார் தலைமையில் முதல் மேடையேற்றம் கண்டிருக்கிறது.

இரணியன் தமிழ் அரசர்களுள் ஒருவன். அவனுக்குப் பிரகலாதன் ஒரே மகன். அவன் இளவரசனாகப் பட்டமேறும் முன் உலக ஞானம் பெற வேண்டுமென்பதற்காகத் தந்தையால் நாட்டுப் பயணம் அனுப்பப்படுகிறான். பிரகலாதனும் அவன் நண்பனான ஆரிய இனத்தைச் சேர்ந்த காங்கேயனும் மேற்கொள்ளும் நாட்டுப் பயணத்திலிருந்து நாடகம் ஆரம்பிக்கிறது. தமிழ் 'நல்அரசை' வஞ்சினத்தால் வீழ்த்தித் தங்கள் அரசை நிறுவத் துடித்துக் கொண்டிருக்கின்றனர் ஆரியர்கள். அதற்குரிய கருவியாகப் பிரகலாதனைப் பயன்படுத்துகிறார்கள். அதற்காகவே காங்கேயன் பிரகலாதனோடு வலம் வருகிறான்.

நாட்டுப் பயணத்தின்போது பூங்கா ஒன்றில் சித்ரபானு என்ற பெண்ணைப் பார்க்கிறான் பிரகலாதன். அவள்மீது காதல் மலர்கிறது. ஆனால் இது முன்னரே திட்டமிடப்பட்டது. தமிழ் அரசனை வீழ்த்துவதற்கான ஆரியர்கள் ஆரம்பிக்கும் திட்டமிடல். அதன்படி, பெண்ணைக் காட்டிப் பிரகலாதனை முதலில் மடக்குகின்றனர். திருமணம் நடக்கிறது.

சித்ரபானுவின் தந்தை கஜகேது பிரகலாதனிடம், "அரசன் இரணியனிடம் சித்ரபானுவை மணம் புரிந்து கொண்டதைக் கூற வேண்டாம். நாங்கள் சொல்லும்போது சொன்னால் போதும்" என்கிறான். இதற்கிடையில் ஆரியர்கள் நாராயணன் தோன்றுவான் என்று கூறிவருவதையும், ஆரியவேதத்தை ஏற்காத காரணத்தால் தமிழர்களை அழித்துவிடுவான் என்று கூறிவருவதையும் இரணியன் கேள்விப்படுகிறான். அதையொட்டி ஆரியர்கள் சிலரைச் சிறைப்படுத்துகிறான். மாறுவேடத்தில் சென்ற சித்ரலேகா இரணியனைக் கொல்ல முயன்று தோல்வியடைகிறாள். இரணியனின் சேனாதிபதிக்கு சித்ரலேகா மீதான ஆசையைக்காட்டி இரணியனுக்கு எதிராக அவனையும் மாற்றி வைத்திருக்கிறார்கள். இரணியன் பிரகலாதனுக்குப் பட்டம் சூட்டும் விழாவுக்கு ஏற்பாடு செய்கிறான். அப்போது சொல்ல வேண்டிய இரணிய நாமத்திற்குப் பதிலாக, நாராயணன் நாமம் கூறுகிறான் பிரகலாதன். கோபம் கொண்ட இரணியன் விழாவைத் தள்ளிவைக்கிறான். இதற்கிடையே, சேனாதிபதி உதவியுடன் ஆயுதங்களுடன் சிலரை அரண்மனையுள் மறையச்செய்துவிட்டு சூழ்ச்சிச் செய்து இரணியனைத் தனியே

ஸ்டாலின் ராஜாங்கம்

வரவழைக்கிறார்கள். இரணியனுக்குப் பிரகலாதனோடு வாதம் பிறக்கிறது. உங்கள் நாராயணன் எங்கிருக்கிறான் என்று கேட்கிறான் இரணியன். பிரகலாதனோ அவன் தூணிலும் இருப்பான், துரும்பிலும் இருப்பான் என்று ஆரியர்கள் சொல்லச் சொன்னதைச் சொல்கிறான். இரணியன் தூணை உதைக்கிறான். தூணில் மறைந்திருக்கும் ஆரியர்கள் அரசனின் முதுகில் குத்தி விட்டு ஓடிவிடுகின்றனர். முதுகில் குத்தப்பட்டதை நினைத்து இரணியன் வாளால் தன்னைக் குத்திக்கொள்கிறான். அரசி லீலாவதியும் தன்னை மாய்த்துக்கொள்கிறாள். சேனாதிபதி பிரகலாதனைக் கொல்கிறான். பிறகு தன்னைக் காதலிப்பதுபோல் நடித்துவந்த சித்ரபானுவின் சதியை அறிந்து, அவளைக் கொல்ல முற்படுகிறான். அவள் தப்பித்துவிடுகிறாள். தன் தவறுணர்ந்து அவனும் தற்கொலை செய்துகொண்டு செத்துப்போகிறான். இதுவே, பாரதிதாசனின் இரணியன் கதை. கதை முழுவதும் ஆரியர்களின் வஞ்சனை, சூது, நம்பவைத்துக் கழுத்தறுத்தல் ஆகியவை இருக்கின்றன. இதற்கு மாற்றாகத் தமிழரின் வீரம், பெருந்தன்மை, ஆண்மை, பெருமை என்பவை வலியுறுத்தப்பட்டுள்ளன.

வதமும் சதியும்

அயோத்திதாசர் எழுதிய இரணியகசிபு கதைக்கும் பாரதிதாசன் எழுதிய இரணியன் அல்லது இணையற்ற வீரன் கதைக்கும் உள்ள தொடர்புகளையும் வேறுபாடுகளையும் காணலாம். முதலில் இருவருமே மன்னர்கள் வழியாகவே ஒரு மதத்தின் / இனத்தின் இருப்பைப் புரிந்துகொண்டுள்ளனர். மன்னர்கள் வழியாக ஒரு சமூகத்தின் எழுச்சி வீழ்ச்சியைப் பார்த்துள்ளனர். அரசர் எனப்படுவோர் வீரராகவோ, வேறு எந்த வகையிலாவது ஒரு ஆளுமையாகவோ இருந்திருக்கலாம். அவர்களை ஒரு அரசனாக வளர்த்தெடுத்துக்கொள்ளும் புரிதல் அவர்களுடையது. திராவிட இயக்கத்தால் மறுஆக்கம் செய்யப் பட்ட ராவணன், இரணியன், அசுரன் சார்ந்த சொல்லாடல்கள் அயோத்திதாசராலும் முன்னரே விவாதிக்கப்பட்டுள்ளன. ஆனால் அவரால் மன்னராகக் கூறப்பட்டும் அந்தத் திசையில் பின்னாளில் வளர்த்தெடுக்கப்படாதவராக நந்தன் இருக்கிறார். அவர் பறை அடிமையாக எழுதப்பட்டிருந்ததில் பிழையிருப்பதாக யாரும் கருதவில்லை போலும்.

வைதீகப் பிரதிகளில் ஒரு வரிசைமுறை பின்பற்றப்பட்டுள்ளது. முதலில் வைதீக அடையாளத்தை ஏற்காதிருத்தல் சொல்லப் படுகிறது (ஆணவம்). இரண்டாவதாக அதை அடக்க/அழிக்க இறைவனே அவதாரம் கொள்கிறார் (மாபலி–வாமன அவதாரம்). மூன்றாவதாக வதம். இந்த வதம் எல்லாப் பிரதிகளிலும்

சிறுசிறு ஏற்ற இறக்கங்களோடு இடம்பெற்றிருக்கிறது. வதம் செய்து கொன்ற நாளை ஏதாவதொரு பண்டிகையாகக் கூறியிருக்கின்றனர் (நரகாசுரன்—தீபவாளி). ஆனால், இருபதாம் நூற்றாண்டின் எல்லா மாற்றுப் பிரதிகளும் வதம் என்ற இடத்தில் சதி என்ற நிலைப்பாட்டை வைத்திருக்கின்றன. எனினும் இவற்றை நவீன காலத்தின் யோசனையாக மட்டும் பார்த்துவிட முடியாது. இது நாட்டுப்புறக் கதைகளிலும் செவ்விலக்கியங்களிலும்கூட உண்டு. பொதுவாக வாழ்ந்துகெட்ட குடும்பங்களின் நிலை சொல்லப்படுவதைபோல இலக்கியங்களில் வீழ்ந்துபோன நபர்களின் குடும்பங்களின் / இனங்களின் வரலாற்றைப் பேசுவது அடிநாதமாக இருக்கிறது. இப்பண்பே இருபதாம் நூற்றாண்டுப் பிராமண எதிர்ப்புப் படைப்புகளிலும் நீண்டிருக்கிறது. தங்களின் சமயத்தை, இனத்தைச் சதியால் வீழ்த்தினார்கள் என்று கூறித் தங்களின் வீழ்ச்சியில் நீதியில்லை என்று கூற முற்பட்டனர்.

ஆனால், அந்தச் சதி எத்தகையது? யார் செய்தார்கள்? என்பதில் அயோத்திதாசருக்கும் பாரதிதாசனுக்கும் இடையே வேறுபாடு இருக்கிறது. (வேஷ) பிராமணர்களின் சதி பௌத்தத்தைப் 'போலச்செய்வதிலிருந்து' ஆரம்பிக்கிறது. போலச் செய்த பின்னரே, அவர்களால் உள்ளே நுழைய முடிகிறது. திடீரென உள்நுழைந்து நீண்டகாலம் குறிப்பிட்ட வழக்கத்திற்குப் பழகிவந்த மக்களை மாற்றிவிட முடியாது. ஏற்கெனவே இங்கு பௌத்தப் பண்பாடு நிலைபெற்றிருந்தது. அவற்றை உடனே மாற்ற முடியாமல் போலச்செய்யும் புதிய நடைமுறையைக் கையாண்டு பிராமணர்கள் உள்நுழைந்தனர் என்பது அயோத்திதாசரின் பார்வை. ஆனால், பாரதிதாசனிடம் அது பெண்களைக் காட்டி உள்நுழைந்தனர் என்பதாக இருக்கிறது. இது பாரதிதாசனிடம் மட்டுமல்ல, திராவிட இயக்கச் சொல்லாடல்கள் முழுவதும் நிறைந்திருக்கிறது. ஆண்களின் சோரம்போதல் என்பது பிராமணப் பெண்களின் வஞ்சகக் காதலை உண்மையான காதலாகக் கருதுவதால் நடந்துவிட்டிருப்பதாகச் சித்தரிக்கின்றன. ஆனால், அயோத்திதாசரிடம் இந்தப் போக்கு இருக்கவில்லை என்பது வியப்பளிக்கிறது. இரணியன் வரலாற்றை மட்டுமல்ல; நந்தன் வரலாற்றை எழுதும்போதும் சூழ்ச்சிசெய்து பொறியமைத்துக் கொன்றனர் என்றே கூறுகிறார்.

மொழி முதன்மைவாதம்

எல்லாவற்றைக் காட்டிலும், அயோத்திதாசரின் கதைக்கும் பாரதிதாசன்கதைக்கும் இடையேயுள்ள ஒரு வேறுபாடு அக்கதையாடல்கள் உருவாக்கத்தில் நிகழ்ந்த காலகட்ட

மாறுபாடுகளைக் காட்டுகின்றன. இரணியன் கதையைப் பௌத்தத்திற்கும் பிராமணியத்திற்குமான மோதலிலிருந்து விளக்கினார் அயோத்திதாசர். அதாவது, இரண்டு சமயங்கள் இரண்டு தத்துவங்களின் மோதல் என்று இதைக் கூறலாம். இதனை வைதீகத்திற்கும் அவைதீகத்திற்குமான மோதல் என்று இன்றைய பொருளில் விரித்து ஆராயலாம்.

பாரதிதாசனோ இக்கதையை ஆரியர் தமிழர் மோதல் என்று காட்டுகிறார். ஆரியர் என்ற சொல்லைக் கையாண்டாலும் பிராமணர், அந்தணர், பார்ப்பனர் போன்றவற்றின் மாற்றுச் சொல்லாகவே அது கருதப்பட்டது. பிராமணர், மத / பூசக மேலாண்மை கொண்டோர் என்பதை அறிவோம். மந்திரம், வேதம், யாகம், வருணம் ஆகியவை ஒன்றோடொன்று தொடர்புகொண்டு வைதீகம் என்ற மதஅடையாளத்தில் இந்த அடையாளம் பொருள் பெறுகிறது. மொழி என்ற முறையில் சமஸ்கிருதம் இணைக்கப்படுகிறதே ஒழிய மொழி மட்டுமே முதன்மை பெறுவதில்லை.

ஆனால், பாரதிதாசன் ஆரியம் என்ற மத / பூசக அடையாளத்திற்கு எதிராக மொழியை முதன்மையாகக் கொண்ட தமிழர் என்ற அடையாளத்தைக் காட்டுகிறார். தமிழர்களின் தமிழ் மொழி என்பதற்கு எதிராக ஆரியர்களின் சமஸ்கிருதத்தைச் சொல்ல முடியுமே ஒழிய ஆரியம் என்ற மத அடையாளத்திற்கு எதிராகத் தமிழர் என்ற மொழி அடையாளம் பொருந்தவில்லை. தமிழர் என்னும் மொழி அடையாளத்தைக் குறிப்பிட்ட மத அடையாளத்திற்குள் மட்டும் இருத்த முடியாது. தமிழர் என்போருள் சாதி, சமயம், நம்பிக்கைகள், வாழ்க்கைமுறை சார்ந்து பல அடையாளங்கள் இருக்கின்றன. எனவே, இந்த மொழியைக் குறிக்கும் அடையாளத்தை ஆரியர் என்ற மதக் குறியீட்டிற்கு இணையானதாகப் பார்க்க முடியாது.

ஆரியர் – பிராமணர் என்பதை ஒரு பண்பாட்டு மத மேலாதிக்கமாகப் பார்ப்போமானால் அதற்கு எதிராக மற்றுமொரு மத அல்லது பண்பாட்டு அடையாளத்தையே வைக்க முடியும்; வைக்க வேண்டும். ஒரு மதத்தவருக்குக் குறிப்பிட்ட மொழி என்று எதுவும் இல்லை. வைதீகமும் அவைதிகமும் ஒரே மொழியையும் பேசி வாழ முடியும். எனவே, இந்த மத மேலாதிக்கத்தைப் புரிந்துகொள்ள மொழி அடையாளத்தின் வழியே செல்வதைக் காட்டிலும் மதங்களுக்கிடையேயான / மரபுகளுக்கிடையேயான மோதலிலிருந்து விளங்கிக்கொள்ள முடியும் என்று தோன்றுகிறது. ஒரே மதம் மொழிகளைக் கடந்து இயங்கியிருக்கிறது.

உலகின் எல்லாச் சமூகத்திலும் வழிபாடும் நம்பிக்கைகளும் இருந்துவருகின்றன. இறந்தோரையும், அச்சுறுத்தும் இயற்கையையும் வணங்கும் மரபுதான் மனித குல வரலாற்றில் வழிபாட்டின் தொடக்கமானதாகக் காணக் கிடைக்கிறது. மனிதனின் அல்லது ஒரு குழுவின் அடையாளமாகவும், இருத்தலுக்கான உணர்வுபூர்வமான அர்த்தமாகவும், வழிபாடும், அதையொட்டி வளர்ந்த பண்பாட்டுக் கூறுகளும் இருக்கின்றன. ஒரு குழு மற்றொரு குழுவின் மீது ஆதிக்கம் செய்யவோ அல்லது அழிக்கவோ செய்யும் முயற்சியில் பண்பாட்டு அடையாளங்களையே அழித்திருக்கிறது. அதன்மீது தன்னுடைய அடையாளங்களை வைத்திருக்கிறது. இதுவே, பின்னர் சமய மோதலாக உருவெடுத்துள்ளது. இந்தியாவைப் பொறுத்தவரையிலும் வெவ்வேறு சிறுசிறு மரபுகள் வட்டார ரீதியாக இருந்துள்ளன. அவற்றைப் பெருமரபு அழித்திருக்கிறது அல்லது உள்வாங்கியிருக்கிறது. அம்முயற்சியில் சிறுமரபுகள் தோற்றும் இருக்கின்றன; பிழைத்தும் இருக்கின்றன. பெருமரபுச் சமயங்களுக்கிடையேயும் மோதல்கள் நடந்திருக்கின்றன. இதில் எந்தச் சமயம் யார் தரப்பு என்பதை ஒட்டியே அதன் இருப்பும் அழிவும் இருந்திருக்கின்றன. இதன்படி, இந்தியா முழுவதும் எல்லாக் காலங்களிலும் பல மரபுகளுக்கிடையே மோதலும் அழிப்பும் மீட்சியும் இருந்துவருகின்றன. இதற்கான ஆதாரங்கள் சில வேளைகளில் வெளிப்படையாகவும் பல வேளைகளில் கலை இலக்கியப் பதிவுகளாகவும் எஞ்சியுள்ளன. இந்தப் பின்னணியில் பார்க்கும்போது அயோத்திதாசர் இங்கிருக்கும் முரண்பாடுகளைத் தத்துவம்/மரபு/சமயங்களுக்கிடையிலான மோதலாகப் பார்த்தார். அதில் பௌத்தம் வைதீகம் (பிராமணியம்) என்ற இருவேறு மரபுகள் அல்லது சமயங்கள் என்பது அவர் தரப்பு வாசிப்பாக இருந்தது. எனவேதான், அவர் இரணியன் கதையைப் பௌத்த சமயத்திற்கும், வைதீக சமயத்திற்கும் இடையேயான மோதலிலிருந்து வாசித்தார். மொழிக்கு இம்மோதலில் இடமில்லையாதலால் மொழியை முதல் காரணமாக அவர் யோசிக்கவில்லை.

இந்தியாவிலிருந்த அரசர்கள் வைதீகப் பெருமரபால் சதிசெய்துகொல்லப்பட்டார்கள் என்றயோசனை அயோத்திதாசரிலிருந்து உருவானதில்லை. இந்திய உள்ளூர் பற்றிய காலனிய கால யோசனையிலும் அது இருந்தது. அதற்கு வேராக ஏற்கெனவே உள்ளூர் வழக்காறுகளும் இருந்தன. இரணியனைப் பௌத்தத்தோடு இணைத்த பார்வை ஏற்கெனவே இருந்ததை ம.மாசிலாமணியாரின் பதிவு காட்டுகிறது. 1885இல் ம.மாசிலாமணி எழுதிய வருணபேதச் சுருக்கம் (1900ஆம் ஆண்டில் வருணபேத விளக்கம் என்ற பெயரில் விரித்தெழுதப்பட்டது) நூலில்,

“இராவணன், இரணியன் சாமன்யமானவர்களல்ல. கல்வியாதி நாகரீக ஒழுக்கங்களில் சிறந்தவர்களானதால், ஆரியர் இடத்தினின்று உதிக்கும் தித்திரப் பேச்சுகளுக்கு மனமகிழ்ந்து ஏமாற மதிகேடர்களல்லவே. இக்காரணத்தினாலேயே, ஆரியர் ஆக்ரமித்து இவர்களை இராட்சதரென்றும், அரக்கரென்றும் மிகு இழிவாகப் பகிர்ந்து தமக்கு வசப்பட்ட மகுவர்த்தனரைக் கொண்டு கெடுநினைவால் இவ்வரசரையும் அவர்கள் குடிகளையும், நகரங்களையும் அக்கினிக்கு இரையாகும்படி படுசூரணம் செய்வித்தனர்.”

என்று குறிப்பிடுகிறார். அதோடு அவர்களை “இராவணன் இரண்யன் முதலிய பௌத்த மத பட்டவர்த்தனர்கள்” என்றும் குறிப்பிடுகிறார். எனவே இரணியனைப் பௌத்தராகப் பார்க்கும் பார்வை ஏற்கெனவே இருந்திருந்ததைப் புரிந்து கொள்கிறோம்.

19ஆம் நூற்றாண்டின் இறுதிவரையிலும் மத மரபுகளுக்கு இடையிலான மோதலாகவே இவை போன்றவற்றை வாசிக்கும் அணுகுமுறை இருந்துவந்ததைப் பார்க்கிறோம். தமிழில் அந்தப் பார்வைக் கோணத்தின் கடைசிக்கண்ணி என்று அயோத்திதாசரைக் கூறலாம். அடுத்து வேறொரு போக்கு தொடங்குகிறது. மொழியை முதன்மையாகக் கொண்டு பிரச்சினைகளை மொழி அடிப்படையிலானதாக விளக்கும் மரபு தொடங்குகிறது. 19ஆம் நூற்றாண்டில் உருவாகி 20ஆம் நூற்றாண்டில் நிலைபெற்ற தமிழ் மறுமலர்ச்சியே இதற்குக் காரணமாகும். எழுத்துப் பிரதிகளே ஆதாரமாக மாறிய காலம் அது. அச்சுப் பிரதிகள், தமிழ் என்னும் ஓர்மை, தமிழ் – தமிழர் வரலாறு எழுதுதல் ஆகியவை இதன் அங்கங்கள். சமூகத்தை மொழியால் புரிந்துகொள்ளும் தலைமுறை உருவானது. அதையொட்டி ஆரியம், பிராமணியம் என்ற மதமேலாண்மைச் சொல்லாடலுக்கு எதிராகத் தமிழ் என்கிற மொழிக் குறியீடு முதன்மைப்படுத்தப்பட்டது. அதற்கு அச்சுக் கலாச்சாரமும், நவீன ஜனநாயகக் கருத்துகளும் காரணமாயின. மத அடையாளம் நீங்கிய யோசனை மேற்கத்திய அறிவியல் வாதத்தையும் சனநாயகக் கருத்தையும் ஒட்டி உருவாயின. எனவே, உருப்பெறும் புதிய அடையாளம் மதத்தோடு தொடர்பில்லாத மொழி அடையாளமாக இருப்பது முக்கியமாகப் பார்க்கப்பட்டது. பிராமணிய சமயத்திற்கு மாற்றாகச் சமணம், பௌத்தம், என்ற அவைதீக மரபுகளைப் பார்ப்பதைவிடவும் தமிழ் என்ற மொழி அடையாளத்தைப் பார்க்கும் வழக்கம் உருப்பெற்றது இவ்வாறுதான். அதற்கேற்பத் தமிழ்ச் சொல்லாடல்களிலிருந்து வந்த சமணம் – பௌத்தம் ஆகியவை புறச்சமயங்களாக

ஆக்கப்பட்டிருந்தன. இவ்வாறு மொழி முதன்மைவாதம் மேலோங்கிய காலத்தின் பிரதிநிதிதான் பாரதிதாசன். அதனால்தான் அவரின் இரணியன் கதையில் பிற வேறுபாடுகள் நீக்கப்பட்டுத் தமிழ் அடையாளமும் ஆரிய அடையாளமும் தீர்மானகரமான எதிரிணைகளாக நிறுத்தப்பட்டன.

பாரதிதாசன் எவ்வாறு புரிந்துகொண்டிருந்தார் என்பதை இங்கே விளங்கிக்கொண்டோம். ஆனால், இன்றைய சூழலிலிருந்து இரண்டையும் பார்க்கும்போது மதங்களுக்கிடையிலான மோதலிலிருந்து இக்கதையை வாசித்திருப்பதில்தான் பொருத்தம் இருக்கிறது என்று சொல்லத் தோன்றுகிறது. இருபதாம் நூற்றாண்டுத் தமிழ்ப் பகுதிச் சமூக அரசியல் பண்பாட்டு விஷயங்களை மொழி முதன்மைவாதமே தீர்மானித்திருக்கிறது. அவற்றினால் நாம் அடைந்திருக்கும் புரிதல்களைப் போலவே, இழந்திருக்கும் புரிதல்களும் உள்ளன. எனவே, இந்தியாவின் வரலாற்றைப் பல்வேறு மரபுகளுக்கிடையிலான மோதலிலிருந்தும் வாசிக்க வேண்டும். மொழி அவற்றில் ஒரு கூறு. அதுவே முழுகாரணம் அல்ல. தமிழின் முக்கியத்துவத்தைக் குறிப்பிட்ட அம்பேத்கரே, இந்திய வரலாறு என்று வரும்போது அவற்றை மொழிகளுக்கிடையிலான மோதலிலிருந்து பார்க்கவில்லை. மாறாகப் பண்டைய இந்தியாவின் வரலாறு பிராமணியத்திற்கும் பௌத்தத்திற்கும் இடையிலான மோதலாகவே இருந்தது என்று கூறியிருப்பது இங்குக் குறிப்பிடத்தக்கதாகும்.

பயன்பட்ட நூல்கள்/கட்டுரைகள்

1. அரசு. வீ (பதிப்பாசிரியர்), தத்துவ விவேசினி, சென்னை இலௌகி சங்கம் *(1878–1888)* முதல் தொகுதி, நியூசெஞ்சுரி புக் ஹவுஸ், சென்னை, அக்டோபர் *2012.*

2. அலாய்சியஸ். ஞான. (தொகுப்பாசிரியர்), அயோத்திதாசர் சிந்தனைகள் – ஐ, நாட்டார் வழக்காற்றியல் ஆய்வு மையம், தூய சவேரியார் கல்லூரி, பாளையங்கோட்டை, செப்டம்பர் *1999.*

3. சுந்தர்காளி (கட்டுரையாசிரியர்), ஓர் அவதாரத்தின் கதை; இருவேறு வடிவங்கள், விகடன் தடம், சென்னை, டிசம்பர் *2018.*

4. பாரதிதாசன், இரணியன் அல்லது இணையற்ற வீரன், பூம்புகார் பதிப்பகம், சென்னை, *1993.*

நீலம், அக்டோபர் 2020

பகுதி – II

7

அயோத்திதாசரின் நூறாண்டுப் பயணம்

பத்தொன்பதாம் நூற்றாண்டில் பழம் இலக்கிய ஏடுகள் அச்சாகத் தொடங்கியபோது நீதி நூல்கள், கதை நூல்கள், புராணங்கள்தான் பதிப்பிக்கப்பட்டன. சங்கத் தொகை நூல்கள் உடனே அச்சில் ஏறவில்லை. தொடக்ககாலப் பதிப்பு முயற்சிகளில் ஈடுபட்ட பலருக்குச் சங்கத் தொகைநூல்களின் பெயர்கள் கூடத் தெரிந்திருக்கவில்லை. உள்ளூர் கல்வி முறையிலும் அந்நூல்கள் பயிற்றுவிக்கப்பட்டதாகத் தெரியவில்லை. மடங்கள் போன்றவற்றிலும் அவை பராமரிக்கப்பட்டதாகத் தெரியவில்லை. மெல்லவே அந்த ஏடுகள் அச்சேறின. இவ்வாறு தாமதமாக வந்த அந்நூல்களே இருபதாம் நூற்றாண்டு தமிழ் மறுமலர்ச்சிச் சொல்லாடலைக் கட்டமைப்பதில் முக்கிய ஆதாரங்களாக மாறின. தமிழுக்குச் செவ்வியல் தகுதி அந்நூல்களால்தான் கிடைத்தது. அதாவது பத்தொன்பதாம் நூற்றாண்டின் இலக்கியச் சொல்லாடலில் பின்னாலிருந்தவை இருபதாம் நூற்றாண்டில் முதன்மையானதாக மாறி நின்றன.

இவ்வாறு கூறுவதன் பொருள் அந்த ஏடுகள் இல்லாமலே இருந்தன என்பதல்ல; அவை பல்வேறு காரணங்களால் நம்முடைய பயில்முறையில் கொணரப்படாதிருந்தன. அவற்றைப் படித்துப் பாதுகாத்து வந்த ஏதோவொரு மரபு, ஏதோவொரு குழாம் சிறுபான்மையான

அளவில் இருந்திருக்கிறது. அவ்வாறு இருந்த ஏடுகளே மெல்ல அச்சிற்கு வந்து, பின்னால் தமிழ்ச் சொல்லாடலின் போக்கைத் தீர்மானிப்பதாகமாறியது. எனவே முற்றிலும் இல்லாதிருந்ததைத் திடீரென யாரும் கண்டுபிடித்து விடவில்லை. ஏதோவொரு குழுவினர், ஏதோவொரு விதத்தில் பராமரித்துவந்ததாலேயே அவை அச்சு வடிவம் கண்டன. அந்த வகையில் தொடர்ச்சியைத் தக்கவைத்துவந்த சிறு மரபினர் முக்கியமானவர்கள் ஆகிறார்கள்.

1990களின் அயோத்திதாசர் தொகுப்புகள்

அயோத்திதாசர் எழுத்துகள் தொகுக்கப்பட்டு 1990களின் இறுதியில் நூல்களாக வெளியானபோது அதுவரையிலும் அவர் மறைக்கப்பட்டிருந்தார் என்ற அர்த்தமும் சேர்ந்தே வந்தது. ஞான.அலாய்சியஸ் அயோத்திதாசரின் நேரடி எழுத்துகளைத் தொகுத்து வெளிக்கொண்டுவந்த அதே சமகாலத்தில், அயோத்திதாசர் எழுத்துகளை 'நவீன'ப்படுத்தி வெளியிட்டிருந்த சித்தார்த்தா புத்தகச்சாலை வெளியீடுகளின் தொகுப்பாக நூல் தொகுதிகளைக் கொணர்ந்தது தலித் சாகித்ய அகாதமி. இப்பின்னணியில்தான் அயோத்திதாசரின் எழுத்துகள் தொகுக்கப்படாதிருந்த காலம்வரையில் அவர் அறியப்படாதிருந்தார் என்ற அர்த்தம் உருவானது. இதில் உண்மை இல்லாமல் இல்லை.

அதேவேளையில் அவர் கண்டுபிடிக்கப்பட்டார் என்ற கூற்றில் மரணத்திற்குப் பிறகு 1990களில் தொகுக்கப்படும் வரையில் அவர் இல்லாதிருந்தார் என்ற பொருளும் கிடைத்துவிடுகிறது. வேறு யாராலும் அவர் பேசப்படவில்லை என்றும் பொருள் வருகிறது. அவ்வாறு இருந்திருக்க முடியுமா? இவை தானாகக் கிடைத்து விட்டனவா? என்பதே நாம் எழுப்ப வேண்டிய கேள்விகள். அவர் பராமரிக்கப்படாமலோ பேசப்படாமலோ இருந்திருந்தால் இவ்வளவு காலம் தாக்குப் பிடித்து வந்து கிடைத்திருப்பாரா என்கிற கேள்வியையும் அழுத்தமாக எழுப்பிக்கொள்ள வேண்டியுள்ளது. உண்மையில் இங்கு அயோத்திதாசர் ஏதோவொரு வகையில் நினைவுக் கூரப்பட்டு வந்திருக்கிறார். அவர் எழுத்துகள் பாதுகாக்கப்பட்டு வந்திருக்கின்றன என்பதைத் தெரிந்துகொள்ள வேண்டியுள்ளது. அயோத்திதாசரின் தமிழன் ஏடுகளைப் பாதுகாத்துக் கையளித்த அன்பு பொன்னோவியத்திற்கு உரிய அங்கீகாரத்தை ஞான. அலாய்சியஸ் வழங்கினார் என்றாலும் நாம் இதனை இன்னும் விரிவாகப் பார்க்க வேண்டியிருக்கிறது. அவ்வாறு பார்க்கும்போது அயோத்திதாசர் இன்றைக்கு நம்மிடம் வந்தடைந்திருப்பதில் ஒரு தொடர்ச்சி இருந்திருப்பதை அறியலாம். அத்தொடர்ச்சியில் சில நேரங்களில் அழுத்தமும்

சில நேரங்களில் மங்கலும் இருந்திருக்கின்றன என்பதையும் பார்க்கிறோம். அவற்றில் பலரும் பங்களித்திருக்கிறார்கள் என்பதையும் தெரிந்துகொள்கிறோம். இதற்கான தேடல் அயோத்திதாசர் பற்றியதாக மட்டுமல்லாமல் ஒரு நூறாண்டுகள் ஒடுக்கப்பட்டோர் அரசியல் பயணம் பற்றியதாகவும் இருக்கிறது.

அயோத்திதாசரின் தொடக்ககால வெளியீடுகள்

அயோத்திதாசர் பௌத்தம் தழுவிய அடுத்த ஆண்டிலேயே (1899) "**புத்தர் என்னும் இரவு பகலற்ற ஒளி**" என்னும் நூலை எழுதி அச்சிட்டதாகத் தெரிகிறது. எனினும் அதன் அச்சு விவரங்கள் கிடைக்கவில்லை. ஆனால் அதே நூல் தென்னாப்பிரிக்க பௌத்தச் சங்கங்கள் சார்பாக 1920ஆம் ஆண்டில் அச்சிட்டப்பட்ட தகவல் மட்டும் கிடைக்கிறது. இதன்படி அவருடைய தொடக்க நூல் இருபதாண்டுக்குப் பின்பு வரையிலும் அச்சிடப்பட்டதைத் தெரிந்துகொள்கிறோம். அதேபோல் "**புத்த மார்க்க வினா விடை**" என்னும் சிறுநூல் அயோத்திதாசரால் எழுதப்பட்டதாக இன்றுவரை அறியப்படு கிறது. ஆனால் அதை அவர் நேரடியாக எழுதவில்லை. இந்தியாவிலும் இலங்கையிலும் உருவாகிவந்த பௌத்தப் பணிகளுக்கான பிரதியாக ஆல்காட்டால் எழுதப்பட்டு, பிறகு அயோத்திதாசரால் பெறப்பட்டு சில மாறுபாடுகளோடு 1900 ஆம் ஆண்டு தென்னிந்திய பூர்வீக திராவிட சாக்கைய புத்த சங்கத்தோரால் வெளியிடப்பட்டது. பிறகு அது பல பதிப்புகளைக் கண்டதாகத் தெரிகிறது.

தமிழன் இதழ் வெளியீடுகள்

1907ஆம் ஆண்டு ஜூன் மாதம் அயோத்திதாசரின் ஆசிரியத்துவத்தில் தமிழன் வார இதழ் வெளிவரத் துவங்கியது. இதழில் பலரும் எழுதினார்கள் என்றாலும் அயோத்திதாசரின் எழுத்துகளே இதழைத் தாங்கிச்சென்றன. இந்நிலையில் **31.8.1910** நாளிட்ட இதழில் "**ஒரு சிறந்த விண்ணப்பம்**" என்ற வேண்டுகோள் வெளியாகியிருந்தது. இதழ் சார்பாக நூல்கள் வெளியிடப்போவதற்கான அறிவிப்பு அது. சிறு புத்தகங்கள் பத்தும் பெரும் புத்தகம் ஒன்றும் வெளியிடப்போவதாகவும், நூல்களின் பெயர்ப் பட்டியலும் அதில் இடம்பெற்றிருந்தது. அதில் இப்போது வெளியிட வேண்டிய பெரும்புத்தகம் என்று "**பூர்வத் தமிழொளியாம் புத்தரது ஆதிவேதம்**" என்ற நூல் குறிப்பிடப்பட்டிருந்தது. இந்த வேண்டுகோள் இதழில் தொடர்ந்து வெளியிடப்பட்டுவந்தது. ஏறக்குறைய இதே காலகட்டத்தில்தான் 07.09.1910ஆம் நாள் முதல் '**தமிழன் பத்திரிக்கை புத்தகாபிவிருத்தி**' என்ற பெயரில் இதழ் வளர்ச்சிக்கென

நன்கொடைப் பெட்டி திறந்திருப்பதாக அறிவிப்பு வெளியாகத் தொடங்கியது. இப்பயணத்தில் ஆதிவேதம் அச்சிடுவது முக்கியமானதாக மாறியது.

1912ஆம் ஆண்டில் தமிழன் இதழ் சார்பாக நூல்கள் முறைப்படி வெளியாகத் துவங்கின. இதன்படி முதலில் சிறு நூல்களில் இரண்டு நூல்கள் வெளியானதாகத் தெரிகிறது. **"நூதனச் சாதிகளின் உற்பவ பீடிகை, அரிச்சந்திரன் மெய்யனன்னுங் காதையும் பொய்யனான விவரமும்"** என்னும் இரண்டு நூல்களே அவை. தொடர்ந்து 1912 ஜூன் மாதம் "திருவள்ளுவ நாயனார் பறைச்சிக்கும் பாப்பானுக்கும் பிறந்தாரென்னும் பொய்க்கதா விவரம்" என்னும் நூலும் வெளியானது. சங்கத்தார்களின் முதன்மை இலக்கான ஆதிவேதம் நூல் 3.08.1912ஆம் நாள் சென்னையில் வெளியிடப்பட்டது. இதே ஆண்டு சிறுநூல் வரிசையில் "யதார்த்த பிராமண வேதாந்த விபரமும், வேஷ பிராமண வேதாந்த விபரமும்" என்ற அயோத்திதாசரின் நூல் வெளியானது.

இவையே அயோத்திதாசர் உயிரோடு இருந்தபோது வெளியான அவரின் நூல்களாக இதுவரை உறுதி செய்யப்பட்டிருக்கிறன.

சிபுசா வெளியீடுகள்

அயோத்திதாசர் காலமானதிற்குப் பிறகு பௌத்தச் சங்கத்தினர் கோலாரில் 1919ஆம் ஆண்டு சித்தார்த்தா புத்தகச்சாலை என்ற பதிப்பகத்தைத் தொடங்கிவெளியீடுகளைக் கொணர்ந்தனர். அயோத்திதாசர் நூல்களும் பிறருடைய நூல்களும் வெளியிடப்பட்டன. அயோத்திதாசர் தமிழன் இதழில் எழுதியவற்றிலிருந்து தேர்ந்தெடுத்து தனித்தனி நூல்களாக வெளியிட்டனர். அதேவேளையில் தமிழ்மொழியில் நடைபெற்று வந்த மொழி மாற்றங்களுக்கு ஏற்ப மொழிநடை பத்தி எழுத்து ஆகியவை திருத்தி அமைக்கப்பட்டன. பல சமயங்களில் உள்ளடக்கத்திற்கேற்ப புதிய தலைப்புகளும் சூட்டப்பட்டன.

யதார்த்த பிராமண வேதாந்த விவரம், வேஷ பிராமண வேதாந்த விவரம் (அயோத்திதாசர் காலத்தில் இவையிரண்டும் ஒரே நூலாக வெளிவந்திருந்தது) கபாலீஸன் சரித்திர ஆராய்ச்சி, விபூதி ஆராய்ச்சி, அரிச்சந்திரன் பொய்கள், திரிவாசகம், ஸ்ரீ அம்பிகையம்மன் வரலாறு, ஸ்ரீமுருகக்கடவுள் வரலாறு, திருவள்ளுவர் வரலாறு திரிக்குறள் கடவுள் வாழ்த்து (இவ்விரண்டு தலைப்புகளும் தனித்தனி நூல்களாவும் வெளியாயின) விவாக விளக்கம், புத்த மார்க்க வினா விடை, இந்திரர் தேச சரித்திரம், விஷேஷ சங்கைத்தெளிவு, நந்தன் சரித்திரத் தந்திரம்

போன்றவை இவ்வகையில் வெளியிடப்பட்ட அயோத்திதாசர் நூல்களாகும். இந்நூல்கள் யாவும் ஒன்றுக்கு மேற்பட்ட பதிப்புகளைக் கண்டிருக்கின்றன. சில நூல்கள் ஆறு, ஏழு பதிப்பு களைக் கூட கண்டிருக்கின்றன. சித்தார்த்தா புத்தகசாலை 1960கள் வரை செயல்பட்டிருக்கிறது. விநாயகர் வழிபாடு மீதான பௌத்தத்தின் தாக்கத்தை அயோத்திதாசர் விவரித்திருப்பதைப் பார்க்கிறோம். 1920களில் சித்தார்த்தா புத்தகசாலை சார்பாக புத்தர் வழிபாடே விநாயகர் வழிபாடாக மாறியதென்று கூறும் *"கஜமூர்த்தியின் விவரம்"* என்ற நூல் வெளியிடப்பட்டது. ம. அரங்கசாமி பண்டிதர் என்ற பௌத்தச் செயற்பாட்டாளர் அதை எழுதியிருந்தார். இவ்வாறு அயோத்திதாசர் கருத்து களை அடியொற்றியும் நூல்கள் எழுதப்பட்டு வெளியாயின. இந்திரர் தேச சரித்திரத்தின் இரண்டாம் பதிப்பு 1957ஆம் ஆண்டு வெளியானது. இவ்வாறு அயோத்திதாசர் நூல்கள் 1960கள்வரை புழங்கியிருக்கின்றன. 1932ஆம் ஆண்டில் சென்னையிலிருந்து இருமொழியில் (தமிழ், ஆங்கிலம்) அமைந்த தருமதொனி என்ற மாதமிருமுறை இதழ் வெளியானது. சில இதழ்களோடு நின்றுபோன இதன் ஆசிரியராக அயோத்திதாசரின் மகன் க.அ. பட்டாபிராமன் இருந்தார். அதில் அயோத்திதாசர் பற்றிய குறிப்புகள் இருந்தன.

1960களுக்குப் பிறகு சித்தார்த்தா வெளியீடுகள் பற்றிய தகவல்கள் இல்லை. தலித் அரசியலிலும் சில மாற்றங்கள் நடந்திருந்தன. 1920க்குப் பிறகு பண்பாட்டு அரசியலுக்கான அழுத்தங்கள் குறைந்து உரிமை சார்ந்து பிரதிநிதித்துவ அரசியலுக்கான அழுத்தம் மிகுந்திருந்தது. தொடர்ந்து தீண்டப்படாதார் அரசியலை அகில இந்திய அளவில் யோசிக்கும் நிலைமையும் உருவாகியிருந்தது. அக்காலகட்டத்தில் தேசிய அளவிலான பிரதிநிதியாக அம்பேத்கர் எழுச்சி பெற்றிருந்தார். அவர் 1956ஆம் ஆண்டு காலமானதற்குப் பிறகு 1990 வரையிலும் தலித் களத்தில் அவர் பார்வையிலான அரசியலே அழுத்தம் பெற்றிருந்தது. வெளியே காங்கிரஸ், திராவிட இயக்கம், இடதுசாரி கட்சிகள் ஆகியவற்றிலும் தலித்மக்கள் கலந்திருந்தனர். இவை எவையும் தலித் மக்களுக்கான பண்பாட்டு அரசியல் பற்றிய பார்வையை வலியுறுத்தியதில்லை. 1956ஆம் ஆண்டு அம்பேத்கர் பௌத்தம் தழுவி காலமாகியிருந்தாலும் அவர் அதிகமும் அரசியல் முகமாகவே அழுத்தம் பெற்றிருந்தார்.

1960க்குப் பிந்தைய அயோத்திதாசர் பற்றிய நினைவுகள்

1960க்கு முன்பும் பின்பும் பல இதழ்கள் வெளியாகி வந்தன. அவற்றில் அம்பேத்கரிய அரசியலே தாக்கம் செலுத்தின என்றாலும் அயோத்திதாசர் பெயரும், பணிகள் குறித்த குறிப்புகளும்

ஏதோவொரு வகையில் இடம்பெற்றுவந்தன. அயோத்திதாசர் காலத்தின் தொடர்ச்சியில் பௌத்தம் ஏற்றிருந்தவர்களின் அடுத்த தலைமுறை வாரிசுகள் இதனைச் செய்துவந்தனர்.

1950களில் பெங்களூரிலிருந்து இனப்போர் என்னும் இதழ் பெங்களூர் கோமகனை ஆசிரியராகக் கொண்டு வெளியானது. இனப்போர் சார்பாக நூல்களும் வெளியாயின. கட்சி அரசியலுக்கு முக்கியத்துவம் தந்து வந்த அவ்விதழில் பண்டிதரைப் பற்றிய குறிப்புகள் ஆங்காங்கே இடம்பெற்றன. 1960களில் அம்பேத்கர் என்னும் மாத இதழைத் தொடங்கிய அன்பு பொன்னோவியம் அதில் பல தலைவர்களைப் பற்றி எழுதினார். அயோத்திதாசர் பற்றிய முதல் கட்டுரை அதில் எழுதப்பட்டது என்கிறார் வே.அலெக்ஸ். 1960களிலேயே சென்னை சேத்துப்பட்டில் "**அம்பேத்கர் சிந்தனைக்கூடம்**" என்ற அமைப்பு தொடங்கப்பட்டது. அயோத்திதாசர் காலத்தின் செயல்பாடுகளோடும் ஆவணங்களோடும் உணர்வுப்பூர்வ மான தொடர்பைக் கொண்டிருந்த பொன்னோவியம், மெயில் முனுசாமி ஆகியோர் அதில் பங்கு பெற்றிருந்தனர். இதழ், நூல்கள், கருத்தரங்குகள் போன்றவை அவர்களின் பணிகளாக இருந்தன.

இதேபோல அயோத்திதாசர் எழுதியதாக சாக்கைய முனிவர் என்ற தலைப்பிலான நூலை 1977ஆம் ஆண்டு மே மாதம் பெங்களூரிலிருந்து போதிதாசன் என்பவர் பதிப்பித்தார். அயோத்திதாசர் எழுதிய புத்தரென்னும் இரவு பகலற்ற ஒளி என்னும் நூலே இத்தலைப்பில் வெளியிடப்பட்டது. அயோத்திதாசர் பௌத்தம் தழுவிய பின்னால் எழுதப்பட்ட இதன் முதல் பதிப்பு தென்னிய பூர்வீக திராவிடச் சாக்கைய புத்த சங்கத்தோரால் 1899ஆம் ஆண்டு வெளியிடப்பட்டது. அந்நூல் அதே வடிவில் 1920ஆம் ஆண்டு 'ஓவர் போட்டர்பன் **சாக்கைய பௌத்த சங்கங்கள் ஸ்தாபகர் ஸ்ரீமான் நா. முனுசாமி அவர்களால் தென் ஆப்பிரிக்கா டர்பன் கிராவுன் அச்சுக்கூடத்தில்**' பதிப்பிக்கப்பட்டது. அதையே இப்போது போதிதாசன் பதிப்பித்தார். இந்நூலில் கையாண்டுள்ள அருஞ்சொற்களுக்கான விளக்கத்தை அந்தந்தப் பக்கத்திலேயே அடிக்குறிப்பாக வெண்பா வடிவில் தந்தார்.

1980களின் தொடக்கத்தில் இந்தியக் குடியரசுக் கட்சித் தலைவர்களில் டாக்டர் அ. சேப்பனை ஆசிரியராகவும் ஆ. சக்திதாசனைச் சிறப்பாசிரியராகவும் கொண்டு உணர்வு என்னும் மாதமிருமுறை வெளிவந்தது. அயோத்திதாசர் சிந்தனைகள் வெளியிடப்படவில்லையெனினும் அவருடைய பெயரும் மேற்கோள்களும் பரவலாகக் குறிப்பிடப்பட்டுவந்தன.

1985ஆம் ஆண்டு தி.பெ. கமலநாதன் Mr. K. Veeramani, M.A, B.L., is Refuted and the Historical Facts About the Scheduled Caste's Struggle for Emancipation in South India என்ற நூலை எழுதினார். தலித்துகளுக்கெனச் சுயமான அரசியல் மரபு இருக்கிறது என்று வாதிட்ட இந்நூல் அதற்கான தரவுகளை அயோத்திதாசர் எழுத்துகளிலிருந்து எடுத்தாண்டது. 1891முதல் தலித்துகள் நடத்திய மாநாடுகள், பொதுக்கூட்டங்கள், கல்வி நிலையங்கள் பற்றிய அட்டவணைகள் இந்நூலில் இடம்பெற்றன.

கோலார் தங்கவயலில் அயோத்திதாசர் நினைவுகூரல்கள் தொடந்து இருந்துவந்தன. 1988 செப்டம்பர் 25ஆம் நாள் ஒரே பந்தலின் கீழ் படத்திறப்பு, நூல் வெளியீடு, கருத்தரங்கம் போன்றவை நடந்தன. அயோத்திதாசர் எழுதியதாகக் கருதப்படும் புத்த மார்க்க வினா விடை என்ற நூலே அங்கு வெளியிடப் பட்டது. பண்டிதரின் படம் திறக்கப்பட்டது. பின்னாளில் அயோத்திதாசரின் சிறு வெளியீடுகளைத் தொகுத்து வெளியிட்ட தலித் சாகித்ய அகாதமியைத் தமிழ்ப் பகுதியில் ஆரம்பித்த தலித் எழில்மலை அக்கூட்டத்தில் கலந்துகொண்டார் என்பதோடு அக்கூட்டத்தை ஒருங்கிணைத்த அமைப்புகளுள் ஒன்றான தலித் மக்கள் முன்னணி அவருடையது. அயோத்திதாசர் நூல்கள் பற்றிய அறிமுகம் இவ்வாறே அவருக்கு அறிமுகமானது. பின்னாளில் தலித் சாகித்ய அகாடமி சார்பாக இதே புத்த மார்க்க வினா விடை நூல் அயோத்திதாசர் எழுதியதென்று வெளியிடப்பட்டது.

இவ்விடத்திலும் இரண்டு இதழ்களைக் குறிப்பிட வேண்டும். ஒன்று *சிவில் உரிமை*. எக்ஸ்ரே மாணிக்கம் ஆசிரியராகவும் எரிமலை ரத்தினம் சிறப்பாசிரியராகவும் இருந்து 1980களின் இறுதியில் மாத இதழாகக் கொணர்ந்தனர். மற்றொன்று வேலூரிலிருந்து குப்புசாமி கொணர்ந்த *பௌர்ணமி* இதழ். சிவில் உரிமை இதழில் குறிப்புகளிலும் மேற்கோள்களிலும் காட்டப் பட்டு வந்த அயோத்திதாசர் பௌத்த இதழான பௌர்ணமியில் கூடுதலாகவே காட்டப்பட்டார்.

1992ஆம் ஆண்டு பாபாசாகேப் அம்பேத்கர் பிறந்த தின வெளியீடாகச் சிறுநூல் ஒன்று சென்னை வியாசர்பாடி சித்தார்த்தர் கல்விக்கழகம் சார்பாக வெளியிடப்பட்டுள்ளது. இந்நூலில் மூன்று கட்டுரைகள் இடம்பெற்றுள்ளன. அயோத்திதாசர் எழுதிய திருவள்ளுவர் சரித்திரச் சுருக்கம், வேஷ பிராமண வேதாந்த விவரம் ஆகியவை முதலிரண்டு கட்டுரைகள். பௌத்தத்தின் சாரம் என்ற மூன்றாம் கட்டுரை பௌத்தம் பற்றிய பொதுவான அறிமுகமாக அமைந்துள்ளது. நூலுக்கான பதிப்புரையை மு. தட்சிணாமூர்த்தி எழுதியுள்ளார். அதில்

திருவள்ளுவர் பற்றியும் பண்டிதர் பற்றியும் சுருக்கமான அறிமுகத்தைத் தந்துள்ளார். 1950இல் கோலார் தங்கவயல் சித்தார்த்தா புத்தக சாலை நான்காம் பதிப்பாக வெளியிட்ட அயோத்திதாசரின் நூலிலிருந்து இப்பகுதிகள் எடுக்கப்பட்டுள்ளதாகச் சொல்லப்பட்டுள்ளது. நூலின் இறுதிப் பகுதியில் பண்டிதரின் அரிச்சந்திரன் பொய்கள், நந்தன் சரித்திர தந்திரம் ஆகிய நூல்கள் பற்றிய அறிமுகங்கள் தரப்பட்டுள்ளன. இவ்வாறு சித்தார்த்தா புத்தக சாலை வெளியீடுகளின் தொடர்ச்சி 1990களில் சிறு குழுக்களின் செயற்பாடுகளில் ஏதோவொரு வகையில் நிகழ்ந்திருக்கிறது.

அறிவுரை

1992, 1993, 1994 ஆகிய ஆண்டுகளில் *அறிவுரை* என்னும் இதழை வை. ஜெயராமன், அன்பு பொன்னோவியம் ஆகியோர் கொணர்ந்தனர். அவற்றில் பண்டிதர் பற்றிய பரவலான பதிவுகள் வெளியாயின. அயோத்திதாசர் பற்றிய செய்திகள், அவர் எழுதிய கட்டுரைகளின் சில பகுதிகள் ஆகியவை இந்த இதழில் வெளியாயின. பண்டிதரும் பாபாசாகேப்பும் என்னும் தொடரை எட்டு இதழ்களில் அன்பு பொன்னோவிம் எழுதினார். அதோடு "மூத்தவர் மூவர், பகுத்தறிவு பெரியார் கவிராஜ பண்டிதர் க. அயோத்திதாசர்" போன்ற கட்டுரைகளையும் எழுதினார். திருக்குறளின் மறுபிறப்பு என்னும் கட்டுரையை விழுப்பரையன் என்பவர் எழுதினார்.

மெயில் முனுசாமி

ஞான. அலாய்சியஸ் தொகுத்த அயோத்திதாசர் சிந்தனைகள் (1999) தொகுப்புக்கு ஆதாரமாக *தமிழன்* இதழ்கள் அமைந்தன. அவற்றில் பெரும்பகுதியை அளித்தவர் அன்பு பொன்னோவியம். குறைபட்ட பிரதிகளைத் தந்து உதவியவர்கள் பலருண்டு. நேரடியாக உதவாவிட்டாலும் அலாய்சியாஸ் போன்ற ஆய்வாளர்களுக்குத் தரவுகள் கிடைக்க மறைமுகக் காரணமானவர்களும் உண்டு. அவர்களில் ஒருவர் மெயில் முனுசாமி. தலித் ஆவணங்களைப் பொறுத்தவரையில் அன்பு பொன்னோவியம், தி.பெ. கமலநாதன் ஆகியோர் வரிசையில் வரக்கூடியவர் மெயில் முனுசாமி. பிரிட்டீஷார் காலத்தில் சென்னையில் வெளியான *மெயில்* என்ற ஆங்கில ஏட்டில் செய்தியாளராகப் பணியாற்றியவர் என்பதால் பெயருக்கு முன்னால் மெயில் சேர்ந்திருந்தது. கடந்த கால இயக்கங்களோடும் தலைவர்களோடும் பிணைந்தவர். சி.பு.சா. வெளியீடுகளின் விற்பனையாளராகவும் இருந்தவர். அம்பேத்கர் சிந்தனைக் கூடம் என்ற அமைப்பை நண்பர்களோடு நிறுவிச் செயல்பட்டவர். இதை,

“1927ஆம் ஆண்டில் பெருந்தலைவர் எழுதிய ஒடுக்கப் பட்ட இந்துக்கள் தமிழாக்க நூலாக 1968ஆம் ஆண்டில் 6/16 ஜெகநாதபுரம், 4வது தெரு, சேத்துப்பட்டு, சென்னை 31 என்ற முகவரியில் செயல்பட்டுவந்த அம்பேத்கர் சிந்தனைக் கூடத்தினரால் திரு. எம்.ஏ. மெயில் முனுசாமி, திரு. அன்பு பொன்னோவியம், திரு. ஜெகன்னாதன் போன்றவர்களால் வெளியிடப்பட்டது. இந்நூல் ஐந்து வெவ்வேறு அறிஞர் பெருமக்களால் மொழியாக்கம் செய்யப்பட்டுள்ளது”

பெருந்தலைவர் எம்.சி. ராஜா சிந்தனைகள் – முதல் தொகுதி நூலின் பதிப்புரையில் (2009) கூறியிருக்கிறார் அதன் தொகுப்பாசிரியர் வே. அலெக்ஸ். இந்த அமைப்பின் முகவரி மெயில் முனுசாமியின் வீடு என்பது குறிப்பிடத்தக்கது. சென்னை யில் நடந்துவந்த தலித் செயற்பாடுகளை மெயில் ஏட்டில் செய்தியாகப் பதிவுசெய்துவந்தவர். மெயிலில் மட்டுமல்லாது அவர் வாழ்ந்த காலத்தில் கண்ணுக்குப் படும்படி வெளியான எந்த தலித் செய்திகளையும் ஆவணப்படுத்திவந்திருக்கிறார். அக்காலத்தில் வெளியான இதழ்கள், பிரசுரங்கள் ஆகியவற்றையும் இவ்வகையில் பாதுகாத்துவந்திருக்கிறார். இவ்வாறு சேகரித்து வைத்த ஆவணங்களை அவர் மறைவிற்குப் பின் மகன் அசோக் பாதுகாத்துவந்தார். அசோக் அவற்றைப் பலருக்கும் தந்து உதவிவந்தார். இளம் வயதிலேயே மரணத்தைத் தழுவிய அவர் காலமாவதற்கு முன் பெரியார் திடல் நூலகத்திற்கு அந்த ஆவணங்களைத் தந்துவிட்டார் என்பது அவரை அறிந்தோரின் பரவலான நினைவுகூரலாக இருக்கிறது.

மேலே சொல்லப்பட்டதைப் போல மெயில் முனுசாமி, ஞான. அலாய்சியஸ் தொகுத்த நூல்களுக்கு நேரடிப் பங்களித்தவர் அல்ல. மாறாக அவர் அயோத்திதாசரை அறிவதில் முனுசாமிக்குப் பங்கு இருந்திருக்கிறது. இதுபற்றி எஸ்.வி. ராஜதுரையும் வ. கீதாவும் இணைந்து எழுதிய ‘பெரியார்: சுயமரியாதை சமதர்மம்’ நூலின் முன்னுரையில் கூறியிருக்கும் தகவல்கள் முக்கியமானவை. “அந்தக் காலகட்டத்தில்தான் திராவிட இயக்க ஆய்வாளர் க. திருநாவுக்கரசு திராவிட இயக்க வேர்கள் என்ற தலைப்பில் எழுதிவந்த தொடரொன்றில் அயோத்திதாசர் பற்றி எழுதியிருந்ததும், பார்ப்பனர் அல்லாத இயக்கத்தின் மீது கடும் வெறுப்பு கொண்டிருந்த பெ.சு. மணி அயோத்திதாசர் பற்றி எழுதியிருந்த கட்டுரையொன்றும் எங்கள் பார்வைக்கு வந்தன.

“இந்தக் கட்டுரைகளிலிருந்து கிடைத்த தகவல்களின் அடிப்படையில் மெயில் முனுசாமி என்று அறியப்பட்ட தலித்

பெரியவரின் மகன் திரு அசோக்குடன் தொடர்பு கொண்டு அவரிடம் இருந்த ஒரு பைசா தமிழன், தமிழன் ஏடுகளை மட்டுமன்றி அயோத்திதாசருடன் நெருக்கமான தொடர்பு கொண்டிருந்த மாசிலாமணியார் மதுரையார் ஆகியோர் எழுதிய நூல்களையும் படிக்கும் வாய்ப்பு பெற்றோம்.

"அவற்றிலிருந்து நாங்கள் கற்றுக்கொண்டவற்றின் அடிப்படையில் பத்தொன்பதாம் நூற்றாண்டிலேயே தமிழகத்தில் தலித்திய, பார்ப்பனிய எதிர்ப்புச் சிந்தனை தோன்றி இருந்தது என்பதை – இந்த சிந்தனைக்குத் தமிழகம் முன்னோடியாக இருந்தது என்பதை – மிகுந்த பெருமையோடு இந்தியாவின் பிற பகுதிகளைச் சேர்ந்த சிந்தனையாளர்களுக்கும் களப்பணியாளர்களுக்கும் தெரிவிக்க வேண்டும் என்ற ஆவலில் நாங்கள் எழுதிய மிக விரிவான ஆங்கிலக் கட்டுரை 'Dalit and Non-Brahmin Consciousness in Colonial Tamil Nadu என்ற தலைப்பில் Economic and Political Weekly- September 25, 1993 இதழில் வெளிவந்தது. அசோக்கும் அவரது நண்பர்கள் சிலரும் Economic and Political Weeklyயில் வெளிவந்த எங்கள் ஆங்கிலக் கட்டுரையின் புகைப்படங்களை அன்று அவர்களுடன் தொடர்புகொண்டிருந்த தலித் அமைப்புகளுக்குக் கொடுத்து வந்ததுடன் அயோத்திதாசரின் சிந்தனை வளத்தை இந்தியா முழுமைக்கும் நாங்கள் அறிமுகப்படுத்தியதாகக் கூறி எங்களைப் பெருமைப்படுத்தியதை எங்களால் ஒருபோதும் மறக்க முடியவில்லை......... Economic and Political Weeklyயில் வெளிவந்த ஆங்கிலக் கட்டுரையை அடுத்து Journal Of Arts and ideas என்ற ஆங்கிலச் சிற்றிதழில் அயோத்திதாசர் குறித்து வ. கீதா எழுதிய ஆங்கிலக் கட்டுரை ஒன்று டிசம்பர் 1993இல் வெளிவந்தது. இவற்றைப் படித்த பிறகு ஆராய்ச்சியாளர் ஞான. அலாய்சியஸ் எங்களைச் சந்தித்தார். எங்களிடமிருந்த அயோத்திதாசர் படைப்புகளை அவருடன் பகிர்ந்துகொண்டோம். அவரும் கோலார் உள்ளிட்ட பல இடங்களுக்குச் சென்று இன்னும் பல தரவுகளைத் திரட்டி, அயோத்திதாசர் பற்றிய ஆங்கில நூல் ஒன்றை எங்களது ஆங்கில நூல் வெளிவருவதற்குச் சற்று முன்பே – எங்கள் நூல் 1998செப்டம்பரில் வெளிவந்தது கொண்டு வந்துவிட்டார்..." என்று கூறியிருப்பதைப் பார்க்கலாம். இவற்றிலிருந்து அயோத்திதாசர் தொகுப்பு வெளிவருவதற்கு மெயில் முனுசாமியின் சேகரம் மறைமுக உதவியாக இருந்ததை அறிகிறோம்.

அன்பு பொன்னோவியத்திடம் கிடைத்த தமிழன் இதழ்களின் குறைவுகளை நிறைவுசெய்ய முன்வந்தவர்கள் என்று டி.பி. கமலநாதன், எஸ்.வி. ராஜதுரை, ஐ. உலகநாதன், டி. குப்புசாமி, எஸ். பெருமாள், ஐ. லோகநாதன் ஆகியோரைக்

குறிப்பிடுகிறார் ஞான. அலாய்சியஸ். அவர்களுள் எஸ்.வி. ராஜதுரை தவிர்த்த மற்றவர்கள் தலித் பெரியவர்கள். தலித் இயக்கச் செயல்பாடுகளிலும், ஆவணங்களைச் சேகரிப்பதி லும் ஈடுபட்டு வந்தவர்கள். இதில் மெயில் முனுசாமியை அறிந்திருந்தமைக்கோ, அவர் மகன் அசோக்கைத் தொடர்பு கொண்டமைக்கோ வாய்ப்பு இருந்திருக்கவில்லை என்று தெரிகிறது. அவ்வாறு நிறைவு செய்ய வந்தவர்களுள் ஒருவரான எஸ்.வி. ராஜதுரைக்கான அயோத்திதாசர் பற்றிய அறிமுகம் மெயில் முனுசாமி குடும்பத்தின் வழியேதான் உருவாகி யிருந்தது என்பது குறிப்பிடத்தக்கது. அத்தொடர்பே அவரை அலாய்சியஸிற்கும் உதவி செய்திருக்கிறது என்று தயங்காமல் கூறலாம்.

பெ.சு.மணியின்குறிப்புகள்

அயோத்திதாசர் பற்றிய அறிமுகத்தைத் தலித் வட்டத்திற்கு வெளியே முதலில் எழுதியவரான பெ.சு. மணியின் குறிப்புகள் மூலமும் இதனை மேலும் உறுதிப்படுத்திக்கொள்ளலாம். அவர், *திராவிடன்* இதழ்களின் முதல் ஆறு மாத கால இதழ்கள் நான் அறிந்த வரையில் சேத்துப்பட்டு ஜகந்நாதபுரம் மெயில் எம்.ஏ. முனுசாமி 1930–1992 அவர்களால்தான் பாதுகாக்கப் பட்டுள்ளது. இவர் ஆதி திராவிடர் இயக்கப் போராளி. அம்பேத்கர் சிந்தனைக் கூடம் எனும் அமைப்பை நிறுவித் தொண்டாற்றி வந்தவர். ஓரிரு நூல்களையும் வெளியிட்டுள்ளார். 1980 மே மாதத்தில் இவருடைய அறிமுகம் எனக்குக் கிடைத்தது. **‘திராவிடன்’** இதழ்களைப் பார்த்துக் குறிப்பெடுக்க உதவுமாறு அவரிடம் நான் வேண்டுகோள் விடுத்தபொழுது, சற்றும் தயங்காமல் அவர் வீட்டிலேயே தங்கி இதழ்களைப் பார்க்கவும் குறிப்புகள் எடுக்கவும் வேண்டிய வசதிகளை அளித்து உதவினார்; நான் என் வீட்டிற்கு எடுத்துச் செல்லவும் அன்புடன் இசைவளிக்கும் அளவிற்கு எங்களிடையே நட்பு மலர்ந்தது...” என்று ‘நீதிக்கட்சியின் திராவிடன் நாளிதழ்–ஓர் ஆய்வு’ நூலின்(2007) முன்னுரையில் குறிப்பிடும் பெ.சு. மணி இந்நூலை அவருக்கே காணிக்கையாக்கியிருக்கிறார் என்பதும் குறிப்பிடத் தக்கது. பிறப்பு, மறைவு தேதிகளோடு அவர் புகைப்படத்தையும் அச்சிட்டிருக்கும் காணிக்கை பக்கத்தில் இடம் பெற்றிருக்கும் வாசகம் பின்வருமாறு:

‘திராவிடன்’, ‘ஒரு பைசாத் தமிழன்’, ‘தமிழன்’ எனும் இதழ்களைப் பார்வையிட்டுக் குறிப்புகள் எடுக்க உதவிய அருமை நண்பர் சேத்துப்பட்டு **‘மெயில்’** எம்.ஏ. முனிசாமிக்கு இந்நூலைக் காணிக்கையாக்கி மகிழ்கின்றேன்.

க. திருநாவுக்கரசு

களத்தில் நின்ற காவலர்கள் என்ற தலைப்பில் திராவிட இயக்க ஆய்வாளர் க. திருநாவுக்கரசு எழுதிய நூல் 1993ஆம் ஆண்டு வெளியானது. அயோத்திதாசரைப் பற்றி தலித் வட்டத்திற்கு வெளியிலிருந்து எழுதிய முன்னோடிகளில் இவரும் ஒருவர் (எக்ஸ்ரே கருணாகரனும் தான் எழுதிய கட்டுரைகளில் அயோத்திதாசரைக் குறிப்பிட்டு வந்திருக்கிறார்). 11 தலித் தலைவர்கள் பற்றிய தனித்தனிக் கட்டுரைகள் அந்நூலில் இடம்பெற்றன. அதில் முதலாவது கட்டுரை அயோத்திதாசப் பண்டிதர் பற்றியதாகும். நூலின் முன்னுரையில் "**பதினோரு பேர்களில் தன்னைக் கவர்ந்தது அயோத்திதாசப் பண்டிதரே**" என்று கூறும் க. திருநாவுக்கரசு, அவரை 1960களில் திருவிக வாழ்க்கைக் குறிப்புகள் நூலில் சித்த மருத்துவராக அறிந்தேன் என்றும் கூறியிருக்கிறார்.

பிறகு 1990களில் பண்டிதர்பற்றிக் கட்டுரை எழுத நேர்ந்த சூழல் பற்றிய தன் நினைவுகளைப் பகிர்ந்திருக்கிறார். அதில் "முரசொலியில் இரட்டைமலை சீனிவாசன் பற்றிய கட்டுரையை எழுதினேன். இக்கட்டுரை வெளிவந்த சில நாள்களில் என்னை வந்து சந்தித்த பரிதி இளம்வழுதி, "அண்ணே தாத்தா இரட்டைமலை சீனிவாசனைப் பற்றி மிகச் சிறப்பாக எழுதி இருக்கிறீர்கள். அந்தக் கட்டுரையை மிக கவனமுடன் படித்தேன். அதில் நீங்கள் ஒரு சில தலைவர்களை எல்லாம் குறிப்பிட்டு இருக்கிறீர்கள். அவர்களைப் பற்றியெல்லாம் என்னைப் போன்ற வயதுடைய இளைஞர்களுக்குத் தெரியாது. எங்கள் தந்தையிடம் நான் கேட்டுத்தெரிந்து கொள்ளக்கூடிய நிலையில் அவரது உடல்நிலையும் இல்லை. அவர் நன்றாக மேடைகளில் பேசி வந்த காலங்களில் உணர்ச்சியாய் பேசுகிறபோது, 'என்னைப் பற்றி என்ன நினைத்துக்கொண்டிருக்கிறீர்கள், நான் அயோத்திதாசப் பண்டிதர் பரம்பரையடா' என்று கூறுவார். அப்போதெல்லாம் அவரைப் பற்றி எனது தந்தையாரிடம் கேட்க எனக்குத் தோன்றவில்லை. நானும் பேச்சாளனாகி – எனக்கும் அரசியல் பொறுப்புகள் என்று ஏற்பட்டவுடன் விஷயங்களைத் தெரிந்துகொள்ள வேண்டும் என்கிற ஆசைகள் வளர்ந்தன. அப்போது நீங்கள் எழுதிய கட்டுரைகளைப் படித்துவந்தேன். தாத்தா இரட்டைமலை சீனிவாசன் கட்டுரையில் ஒரு பட்டியல் உள்ளது. அயோத்திதாசர்கூட அதில் இருக்கிறார். இவர்களைப் பற்றி எல்லாம் விரிவாக நாங்களெல்லாம் தெரிந்துகொள்ளும் விதமாக நீங்கள் ஒரு நூல் எழுத வேண்டும்" என்று கேட்டுக் கொண்டார். என்னுள் இயற்கையாகவே எழுந்த எண்ணத்திற்குத்

தோழர் பரிதிஇளம்வழுதியின் கோரிக்கையும் ஆசையும் ஒரு வடிவமைக்க உதவின. அதன் விளைவே இந்நூல் என்றால் மிகையல்ல” என்று குறிப்பிட்டிருக்கிறார்.

இக்கட்டுரையில் பரிதி இளம்வழுதி குறிப்பிடும் அவரின் தந்தை பெயர் இளம்வழுதி. திமுகவின் தொடக்ககாலத் தலைவர்களுள் ஒருவர். சென்னை சேரிகளில் திமுக வளர்ச்சி அதிகம் என்ற முறையிலும் அதில் பங்கெடுத்தவர் என்ற முறையிலும் அவர் திமுகவின் சென்னை மாவட்டச் செயலாளராக இருந்தார். க. திருநாவுக்கரசு அயோத்திதாசரைப் பற்றி எழுதவந்த சூழலை இதில் விளக்கியிருந்தாலும், இளம்வழுதி போன்றோர் துணிச்சலுக்கான அடையாளமாக நினைவுக்கூரக்கூடிய அளவிற்கு அயோத்திதாசரின் பெயர் தலித்துகளிடையே புழங்கி வந்திருக்கிறது என்பதைத் தெரிந்து கொள்கிறோம்.

மேலும் பண்டிதர் பற்றி எழுத “அயோத்திதாசரின் நூல்களை எல்லாம் நகல் எடுத்து நான் படிப்பதற்காகத் தோழர் எஸ்.வி. ராஜதுரை கொடுத்து உதவினார்” என்றும் அம்முன்னுரை யில் க. திருநாவுக்கரசு குறிப்பிடுகிறார். எஸ்.வி. ராஜதுரைக்கு மெயில் முனுசாமியின் சேகரம் அவர் மகன் அசோக் மூலம்தான் கிடைத்திருக்கிறது என்பதையும் இவ்விடத்தில் நினைவில் கொள்ள வேண்டும்.

அயோத்திதாசர் தொகுப்பாகக் கிடைப்பதற்கு முன்னர் இத்தகைய தொடர்ச்சியில்தான் ஆங்காங்கு கைமாற்றித் தரப்பட்டு வந்தார். தொகுப்பாக வந்த பின்னால் தலித் வட்டத்திற்கு வெளியே தெரிய வந்தார் எனலாம். ஆனால் அதற்கு முன்னால் சிறியதாகவோ பெரிதாகவோ தலித் குழுக்களால் அவர் நினைவுகூரப்பட்டே வந்தார். இதில் 1990கள் என்னும் காலக்கட்டத்திற்கும் முக்கிய இடமுண்டு. சோவியத் யூனியன் சிதறலுக்குப் பிறகு மார்க்சியம் தாண்டிய சிந்தனைப் போக்குகள் மீது ஆர்வம் உருவாக்கியிருந்தது. குறிப்பாக அதில் அந்தந்த வட்டாரத்தில் இயங்கிய சிந்தனைகள் மீதான அக்கறையும் அதிகரித்தது. இந்திய அளவில் எழுந்த இட ஒதுக்கீடு பற்றிய விவாதமும் பெருமதவாத எழுச்சியும் இப்போக்கிற்கு அழுத்தம் தந்தன. அம்பேத்கர் நூற்றாண்டும் தலித் சொல்லாடலின் வருகையும் இல்லாமல் அயோத்திதாசர் போன்ற முன்னோடி களைத் தொகுப்பதற்கான அவசியம் உருவாகியிருக்காது. பத்தொன்பதாம் நூற்றாண்டில் சங்கத் தொகை நூல்கள் முன்னுக்கு வர அச்சுப் பண்பாடு காரணமானதைப் போல இருபதாம் நூற்றாண்டில் அயோத்திதாசர் எழுத்துக்கள்

பதிப்பிக்கப்பட தலித் சொல்லடால்களின் வருகை காரணமானது எனலாம். எனவே இவற்றையெல்லாம் சேர்த்துதான் அயோத்திதாசர் தொகுப்பாக மாறிய காலகட்டத்தினைப் புரிந்துகொள்ளவேண்டும். இவ்வாறு சொல்வதனால் தொகுத்தவர்களின் இடத்தை மறுக்கிறோம் என்பது பொருள் அல்ல. அவர்களின் ஆய்வறிவும் உழைப்பும் இல்லாது இவை சாத்தியமல்ல. அதற்கு முக்கியத்துவம் தரக்கூடிய அதே வேளையில் தொடர்ச்சியைக் காத்துவந்தவர்களுக்கான முகவண்மையையும் வரலாற்றுரீதியாகத் தர நாம் மறக்கக் கூடாது.

(எமக்குக் கிடைத்த தரவுகளையே இக்கட்டுரையில் காட்டியுள்ளோம். இக்கட்டுரையின் வாதத்தை நிறுவ மேலும் தரவுகள் இருப்பதற்கான வாய்ப்புகள் இருக்கின்றன. அவை கிடைக்கும் பட்சத்தில் இக்கட்டுரை விரிவடையும்)

நீலம், ஜூன் 2021

8

அயோத்திதாசர்: சாதியைக் பௌத்தத்தின் வழியாகச் கடத்தல்

ஞான. அலாய்சியஸ் தொகுப்பில் அயோத்திதாசர் சிந்தனைகள் நூல்களாக வெளியானபோது (1999), குமுதம் இதழில் ஒரு இலக்கியக் கேலி எழுதப்பட்டிருந்தது. "அயோத்திதாசர் சிந்தனைகள் படித்தாயிற்றா? என்று கேட்பதுதான் இலக்கிய உலகில் இப்போதைய ட்ரண்ட்" என்று குறிப்பிடப்பட்டிருந்தது. அதே விசயத்தை இன்றைக்கு வேறு மாதிரி கூறலாம். தமிழ்ச் சமூக வலைதள வெளியில் அயோத்திதாசரைச் 'சீண்டுவது'தான் இப்போதைய 'ட்ரெண்ட்' என்று கூறுமளவிற்கு அவரைப் பற்றிய ஆவேச வாசிப்புகள் நிகழ்த்தப்பட்டுக்கொண்டிருக்கின்றன. குறிப்பாக, அவரின் பௌத்தம் என்னும் நிலைப்பாடு மனம் போனவாறு வாசிக்கப்படுகிறது. உண்மையில் அயோத்திதாசரின் பௌத்தம் என்பது என்ன? அது ஒருபடித்தானதா? மாற்றங்கள் இருந்திருக்கின்றனவா? மொத்தத்தில் அந்நிலைப்பாட்டை எவ்வாறு புரிந்து கொள்வது என்கிற கேள்விகளை அயோத்திதாசர் குறித்த இதுவரையிலான நூல்களில் இடம்பெறாத தமிழன் இதழிலிருந்து முதல்முறையாக மீட்டெடுக்கப்பட்ட சான்றுகளைக் கொண்டு இக்கட்டுரை விவரிக்க முற்படுகிறது.

கருத்தியலா, நடைமுறையா?

அயோத்திதாசர் சமூக விடுதலைப் பயணத்தினூடாகப் பௌத்தத்தை அடைந்தார் என்பது நாமறிந்ததே. 1898ஆம் ஆண்டு இலங்கை சென்று பௌத்த தீட்சை ஏற்றுத் திரும்பிய அவர் சென்னை ராயப்பேட்டையில் *தென்னிந்திய சாக்கைய பௌத்த சங்கம்* என்ற பெயரில் தலைமைச் சங்கத்தை நிறுவினார். பின்னர் அதன் கிளைகளும் விரைவாக உருவாயின. காலனிய இந்தியாவில் சீர்திருத்த வாதங்கள் மாற்று மதங்கள் வடிவிலும் வெளிப்பட்டுவந்த காலமது. இச்சூழலில்தான் அயோத்திதாசரும் செயல்படத் தொடங்கினார். அயோத்திதாசரின் பௌத்தம் எத்தகையது என்பதை ஆய்வாளர்கள் இதுவரை பேசியுள்ளனர். அவர் பல்வேறு தொடர்புகளைப் பெற்றிருந்தபோதிலும் பலவற்றையும் உள்ளிழுத்துக் கலந்து கட்டி உருவாகியதாக அவருடைய பௌத்தம் அமைந்திருந்தது. அது பெரும்பான்மையும் தமிழ்ப் பகுதி சார்ந்ததாகவும் இருந்தது. குறளையும், அவ்வையின் பாடல்களையும், தமிழ் இலக்கணங்களையும், மக்கள் வழக்காறுகளையும் நீக்கிவிட்டால் அவரின் பௌத்தம் இல்லை என்கிற அளவிற்கு உள்ளூரைச் சார்ந்திருந்தார். கருத்தியல் அடிப்படையில் மட்டுமல்லாது பௌத்தம் என்பதைச் செயல்பாடு சார்ந்தும் விரைவுப்படுத்தினார். பௌத்தத்தை அழிந்ததாகக் கூறாமல் வாழும் மதமாகக் கூறிய அவர், அவற்றை நடைமுறையில் புலப்படும்படியாக மீட்டெடுக்க முற்பட்டார். கருத்தியல் ரீதியாகப் 'பௌத்தராக வாழ்தல்', 'பௌத்தத் தன்மையை உணர்தல்' என்பதை வலியுறுத்திவந்தார் என்று கூறுவதன் பொருள் அவர் கருத்தியல் தளத்தில் மட்டும் செயல்பட்டார் என்று ஆகிவிடாது.

மனிதத் தலைகளை எண்ணி அவர்களின் அடையாளங்களைக் கணக்கெடுத்த காலனியத்தின் அரசியல் சூழலில் ஒவ்வொருவரின்/ஒவ்வொரு குழுவின் அடையாளமும் முக்கியமானதாகப் பார்க்கப்பட்டது. குறிப்பாக, ஒடுக்கப்பட்டோரின் இடத்தை எவ்விடத்தில் பொருத்துவது என்பது தொடர்பான விவாதங்களும் நடந்தன. அவர்களின் பெயர், மதம், தொழில் ஆகியவற்றை அறுதியிட வேண்டியிருந்தது. இவ்வாறு குறிப்பிடும் அடையாளங்கள் சமூகத்திலும் அரசியலிலும் நிலைத்து நெடிய விளைவைத் தரவல்லவை என்கிற முறையில் அவற்றைத் திட்டமிடவும் விவாதிக்கவும் வேண்டியிருந்தது. இக்கால முன்னோடிகள் இவ்வாறுதான் முக்கியமானவர்கள் ஆகிறார்கள். இக்காலத்தில் விவாதித்து உருவான அரசியலே

இருபதாம் நூற்றாண்டில் முழுமையாகவோ பகுதியாகவோ நிலவின.

இத்தகைய இன்றியமையாத காலகட்டத்தில் செயல்பட்ட அயோத்திதாசர், ஒடுக்கப்பட்டோருக்கான அடையாளமாகப் பௌத்தத்தை முன்மொழிந்ததோடு செயல்பாட்டு ரீதியாகவும் அதை நிறுவத் திட்டமிட்டார். உருவாகிவரும் புதிய அரசியல் சூழலில் ஒடுக்கப்பட்டோர் எங்கு வைக்கப்பட்டனர், எவ்வாறு அர்த்தப்படுத்தப்பட்டனர் என்பவற்றைத் தேடிப் பார்க்கும் போது அயோத்திதாசரின் இடையீடு முக்கியமானதாகத் தட்டுப்படுகிறது. அடையாளங்களைக் கண்டு நிலைப்படுத்தும் குடிமதிப்புக் கணக்கெடுப்பு தொடங்கப்பட்ட காலத்திலேயே அயோத்திதாசர் விண்ணப்பம் செய்ததாகத் தகவல்கள் தெரிவிக்கின்றன. நிக்கோலஸ் டர்க்ஸ் எழுதிய *Cast of Mind* நூலிலுள்ள காலனிய ஆட்சியின் மக்கள்தொகைக் கணக்கெடுப்பு, நவீன இந்தியாவின் அதிகார மையத்தில் சாதியை எவ்வாறு இன்றியமையாததாக்கின என்பதைப் படிக்கும்போதுதான் இத்தகைய தலையீடுகளின் முக்கியத்துவம் புரியும். குடிமதிப்புக் கணக்கெடுப்பில் பஞ்சமர்களை இந்துக்களாகக் கூறாமல் ‘ஒரிஜினல் தமிள்ஸ்’ என்று பதிவிடுமாறு கோரினார் என்று தெரிகிறது. அவருக்குத் தமிழ் என்கிற யோசனை எங்கிருந்து வந்தது? அவற்றை அவர் எவ்வாறு புரிந்து கொண்டிருந்தார்? சாதியைக் குறிப்பிட வேண்டிய இடத்தில் மொழி அடையாளம் இடம் பெற்றது எவ்வாறு என்றெல்லாம் ஆராய வேண்டியிருக்கிறது. ஏனெனில், இது அயோத்திதாசரின் ஆரம்ப காலம். இந்தியாவின் மற்ற பகுதிகளோடு ஒப்பிடும்போது அயோத்திதாசரின் இம்முயற்சி தனித்துவமாகத் தெரிகிறது. இவ்வாறு நுணுக்கமாகக் கவனித்து எதிர்வினையாற்றிய அவர் அடுத்தடுத்த குடிமதிப்புக் கணக்கெடுப்பின்போதும் அக்கறை கொண்டிருந்திருப்பார். ஆனால், நமக்கு அதற்கான சான்றுகள் கிடைக்கவில்லை.

அயோத்திதாசர் பௌத்தம் திரும்பிய ஆண்டுக்கு (1898) அடுத்துவந்த 1901ஆம் ஆண்டுக் கணக்கெடுப்பின்போது என்ன செய்தார் என்பதற்கான சான்று கிடைக்கவில்லை. ஆனால், 1907ஆம் ஆண்டுமுதல் *தமிழன்* இதழ் வெளியாகிவந்ததால் 1911ஆம் ஆண்டுக் கணக்கெடுப்பின்போது அவரின் செயல்பாடுகள் என்னவாக இருந்தன என்பவற்றை அறியமுடிகிறது. பௌத்தம் என்பதை நவீன வடிவமான அரசு ஆவணங்களிலும் பதிந்து தனித்த சமூகமாக நிறுவப் பாடுபட்டார் என்பதை அறிய முடிகிறது. அயோத்திதாசரின் பேசப்படாத பகுதி இது. அதனை இனிக் காணலாம்.

II

ராயப்பேட்டை தலைமைப் பௌத்த சங்கத்தின் கீழிருந்த கிளைகள் 1911ஆம் ஆண்டின் குடிமதிப்புக் கணக்கெடுப்பில் எவ்வாறு பங்கேற்க வேண்டுமென 1910 டிசம்பர் மாதம் முதலே *தமிழனில்* அறிவிப்புகளை வெளியிட ஆரம்பித்தார் அயோத்திதாசர். 1911 ஏப்ரல் மாதம் வரையிலும் குடிமதிப்புக் கணக்கெடுப்பில் பௌத்தர்களின் பங்கெடுப்புப் பற்றிய அறிக்கைகள், கடிதங்கள், அரசாங்கத் தகவல்கள், சிறு குறிப்புகள் என்று தொடர்ந்து வெளியிட்டுவந்திருக்கிறார். அவை யாவும் பத்திராதிபர் அயோத்திதாசர் எழுதியவை. அவற்றில் ஒரு அறிவிப்பு கட்டுரை வடிவில் தொடர்ந்து வெளியானது. அதன் தலைப்பு 'சென்சஸூம் இந்திய பௌத்தர்களும்' அதில் பௌத்தர்கள் குடிமதிப்பு விண்ணப்பங்களில் சாதி என்று கேட்கப்படும் இடத்தில் சாதியைக் குறிப்பிடக் கூடாது என்றும் மதம் என்ற இடத்தில் மட்டும் பௌத்தர் என்றும் அதிலும் இந்திய பௌத்தர் என்றும் குறிப்பிட வேண்டுமெனக் கேட்டுக்கொண்டார். அதாவது "பௌத்தர்களென்னுங் கூட்டத்தோருக்கு எத்தேசத்திலும் சாதியாசாரங் கிடையாது. அதையநுசரித்தே நமது கருணை தங்கிய ராஜாங்கத்தோருக்கு விண்ணப்பம் அனுப்பி இந்துக் களுக்கும் பௌத்தர்களுக்கும் வெவ்வேறு கலம் பிரித்து வைக்க வேண்டுமென்று கேட்டுக்கொண்டோம். அவ்வகையாகவே பௌத்தர்களுக்கு வேறு கலம் பிடித்து விட்டார்கள்" என்று கூறிய அயோத்திதாசர், "இந்திய தேசப் பௌத்தர்கள் எத்திக்கிலிருந்த போதிலும் சகலரும் இந்திய தேசப் பௌத்தர்களேயாதலின் இந்திய தேசப் பௌத்தர்களுக்குள் எத்திக்கிலுள்ள பௌத்தர்களாயினும் இக்குடி மதிப்பெடுக்கும் சென்செஸ் காலத்தில் நீங்கள் உங்களை இந்தியப் பௌத்தர்களென்றே கூறல் வேண்டும். இல்லையென மிரட்டி ஏதேனும் சாதியைக் கேட்பார்களாயின் பௌத்தர்களுக்குச் சாதியில்லை என்று துணிந்து கூறுங்கள். வேண்டுமென்னும் கெட்ட எண்ணத்தால் நீங்கள் முன்பென்ன சாதி என்று வற்புறுத்திக் கேட்பார்களாயின் அவ்வகையான கேள்விகளுக்கு நாங்கள் உத்தரவு கொடுக்க மாட்டோம், நாங்கள் இந்திய தேசப் பௌத்தர்களென்றே யாவரும் ஏகோபித்துக் கூறுங்கள். இதுவே ... சென்னை சாக்கைய பௌத்த சங்கத்தார் அறிக்கை" என்றார். இது தொடர்பாக அரசாங்கத்திற்கு விண்ணப்பித்து உத்தரவு ஒன்றையும் அயோத்திதாசர் பெற்றிருந்தார். 14.12.1910ஆம் தேதியிட்ட *தமிழன்* இதழில் இந்த உத்தரவினை 'பௌத்தர்களும் சென்சஸூம்' என்ற தலைப்பில் தமிழிலும் ஆங்கிலத்திலும் வெளியிட்டார்.

அந்தக் குறிப்பு: சென்னை சாக்கைய பௌத்த சங்கப் பொதுக் காரியதரிசி அயோத்திதாஸ பண்டிதரவர்கள் (பௌத்தர்கள் விஷயமாக) சென்னை கவர்மெண்ட்டாருக்குச் செய்த விண்ணப்பத்திற்கு அவர் பெற்ற மறுமொழி வருமாறு:

"பௌத்தர்கள் இந்துக்களோடு பாவிக்கப்பட மாட்டார்கள். அவர்களது தொகை சாம்பிராஜ்ய அட்டவணையில் (Imperial Tables) வேறாகக் காண்பிக்கப்படும்"

இதனை ஏற்றுச் செயல்பட்ட சங்கக் கிளைகளின் நிலவரம் இதழுக்கு எழுதி அனுப்பப்பட்டுப் பிரசுரிக்கப்பட்டிருக்கிறது. கோலார் தங்கவயல் சங்கத்தினர் அங்கிருந்த சென்சஸ் ஆணையருக்கு விடுத்த கோரிக்கையும் தமிழன் இதழில் (25.01.1911) வெளியிடப்பட்டிருந்தது. அதில் "ஐயா ராஜாங்கத்தோருக்கு நாங்கள் விண்ணப்பம் அனுப்பி, அவர்கள் எங்களுக்குக் கொடுத்துள்ள உத்தரவின் காப்பியைத் தங்கள் சமூகம் அனுப்பி இருக்கிறோம், பார்வையிட்டுக்கொள்ளவும்.

....பௌத்தர்களைச் சாதி பேதமில்லாது வேறாகப் பிரித்து ஸென்சஸில் குறிப்பிக்கச் செய்வாரென்று நம்புகிறோம். பௌத்தர்களுக்குச் சாதிப்பெயர் குறிப்பிப்பதாயின் சென்சஸ் ஹெட் ஆபீசுக்கெழுதித் திருத்தும்படி நேரிடும்" என்று சொல்லியிருப்பதைப் பார்க்கிறோம்.

தமிழனும் பௌத்தனும்:

அயோத்திதாசரின் மிக மிக முக்கிய நிலைப்பாடு இது. அவர் தமிழ், தமிழன் என்று சொல்லிக்கொண்டாலும் சாதியை மறுக்குமிடத்தில் பௌத்தத்தை வைத்து அதனை இந்திய அளவிலானதாக விரிக்கிறார். அதாவது அவரிடம் தொழிற்பட்டது மற்றொரு சாதியாக மாறும் கோரிக்கையல்ல. மாறாக, சாதிக்குப் பதிலாக மதத்தை அல்லது மெய்யியலை வைக்கிறார். ஒரு குறிப்பிட்ட மெய்யியலைப் பின்பற்றுகிறவர் சாதியைத் தாண்டி, மொழியைத் தாண்டி இருக்க முடியும். அவ்விடத்தில் அவர் நம்பும் மெய்யியலே (சமயம்) அவரின் அடையாளமாகிறது. அயோத்திதாசர் தொடர்ந்து வலியுறுத்தி வந்த பூர்வ பௌத்தம் என்ற நிலைப்பாடு மற்றொன்றாகப் பரிணமிப்பதை இங்கே பார்க்கலாம். "இந்திய பௌத்தாள்" என்று சொல்கிறபோது ஒற்றை சாதி என்பதிலிருந்து இயல்பாகவே விலகிவிடுவதைப் பார்க்கிறோம். மேலும், குறிப்பிட்ட மெய்யியலை / கருத்தியலை ஏற்று யாரெல்லாம் உள்ளே வருகிறார்களோ அவர்கள் அம்மெய்யியலைக் கொண்ட மதத்தவர் ஆகிறாரே தவிரச் சாதியாக ஆவதில்லை. இந்த விதத்தில் அவருடைய மதம்

பற்றிய பார்வை சாதி கடந்து மற்றவர்களை உட்கொணர்வதற்
கான நிலைப்பாடாக இருந்தது எனலாம். அவர் மற்ற
காலங்களில் தேவையை ஒட்டிப் பகுதி சார்ந்த சாதிகளைப் பேசி
யிருப்பினும் குடிமதிப்பு என்னும் அரசியல் அடையாளம்
என்று வந்தபோது இத்தகைய நிலைப்பாட்டையே எடுத்தார்.
இதனால்தான் அவர் குடிமதிப்புக் காலத்தைக் "குல சிறப்பின்
கால"மெனக் குறிப்பிட்டார்.

எதிரில் இருப்போர் சார்ந்து மாறிவந்த நிலைப்பாடுகளும்
அயோத்திதாசரிடம் இருக்கின்றன. இதனை அவரைக் கண்ணை
மூடிக்கொண்டு எதிர்ப்போர் மட்டுமல்ல, அரைகுறையாகப்
புரிந்துகொண்டு ஆதரிப்போரும் இதைப் புரிந்துகொள்ள
வேண்டும்.

பூர்வமும் சாதிபேதமின்மையும்

தமிழக தலித்துகளிடையே சாதித் தொடர்மொழிகள்
பற்றி விவாதிக்கும்போது அவற்றை நிறுவ அயோத்திதாசரின்
பெயர் பரவலாகக் கையாளப்படுகிறது. ஆதிதிராவிடர் என்ற
பிரயோகத்தை அயோத்திதாசர் கையாண்டதில்லை. சாதி
பேதமற்ற திராவிடர் என்ற தொடரையே கையாள்கிறார்.
ஆதி என்கிறபோது முதலில் தோன்றியவர் என்ற பொருளில்
சொல்லப்படுகிறது. இப்பிரயோகத்திற்கான தேவையைப்
புரிந்துகொள்ள முடிகிறது. ஆனால், பூர்வ பௌத்தர் என்பதிலுள்ள
பூர்வம் என்பது காலத்தை மட்டுமல்லாது அக்காலகட்டத்தில்
நிலவிய நடைமுறைக்கு அழுத்தம் தருகிறது. இதனைப் புரிந்து
கொள்ள வேண்டுமானால் அவர் பயன்படுத்திய மற்றொரு
பிரயோகத்தையும் நினைவுபடுத்திக்கொள்வது நல்லது. அதாவது,
பூர்வத்தில் இருந்தவர்களாகச் சாதிபேதமற்ற திராவிடர்களைக்
குறிப்பிட்டார். இதன்படி அவர் பயன்படுத்திய பூர்வம் என்பது
சாதிபேதமில்லாத காலத்தைக் குறிக்கிறது. சாதி பேதமில்லாத
காலம் பௌத்தத்தால் ஒழுங்குபடுத்தப்பட்டிருந்தது. எனவே,
பூர்வ பௌத்த நிலையை உணர்வதென்பது சாதிபேத
மின்மையை உணர்வதாகிறது. அவருடைய கற்பித சமூகம்
என்பது சாதிபேதமின்மைதான். வசதி வாய்ப்புகள் கொண்ட
சமூகமாக மாறுவது கிடையாது. இந்தப் பூர்வம் என்கிற சிந்தனை
உலகின் மரபு, நவீனம் என எல்லாத் தளங்களிலும் உண்டு.
மார்க்சியம் சமநிலை நிலவிய பொதுவுடைமைச் சமூகமாகப் பூர்வ
சமூகத்தையே கூறியது என்பது இங்கு நினைவுகூரத்தக்கது.
கடைசியில் பூர்வம் என்பதைச் சாதியாக இல்லாமல் மதம்
என்கிற விரிந்த அர்த்தத்தில் அவர் சேர்த்ததைப் பார்க்கிறோம்.
அதாவது "தீட்சைபெற்றுப் பௌத்தர்களானவர்கள்

ஸ்டாலின் ராஜாங்கம்

இந்துக்கள் சேர்த்துக்கொள்ளும் சாதித்தொடர் மொழிகளையும், இந்துக்கள் இணைந்துகொள்ளும்... அடையாளங்களையும் சேர்க்கப்படாது" என்றார்.

'பௌத்தர்களும் சென்ஸஸும்' என்ற தலைப்பிலான அறிவிப்புத் தொடர்ந்து வெளியாகிவந்த நிலையில், சில வாரங்கள் கழித்து அறிவிப்பு முடியுமிடத்தில் ஒரு அட்டவணையும் சேர்த்து வெளியிடப்பட்டது. குடிமதிப்புக் கணக்கெடுப்பின் விண்ணப்ப மாதிரிப் படிவமே அது. 'மாதிரி ஷெட்யூல்' என்ற பெயரில் அது வெளியாகியிருந்தது. விண்ணப்பத்தில் எந்தெந்தக் கலத்தில் என்னென்ன கேட்கப்பட்டிருக்கும், அவற்றில் எவ்வாறு எழுத வேண்டும் என்று அவற்றில் எழுதப்பட்டிருந்தது. அதன்படி '4ஆவது கலத்தில் பௌத்தாளென்றும், 8ஆவது கலத்தில் இந்திய பௌத்தாளென்றும் வரையும்படி செய்யவும்' என்று குறிப்பிட்டார் அயோத்திதாசர். இந்தமாதிரி ஷெட்யூல் சில வாரங்கள்வரை *தமிழனி*ல் வெளியானது. ஒவ்வொரு கிளையிலும் சென்சஸில் அமையும் பௌத்தர்களின் எண்ணிக்கையையும் இதழில் வெளியிட்டுவந்தார்.

இதோடு நின்றுவிடாத அயோத்திதாசர், இது தொடர்பாக வெளியாகிவந்த அரசாங்க அறிவிப்புகள், இதழ்கள் மற்றும் பாதிரியார் குறிப்புகள் ஆகியவற்றை வெளியிட்டு அவற்றின் மீது தம் பார்வை கோணத்தையும் வெளிப்படுத்திவந்தார். குறிப்பாக, ரெவரெண்ட் சி.எப்.ஆண்ட்ரூ கருத்தையும் சென்னை மாகாண சென்சஸ் கமிஷனர் கேய்டி கருத்தையும் மறுத்து எழுதியதை இங்கு குறிப்பிடலாம். அயோத்திதாசருக்கு ஒடுக்கப்பட்டோரிடையே இருந்த பிற குழுக்களும் ஆதரவு தெரிவித்துள்ளன. சாதிப் பெயரை அகற்றி பௌத்தர்கள் என்னும் கலத்தில் சேரக் கோரிய பூலோகவியாசன் இதழைப் பாராட்டி அயோத்திதாசர் எழுதியிருக்கிறார் (*தமிழன்* இதழ் – 18.01.1911). அதேபோல இந்தியாவின் பிற பகுதி சென்சஸ் அனுபவங்களை யும் வெளியிட்டுவந்தார். குறிப்பாக 'கீழ் வங்காளத்திலுள்ள நாம சூத்திரர்களென்ற வகுப்பார் ஸென்சஸ் எடுக்கப்படும் போது அவர்களைச் சண்டாளர்களெனக் குறிப்பிக்கப்பட மாட்டாதெனத் தெரிகிறது. அவர்களைச் சண்டாளர்களென எழுதக் கூடாதென உத்தரவு பிறப்பிக்கப்பட்டிருக்கிறது" என்பதை எழுதினார். (*தமிழன்* இதழ் – 15.03.1911).

சாதியாக இல்லாமல் மதமாக:

பறையர் வகுப்பாரின் கீழிறக்கத்திற்கும் இழிவாகக் கூறப்படுவதற்கும் எதிராக எழுதிவந்தவர் அயோத்திதாசர். அதனாலேயே அவரைச் சாதி வெறியர் என்கிற அளவுக்குக்

குறுக்கிப் புரிந்துகொள்வோர் இங்குண்டு. ஆனால், அவர்களின் மீட்சியைச் சாதி அடிப்படையில் அவர் காணவில்லை; சாதிப் பெயரில் மாற்றி மீட்கவில்லை. மாறாக, குறிப்பிட்ட மெய்யியலை உட்கொண்ட மத அடையாளத்திற்குள் கொண்டு போய் விளக்கினார் என்பது குறிப்பிடத்தக்கது. சென்சஸின்போது இந்திய பௌத்த சமூகத்தோடு இணைத்துப் பார்ப்பதாக அது மாறியது. இத்தளத்தில் அவர் தொடர்ச்சியோடும் ஓர்மையோடும் செயல்பட்டிருப்பதைப் பார்க்கிறோம்.

நீலம் இணைய தளம், மே 20, 2023

9

தமிழ்ச் சமூகத்தின் நூறாண்டு காலச் சாதியப் போராட்டங்கள்
(1814-1914)

சென்னை மாகாணத்தில் ராஜாஜி தலைமையிலான காங்கிரஸ் ஆட்சி இருந்தபோது, 1938ஆம் ஆண்டு ஓர் அரசாணை பிறப்பித்ததாகத் தெரிகிறது. கம்மாளர்கள் எனப்படும் விஸ்வகர்மா வகுப்பினர் தங்கள் பெயருக்குப்பின் ஆச்சாரி என எழுதாமல் ஆசாரி என்று எழுத வேண்டுமென அந்த அரசாணை கூறியது. அதற்கு எதிர்ப்பு எழுந்ததால் அம்முடிவு கைவிடப்பட்டதாகத் தெரிகிறது. பிராமண சாதிப் பிரிவில் அடங்கியுள்ள அய்யங்கார்கள் இப்பட்டத்தைப் பயன்படுத்துவதால் குழப்பம் வராமலிருக்க கம்மாளர்கள் இப்பட்டத்தைப் பயன்படுத்த வேண்டியதில்லை என்பது அரசாணையின் நோக்கமாக இருந்திருக்கிறது. ஒரேயொரு எழுத்து தோன்றுவதன்/மறைவதன் மூலம் இருவேறு சாதிகளுக்கிடையேயான வேறுபாட்டை உருவாக்கிவிட முடியுமென்று நம்பப்பட்டிருக்கிறது. இவ்விரண்டு சொற்களுக்கிடையே இந்த அளவிற்கான நெருக்கம் ஏன்? வேறு சொற்களைத் தேர்ந்தெடுத்துக்கொள்ளாதது ஏன்? இந்த அளவிற்கான பிடிவாதத்தில் ஏதேனும் பொருளிருக்க முடியுமா? என்கிற கேள்விகள் இங்கு நமக்கு எழுகின்றன. இக்கேள்விகளுக்கான விடை இச்சொற்களில் மட்டும் அடங்கியிருக்கவில்லை. அதாவது இச்சொற்களைத் தங்களுடையவையாக உரிமை பாராட்டிவரும் இரு சமூகக் குழுக்களுக்கிடையேயான நெடிய மோதலை அறிந்துகொள்வதில் சென்று நிறுத்துகிறது.

இந்த மோதல் உடனடியானது அல்ல. இதற்கென நீண்ட தொடர்ச்சியும் வெவ்வேறு பரிமாணங்களும் இருந்தன.

இதனை அறியும்போது இன்றைய சாதியமைப்பில் மேலாகவோ, கீழாகவோ இடம்பெற்றிருக்கும் எந்தவொரு சாதியும் வரலாற்றில் எல்லாக் காலத்திலும் எல்லா இடத்திலும் இன்றைய நிலையிலேயே இருந்திருக்கவில்லை என்பதை அறிகிறோம். மேலும் சாதிகளானது எந்த எதிர்ப்புகளும்/முரண்பாடுகளும் இல்லாமல் நேராக (மேலாக இருந்தாலும் கீழாக இருந்தாலும்) இன்றைய இடத்தை அடைந்துவிடவில்லை என்பதையும் சேர்த்தே அறிகிறோம். பொதுவாக, சாதி எதிர்ப்பு அல்லது மறுப்பு என்பது நவீன காலத்தில்தான் உருவானது என்றே நாம் விளங்கி வந்திருக்கிறோம்; விளக்கி வருகிறோம். ஆனால் அந்த அமைப்பு உருவான காலத்திலிருந்தே எதிர்ப்பையும்/முரண்பாட்டையும் உட்படுத்திக்கொண்டே வந்திருக்கிறது. நவீன கால சாதி எதிர்ப்புக் கருத்துகள் பண்பளவில் வேறு பட்டவை என்றாலும் நம்முடைய மரபில் சாதி எதிர்ப்பு நடக்காமலேயே இருந்திருக்க முடியாது. வேறுவகையில், வேறுதளத்தில் அவை நடந்துள்ளன. தத்தம் சாதிகளுக்குச் சமூகத் தகுதியை உருவாக்கிக்கொள்ள – தக்க வைத்துக்கொள்ள – பறிக்கப்பட்டதை மீட்டெடுக்க என்கிற தளங்களில் அவை அமைந்திருக்கின்றன. அப்போராட்டங்களில் ஒவ்வொரு சாதியினரிடமும் பெருமிதம், இழிவு, தற்காலிகம், தந்திரம் போன்றவை வெளிப்படுத்தப்பட்டிருக்கின்றன; பிற சாதிகள் அம்பலப்படுத்தப்பட்டிருக்கின்றன. இத்தகைய புரிதலை யெல்லாம் பிராமணர், விஸ்வகர்மாக்கள் என்கிற இரு சமூகக் குழுக்களுக்கிடையேயான மோதல் வரலாறு நமக்குத் தருகிறது.

பிராமணரும் விஸ்வ பிராமணரும்:

பிராமணர் என்போரைப் பற்றி அதிகம் விவரிக்க வேண்டியதில்லை. இந்தியச் சமூக அமைப்பில் தங்களை தலைமைச் சாதியாகவும் அதன்மூலம் புனித அதிகாரம் பெற்ற குழுவினராகவும் ஆக்கிக் கொண்டிருப்பவர்கள். இதன் காரண மாகப் பண்பாட்டுத் தளத்தில் மட்டுமல்லாது சமூக, பொருளாதார, அரசியல் தளங்களில் ஆதிக்கம் செலுத்துபவர்களாகவும் இருக்கின்றனர். கம்மாளர் என்போர் இன்றைக்கு விஸ்வகர்மாக்கள் எனப்படுகின்றனர். கர்மா என்றால் ஒரு செயலைச் செய்பவர்கள் என்றும் அதன்மூலம் ஒன்றை உருவாக்குபவர்கள் என்றும் பொருள் பெறுகிறார்கள். உருவாக்குபவன் என்பதன் மாற்றுச் சொல் படைப்பவன். படைப்பின் கடவுள் பிரம்மன் என்ற பிரம்மா. எனவே படைப்புத் தொழிலோடு தொடர்புடைய கம்மாளர்கள் தங்களை விசுவபிரம்மகுலம் என்று அழைத்துக்

கொள்கின்றனர். படைப்போடு தொடர்புடைய ஐந்து தொழில்களைச் செய்வோர் என்றும் (இரும்புத் தொழில் – கொல்லர், தச்சுத்தொழில் – தச்சர், கல்தொழில் – கல்தச்சர், செம்புத்தொழில் – கன்னார், தங்கத்தொழில் – தட்டார்) மரம் பொன் உலோகம் உள்ளிட்ட பஞ்சப்பொருட்களை உருவாக்குகிறார்கள் என்றும் கருதப்படுகின்றனர். இதன்படி பிர்ம – பிரம்ம, பிரம்மா என்னும் படைப்புத் தொழிலுக்கான கடவுளோடு தொடர்புபெறுவதால் தாங்கள் பிராமணர் என்னும் தகுதிக்குரியோராகக் கூறிக்கொண்டனர்.

இப்போக்கு, பிரம்மனின் தலையில் பிறந்ததால் தங்களை பிராமணர் என்றழைத்து வந்த பார்ப்பன சாதிகளுக்கு நிகராகக் கம்மாளர்களை நிறுத்துகிறது. பிறகு இதையொட்டி இரு குழுவினருக்குமிடையே உரிமை கோரல்களும் மறுப்புகளும் மோதல்களும் தமிழ்ப் பகுதியில் எழுந்திருக்கின்றன. இவ்விரு குழுவினர்களுக்கிடையே இருந்த முக்கியமான தொடர்பு இரு தரப்புமே பூணூல் அணிவர் என்பதுதான். தற்காலத்திலும் இவ்விரு குழுவினரும் பூணூல் அணிந்திருக்கின்றனர். வேறு வகுப்பினர் களாலும் பூணூல் அணியப்பட்டிருக்கிறது. பிற்காலத்தில் நடந்த அந்தஸ்து மாற்றங்களால் பூணூல் அணியும் உரிமையைத் தக்கவைத்து வருவோரும் உண்டு. வேறு சில குடிகளிடம் எப்போது தோன்றியது என்று தெரியாமலேயே இருந்துவிட்டுத் தற்காலத்தில் மறைந்தும் வருகிறது. எனினும் இக்குழுக்களிடையே எச்சசொச்சமாகப் பூணூல் அணிந்து வருவோரும் உண்டு. பிராமணர், ஆசாரி, வாணியர், சௌராஷ்டிரர் தவிர்த்து பூணூல் அணியும் இரண்டு உள்ளூர்க் குடிகளை இங்கு கூறமுடியும். ஒன்று பறையர். மற்றொன்று வேளார்.

பறையர்

பழந்தமிழகத்தில் பூசகத்தொழிலோடு கணித்துச் சொல்வதை யும் பறையர்கள் கொண்டிருந்ததாக ஆய்வாளர்கள் கூறியுள்ளனர். அவர்களில் வள்ளுவர் என்னும் பிரிவினர் இப்போதும் பூணூல் அணிந்துள்ள பிரிவினராவர். பறையர்களில் வள்ளுவர் தவிர்த்து வேறு பிரிவினரும் தொழிலுக்கேற்ப, இடத்திற்கேற்ப பூணூல் அணிகின்றனர். திருநெல்வேலிப் பகுதி நெசவுப் பறையர்கள் என்கிற கோலியர் பூணூல் அணிந்ததையும் மதுரை உசிலம்பட்டி மேலூர் வட்டாரக் கள்ளர்சாதி கோயில்களில் பறையர்கள் பூசாரிகள் இப்போது வரையில் இருப்பதையும் இதற்கான சான்றுகளாகக் கொள்ளலாம். இன்றைய தமிழகத்தில் தீண்டப்படாத சாதிகளுள் இச்சாதி பிரதானமானது. இவர்கள் நிலை தாழ்த்தப்பட்டமைக்குக் கடந்த காலத்தில் வழிகாட்டும்

பூசகத் தொழில் மேற்கொண்டிருந்தமையே காரணமென்று கூறிய அயோத்திதாசர் இக்காரணத்தினாலேயே அவர்களை எதார்த்த பிராமணர் என்றழைத்தார். எதார்த்தம் என்பது பூர்வீக நிலையைக் குறிக்கும்.

வேளார்:

வேளார் என்போர் கிராமங்களில் எண்ணிக்கையில் குறைவாக இருந்தாலும் தமிழகமெங்கும் பரவலாக உள்ளனர். ஆனால் இவர்கள் தீண்டப்படாதார் பிரிவில் சேர்க்கப்பட வில்லை. அதேவேளையில் இன்றைய எண்ணிக்கை பெரும்பான்மைவாத அரசியலில் அதிகாரமில்லாத பிரிவினர். இவர்கள் குயவர்கள் என்றும் அழைக்கப்படுவர். கிராமத்தவர்களுக்கான பானை சட்டிகளைச் செய்த இவர்கள் கிராமக் கோயில்களில் வைப்பதற்கான மண் சிலைகளைச் செய்வார்கள். எனவே இவர்களும் படைப்புத் தொழிலோடு தொடர்பு பெற்றார்கள். இதனால் இயல்பாகவே கோயிலுக்குள் செல்லவும், சிலையைத் தொடவும் வாய்ப்பு பெற்றனர். இதன்படி இவர்கள் செய்த சிலைகள் உள்ள கோயில்களில் பூசாரிகளாகவும் அமர்ந்தனர். இப்போதும் தென்தமிழக அய்யனார் கோயில்களில் இவர்களே பெரும்பான்மையும் பூசாரிகள். எனவே இவர்களும் பூணூல் அணியும் மரபினராக உள்ளனர். குறிப்பாக இவர்கள் மரத்தில் உருவம் செதுக்கும், இரும்பிலிருந்து கருவி செய்யும் (விஸ்வ)கர்மாக்கள் போலத் தங்களைக் கருதிக்கொண்டனர். மண்ணிலிருந்து உருவம் வனைவதால் இந்த நிலை. கம்மாளர்கள் விஸ்வபிராமணர்கள் என்றழைத்துக் கொண்டதைப் போல குலாலர்களாகிய குயவர்கள் தங்களைக் குலாலவிஸ்வ பிராமணர் என்றழைத்துக் கொண்டனர். இப்பின்னணியில்தான், யார் பிராமணர் என்பதில் விஸ்வகர்மாக்களுக்கும் பிராமணர்களுக்கும் இடையே மோதல் நீடித்து வந்ததை நாம் புரிந்துகொள்ள வேண்டியுள்ளது.

இதில் சுவாரஸ்யமான விசயம் ஒன்று இருக்கிறது. உள்ளூர் அளவில் நடத்துவந்த இந்த விவாதம் ஆங்கிலேயர் காலத்தில் அவர்தம் நீதிமன்றத்திற்கு வழக்காகச் சென்றது. வழக்கின் முடிவாகப் பிராமணர்க்குரிய சடங்குகளை நடத்துவதற்கு விஸ்வகர்மாக்களுக்கு உரிமையுண்டு என்ற தீர்ப்பைப் பெற்றனர். அதாவது விஸ்வகர்மாக்களே பிராமணர்கள் என்று கூறப்பட்டதால் இந்தத் தீர்ப்பு முக்கியமானதாகப் பார்க்கப்பட்டது. இன்று வரை விஸ்வகர்மா குழுக்களிடையே இந்தத் தீர்ப்பு தாங்களே பிராமணர்கள் என்பதற்கான முக்கிய உரிமைகோரலாக இருக்கிறது. சித்தூர் அதாலத் கோர்ட் தீர்ப்பு என இது வழங்கப்படுகிறது.

சித்தூர் அதலாத் கோர்ட் தீர்ப்பின் பின்புலம்:

அன்றைய சென்னை மாகாணப் பகுதிக்கு உட்பட்ட சித்தூர் மாவட்டத்தைச் சேர்ந்த விஸ்வகர்மா சாதியைச் சேர்ந்த பண்டிதர் மார்க்க சகாயம் ஆசாரி. இவர் அதே குலத்தைச் சேர்ந்த திருமணம் ஒன்றை நடத்தி வைத்தார். ஆனால் பஞ்சாங்கம் குண்டையன் என்ற பிராமணர் தலைமையிலான குழு இதற்கு எதிர்ப்பு தெரிவித்தது. அதாவது திருமணத்தை நடத்திவைக்கும் பிராமணத் தகுதி யாருக்கு இருக்கிறது என்பதே விவாதத்தின் மையம். பிரச்சினையைத் தீர்க்க வந்தவர்கள், ஆசாரி வேதவிதிப்படி திருமணம் செய்விப்பதால் வேதம் தொடர்பாகக் குண்டையன் கேட்கும் கேள்விகளுக்கு வேதப்படி பதிலளிக்க வேண்டும். அவ்வாறு பதிலளித்துவிட்டால் திருமணம் 'செய்விக்கலாம் என்றனர். அதேவேளையில் பதிலளிக்க முடியாதுபோனால் குண்டையனை வைத்தே திருமணம் நடத்தவேண்டும் என்றும் கூறினர். இதன்படி முதலில் பஞ்சாயத்தார் முன்னிலையில் இருவருக்குமிடையில் சம்வாதம் நடந்தது. குண்டையனின் கேள்விகளுக்கெல்லாம் ஆசாரி விடை கூறினார். பஞ்சாயத்தார் ஆசாரி பக்கமே தீர்ப்பளித்தார்கள். ஆனால், குண்டையனும் அவனோடு சேர்ந்தவர்களும் தீர்ப்பை ஏற்க மறுத்தார்கள். பிறகுதான் இப்பிரச்சினை ஆசாரி தரப்பினரால் நவீனகால நீதிமன்றத்திற்கு எடுத்துச்செல்லப்பட்டது. அது சித்தூர் கோர்ட். அங்கு வாதி சாட்சிக்குப் பிரதிவாதி, சாட்சிகள், விசாரணை, இதர சான்றுகள் மூலம் ஆசாரிக்கு ஆதரவாக நீதிமன்றம் தீர்ப்பு வழங்கியது. இதன்படி திருமணம் செய்விக்கும் ஆசாரிக்கான உரிமை அங்கீகரிக்கப்பட்டது. 1814ஆம் ஆண்டு தொடுக்கப்பட்ட இவ்வழக்கில் 1818ஆம் ஆண்டுதான் தீர்ப்பு வழங்கப்பட்டது. டேக்கர் என்பவர் நீதிபதி.

19 ஆம் நூற்றாண்டின் சாதி அடையாள மாற்றங்கள்:

19ஆம் நூற்றாண்டில் சாதி சம்பந்தமான மோதல்கள் வேறுவடிவத்தை அடைந்தன. உள்ளூர் வடிவத்திலிருந்து மாறி காலனிய அரசின் தேவைக்கேற்ப உருமாறத் தொடங்கின. மக்கள்தொகை கணக்கெடுப்பு, சாதிகளைப் பிரதிகள் அடிப்படையில் அடையாளப்படுத்தல் போன்றவை இவ்வடிவத்தின் அம்சங்கள். இதன்படி சாதி அமைப்புகள், சாதி மாநாடுகள், சாதிப்பெயர்கள், எண்ணிக்கைக்காக உட்பிரிவுகளை ஒரே அடையாளத்திற்குள் கொணருதல், பெயர் சூட்டல், சாதி தொடர்பான நூல்களை அச்சிடல், கண்டனங்கள் மறுப்புகள் என்றெல்லாம் இச்செயல்பாடுகள் அமைந்திருந்தன. தமிழ் அச்சு வரலாற்றில் சாதியை அடையாளப்படுத்தும் சாதி நூல்கள் 1800

தொடக்கம் 1950 வரைக்குமான கால எல்லையில் சுமார் 700 வந்தன என்கிறார் குமார்.

ஒவ்வொரு சாதியும் தங்களின் தேவைக்கேற்ப தங்களை அடையாளப்படுத்தின; உரிமைகோரின. இதன்படி அதுவரை உள்ளூர் அளவில் குறுக்கும் நெடுக்குமாக இருந்த சாதிகள் முறைப்படுத்தப்பட்டன. குறிப்பாக நால்வருண சட்டகத்திற்குள் சாதிகளைப் பொருத்திப் புரிந்துகொள்ளும் காலனியகாலப் புரிதல்முறை நடைமுறைக்கு வந்தன. இந்தச் சூழலில் பிராமணர்கள் தேசியம் என்கிற சொல்லாடல் மூலம் நவீன அதிகாரச் சாதியாகவும் அழுத்தம் பெற்றனர். இப்பின்னணியில்தான் விசுவகர்மா சமூகத்தினர் தாங்கள் பெற்ற சித்தூர் அதாலத் கோர்ட் தீர்ப்பை நூலாக வெளியிட்டனர். அந்நூல் தற்காலம் வரையிலும் வெளியிடப்பட்டு வருகிறது.

நூலின் உள்ளடக்கம்:

சித்தூர் அதாலத் கோர்ட் தீர்ப்பு என்னும் இந்நூல் இரண்டு பகுதிகளைக் கொண்டது. மணம் செய்விக்க உரிமையில்லை யென மறுத்த குண்டையனுக்கும் மணம் செய்வித்த மார்க்க சகாய ஆசாரிக்கும் நடந்த விவாதம் முதல் பகுதியாக இருக்கிறது. அதாவது வேதவிதிப்படி திருமணம் செய்விக்கிற காரணத்தால் பஞ்சாங்க குண்டையன் கேட்கிற கேள்விகளுக்கு வேத சுருதிப்படி மார்க்க சகாய ஆசாரி அளித்த பதில்களே இந்த உரையாடல். இந்த உரையாடலின் சாரம் பின்னால் நீதிமன்ற வாக்குமூலத்திற்கும் கொண்டு செல்லப்பட்டது. இரண்டாம் பகுதியில் மார்க்க சகாய ஆசாரி முதலிய வாதி களுக்கும் குண்டையன் போன்ற பிரதிவாதிகளுக்கும் சித்தூர் மாவட்ட நீதிமன்றத்தில் நடைபெற்ற வழக்கில் வாதிகளது வாக்குமூலமும் நீதிபதி அளித்த தீர்ப்பும் அடங்கியுள்ளது. வாதி பக்கம் மார்க்க சகாய ஆசாரியை உள்ளடக்கி 11 பேர். வழக்கறிஞர் அப்துல் சாயபு. பிரதிவாதி பக்கம் குண்டய்யனை உள்ளடக்கி 10 பேர். அருணாச்சல முதலி என்பது வழக்கறிஞர் பெயர். வாதி, பிரதிவாதி என்கிற இரண்டு தரப்பிலும் அவரவர் சாதியினரே அடங்கியிருந்தனர். விசாரணை சாட்சிகள் ஆண்டியப்ப முதலி, சங்கர நாராயண செட்டி, கோபி செட்டி, அப்பாசாமி பிள்ளை, வெங்கடசுப்பு நாயக்கன் ஆகிய ஐவர். ஐவருமே இரண்டு தரப்பின் சாதியையும் சாராதவர்கள்.

நூலின் முகவுரை வேதத்தை ஆசாரிகளுக்குரியதாகக் கூறுவதிலிருந்து தொடங்குகிறது. வேதங்களை ரிக், யஜுர், சாமம், அதர்வணம், பிரணவம் என்று ஐந்தாகக் கூறுகிறது. வியாசன் முதலிய முனிவர்கள் நான்கு வேதங்களை விஸ்வ

பிரம்மர்களிடம் கற்றுணர்ந்தனர். அவர்கள் ஐந்து வேதங்களை நான்கு வேதங்களாகவும் பஞ்சமுக பிரம்மாவை நான்கு முகங் கொண்டவனாகவும் பஞ்சமூர்த்திகளைத் திரிமூர்த்திகளாகவும் ஆக்கினர் என்று குற்றம் சாட்டுகிறது. வியாசன் பிராமணர் களின் குறியீடு. புரட்டு, ஏமாற்று ஆகியவற்றினாலே இவை நடந்தன என்று வாதிடுகிறது நூல். அநாதியான வேதாகமப் புராணங்களைத் தங்கள் பரம்பரைக்கே பாத்தியமென்றும் மற்றவர்கட்கு பாத்தியமில்லையென்றும் தங்களிஷ்டப்படிக்கே அந்த வேதாகமங்களைக் கொடுத்து அதில் தங்களையே மேலான சாதியென்றும் மற்றவர்கள் கீழான சாதியென்றும் ஸ்தாபித்து இத்தேசத்தில் நான்கு வர்ணாச்சிரமத்தாரும் ஜாதி பேதஞ் சமயபேதமில்லாமல் ஒருமையாய கொள்வன கொடுப்பன செய்து வந்ததை பின்னப்படுத்தி ஒருவருக்கொருவர் கூட ஒட்டாமல் செய்திருக்கிறார்கள் என்கிறது முகவுரை (1880).

சம்வாதத்தில் மார்க்க சகாய ஆசாரி வேதங்களையும், அவற்றிலுள்ள சமஸ்கிருத சுலோகங்களையும் தேவநாகரி எழுத்துருவிலேயே தந்து விவாதிக்கிறார். பிராமணர்களின் புராணங்களில் ஒன்றுக்கொன்று முரண்படும் கருத்துக்களையும் நடத்தைகளையும் எடுத்துவைத்து அவற்றின் பொய்மைகளையும் இட்டுக்கட்டல்களையும் சொல்கிறது. பலவிதமாய்ச் சொல்லி யிருப்பதால் எது மெய் எது பொய் என்பதை யார் கிரகிக்கக்கூடும் என்கிற கேள்வியெழுப்பப்பட்டு சகலமும் பொய்யென்றே விளங்குவதாகக் கூறப்படுகிறது. ஏறக்குறைப் இருபதாம் நூற்றாண்டில் இந்து புராணங்கள் தம்முள் முரண்படும் விதத்தைச் சொன்ன பெரியாரின் விமர்சனங்களை ஒத்ததாக இப்பகுதிகள் அமைகின்றன. பதினெண் புராணங்களும் கட்டுக்கதை என்று சொல்லப்படுகிறது. அதேபோல ராமாயாணம், விஷ்ணுபுராணம், பாரதம் முதலிய நூல்களை ஒன்றுக்கொன்று ஒப்பிட்டுப் பார்த்தால் அவைகளில் சொல்லிய சரித்திரங் களும் காலப் பிராமணங்களும் ஒன்றுக்கொன்று உயர்வாயும் தாழ்வாயும் மாறுபட்டுக் கொண்டே இருக்கிறது என்று விமர்சிக்கப்பட்டுள்ளது. இவ்வாறு முதல்பகுதி விரிவாக அமைந்துள்ளது.

இரண்டாம் பகுதியில் நீதிமன்றத் தீர்ப்பு இடம்பெற்றுள்ளது. இரண்டு தரப்பின் வாதங்களும் சாதியை ஏற்றுக்கொண்டு ஒருவரின் இடத்தை மற்றொருவர் மறுக்க, மறுத்த இடத்தை அந்த மற்றொருவர் மறுத்து தம் உரிமையை நிறுவுகிறார். அதே வேளையில் மறுப்புகளுக்கிடையில் புராணப் பிரதிகளின் மாறுபாடுகள் பொய்ம்மைகள் வெளிப்படுத்தப்படுகின்றன. அதேவேளையில் அவை சில அழுத்தமான கேள்விகளையும்

எழுப்பிச் செல்கின்றன. தொழில்கள் செய்வதைப் பெருமிதமாகக் கூறும் ஆசாரிகள் பிரம்மன் அவர்களுக்கே கடவுளாக இருக்க முடியும் என்றும் எந்தத் தொழிலையுமே செய்யாத / ஆக்காத பிராமணர்களுக்கு பிரம்மன் கடவுளாக இருக்கமுடியாது என்றும் பேசப்படுகிறது. ஒரு பிரிவினர் வீட்டில் மற்றொரு பிரிவினர் உண்ணக் கூடாத தடை பிராமணர்களால் விதிக்கப்பட்டவை என்று கூறப்படுகிறது. முதல் பகுதி கருத்துகளின் சாரம் மட்டுமே நீதிமன்றத்தில் சமர்பிக்கப்பட்ட மனுவில் சொல்லப்பட்டிருக்கிறது. முதல் பகுதியை நூலாக்கும்போது முறையாக விவரித்து எழுதியிருக்க வாய்ப்பிருக்கிறது.

பிரதிகள் வழியிலான நவீனத்தின் மோதல்

சமூகக் குழுகளுக்கிடையிலான பிரச்சினை நவீன நிறுவனச் சட்டகத்திற்குள் சென்றமை இதில் கவனிக்கவேண்டிய விஷயமாக இருக்கிறது. இது உள்ளூர்க்காரர்களுக்கு மட்டுமல்ல, புரிந்துகொள்வதைப் பொறுத்தவரையில் காலனிய ஆட்சியாளர்களுக்கும் புதிதாகவே இருந்திருக்கும். காலனியத்தின் சட்டகத்திற்குட்பட்டு உருவாக்கப்பட்ட சட்டவிதிகள், அவர்களின் வரையறைக்குட்பட்ட புரிதல்முறை, அதிகார நலன் ஆகியவையும் இந்தத் தீர்ப்பில் உரிய தாக்கத்தைச் செலுத்தி இருக்கும். குறிப்பாக ஆதாரங்கள் என்பவற்றை எழுத்து சார்ந்தவை என்ற புரிதல் கொண்டிருந்த காலனியச் சட்டகத்தில் இவ்வழக்கில் ஆதாரங்களாகத் தரப்பட்டவை, ஏற்கப்பட்டவை எவையென்றும் பார்க்க வேண்டியுள்ளது. உண்மையோ பொய்யோ வேதங்கள், புராணங்கள் ஆகியவை எழுத்துப் பிரதிகளே. இந்த வழக்கில் ஆதாரமாக எடுத்து விவாதிக்கப் பட்டவை எழுத்துப் பிரதிகளே. ஒரு தரப்பு ஒரு புராணத்தை ஆதாரமாகக் காட்டுகிறதென்றால மறுதரப்பு அவற்றிலுள்ள மாறுபாடுகளைச் சொல்லி மறுக்கிறது. ஏற்றாலும் மறுத்தாலும் அவர்கள் இயங்கியது ஒரே களத்திற்குள்தான். ஒருவகையில் இரண்டு சமூகக் குழுக்களுக்கிடையேயான மோதலே பிரதி வழியிலான மோதல்தான். வாதிகள் பக்கம் காட்டப்பட்ட தஸ்தாவேஜுக்களின் விவரம் வருமாறு: யஜுர் வேதம், புருஷ ஆக்தம், மூலஸ்தம்பம், வச்சிரசூசி, வேமநபத்யம், கபிலரகவல், ஜில்லா மாஜிஸ்டிரேட் டைரி.

நூலின் முதல் பகுதியிலுள்ள மார்க்க சகாய ஆசாரி வாதத்தில் பல்வேறு பிரதிகளின் பெயர்கள் சொல்லப்படுகின்றன. உள்ளூர் கதைகள் ஓரளவே. எனவே பிரதிகள் தொடர்புடைய சான்றுகளைக் கொண்டே தீர்ப்பு எழுதப்பட்டிருக்கின்றன. நம்பிக்கை என்பதைவிட காட்டப்பட்ட புராணப் பிரதிகளில் இருந்த முரண்பாடுகளே விசுவ பிரம்மகுலத்தவருக்கு ஆதரவான

தீர்ப்பு அமைய காரணமாகியிருக்கிறது. இவற்றை உள்ளூர் மரபுகள், நவீன வடிவத்திற்குள் நுழையும்போது உருவான மாற்றங் களுக்கான சான்றுகளாகக் கொள்ளலாம்.

சித்தூர் கோர்ட் தீர்ப்பு பற்றி அயோத்திதாசர்:

இவற்றை இந்த அளவில் நிறுத்திவிட்டு, இது தொடர்பான மற்றொரு பதிவொன்றை இங்கு இணைத்துப் பார்க்கலாம். அதாவது இத்தகைய தீர்ப்புகள் வந்தாலும் பிராமணர்கள் மற்ற வழிகளில் அதிகாரச் சாதியாக வளர்ந்தார்கள் என்பது வேறு வரலாறு. எனினும் சாதிகளின் வரலாற்றைப் பொறுத்த வரையில் சித்தூர் அதாலத் கோர்ட் தீர்ப்பு முக்கியமானது. ஆனால், இத்தீர்ப்பைத் தங்கள் சொந்த நலனோடு தொடர்புடையது என்ற முறையில் விசுவபிரம்ம குலத்தவரே இன்றும் நினைவில் கொண்டிருக்கின்றனர். சாதிகள் இன்று பெற்றிருக்கும் தகுதியே அவற்றின் என்றென்றைக்குமான தகுதியாக மாறாமல் இருந்து வருகிறது என்று கருதும் தமிழ்நாட்டுச் சமூக அரசியல் புரிதலுக்கு இது தெரியாது; தேவையும்படாது. ஆனால் இருபதாம் நூற்றாண்டில் சிலர் இதனை ஆங்காங்கு பேசி வந்துள்ளனர். அவர்களுள் ஒருவர் நா. வானமாமலை. இந்தத் தீர்ப்பை அடிப்படையாக வைத்து 1980ஆம் ஆண்டு தமிழ்நாட்டில் சாதி சமத்துவப் போராட்டக் கருத்துகள் என்ற சிறு நூலை எழுதி வெளியிட்டார். மற்றொருவர் வானமாமலை இந்நூலை எழுதிய 65 ஆண்டுக் காலத்திற்கு முன்பே மறைந்து போய்விட்ட அயோத்திதாசப் பண்டிதர் ஆவார். அதேவேளையில் அயோத்திதாசப் பட்டிதரை வானமாமலை அறிந்திருக்க வாய்ப்பு குறைவு.

அயோத்திதாசர் சித்தூர் அதாலத் கோர்ட் தீர்ப்பு பற்றி தம் எழுத்தில் பல இடங்களில் குறிப்பிட்டுள்ளார். சில இடங்களில் போகிறபோக்கிலும், சில இடங்களில் சற்றே விரிவாகவும் எழுதியுள்ளார். அவர் குறிப்பிட்டுள்ள இடங்களைத் தொகுத்துப் பார்த்தல் இரண்டு வகைக்குள் அவற்றை அடக்கி விடலாம். ஒன்று: அயோத்திதாசர் சாதியமைப்பையோ அதன் பெயரிலான இழிவையோ/பெருமிதத்தையோ நீண்ட காலத்தவையாகக் கருதவில்லை. குறிப்பாகச் சாதியமைப்பின் இருவேறு முனைகளாக வைக்கப்பட்ட பார்ப்பனர் பறையர் என்போர் பற்றிய அவர் பார்வையை எடுத்துக்கொள்ளலாம். பறையர் மீதான இழிவோ, பார்ப்பனர் மீதான பெருமிதமோ சில நூறாண்டுகளுக்குள் கட்டப்பட்டுப் பரப்பப்பட்டவை; நம்பவைக்கப்பட்டவை என்று கருதினார். எனவே சாதி யமைப்பின் காலத்தை அவர் தொன்மையானதாகக் கருதுவதில்லை. அதன்படி இந்தச் சாதிகள் இன்றைக்குக்

கொண்டிருக்கும் அடையாளங்களை எல்லாக் காலத்திலும் அவை கைக்கொண்டிருக்கவில்லை என்றார். இன்றைக்கிருக்கும் இழிவிலேயே எல்லாக் காலத்திலும் பறையர்கள் இருந்திருக்கவில்லை என்றும் பார்ப்பனர்களும் இன்றைய 'பெருமை'யான நிலையிலேயே எல்லாக் காலத்திலும் இல்லை என்றும் கூறினார். பறையர்களின் பெருமிதங்களைப் பறித்த பார்ப்பனர்கள் அவர்களை இழிவானவர்கள் போல் கதையைப் பரப்பி விட்டனர் என்றார். இந்த விளக்கத்தை நிறுவிச்செல்லும் இடங்களில்தான் சித்தூர் அதலாத் கோர்ட் தீர்ப்பைச் சொல்லிச் செல்கிறார். இதன்மூலம் 19ஆம் நூற்றாண்டின் ஆரம்பக்காலம் வரையிலும்கூட பிராமணர்களின் அடையாளங்கள் பற்றிய கேள்விகள் இருந்தன. திட்டவட்டமான ஏற்பு கிடைத்திடவில்லை. அவர்களின் புரோகிதத் தலைமை, பூணூல் உள்ளிட்ட அடையாளங்கள் சார்ந்த ஏகபோக உரிமைகள் மீது கேள்விகள் இருந்தன. சித்தூர் அதலாத் நீதிமன்றத் தீர்ப்பில் பிராமணர்கள் வெற்றிபெறாததைப் பார்க்கிறோம். மாறாக அவர்களின் உரிமை கோரலைக் கேள்விக்குள்ளாக்கிய கம்மாளர்களே வெற்றிபெற்றிருக்கின்றனர்.

இங்கு பிராமணர்களின் பக்கம் ஆதாரம் இருந்திருந்தால் வெற்றிபெறாமல் தோல்வியடைந்தது ஏன் என்பதான அர்த்தங்களில் அயோத்திதாசரின் கேள்விகள் அமைந்தன. அதாவது "இச்சங்கர விஜயமானது பஞ்சாங்க குண்டையனுக்கும், மார்க்க சகாய ஆச்சாரிக்கும் சித்தூர் ஜில்லா அதலாத் கோர்ட்டில் வழக்கு நடப்பதற்கு முன்பு தோன்றியிருக்குமாயின் சிவன் என்னும் கடவுளே சங்கராச்சாரியாகப் பிராமணர் குலத்தில் அவதரித்துள்ள படியால் மார்க்க சகாயவாச்சாரி குலத்தினும் பஞ்சாங்க குண்டையன் குலமே விசேஷத் தன்மையுடைய தென்று கோர்ட்டில் நிரூபித்து ஜெயம் பெற்றிருப்பார்கள். அக்காலத்தில்லாமல் பிற்காலத்தில் தோன்றியபடியால் வேஷ பிராமணர் வேதாந்தம் தொண்ணூறு வருடத்திற்கு உட்பட தோன்றியதென்றே துணிந்து கூறியுள்ளோம்" (ப.153,I) என்றார். பிராமணர்கள் பௌத்த மதத்திற்கு முந்தியவர்கள் அல்லவென்று மற்றோரிடத்தில் கூறிச் செல்லும்போது பிராமணர் என்ற அவர்களுக்கான இன்றைய தகுதியே பிற்காலத்தில் புனைந்துகொள்ளப்பட்டது தான் என்கிறார். அதாவது புத்த மார்க்கத்தை அழிக்கவந்த தேவர்கள் பிராமணர் குடும்பங்களிலே தோன்றினார்கள் என்று கூறி வருகிறார்கள். இது உண்மையாயின் அதலாத் கோர்ட்டில் நின்ற காலத்தில் இந்தக் கதைகளைக் காட்டி தங்கள் பழமையை நிரூபித்து இருக்கலாமே என்று கேட்டார் (பக்.423,424,II). இதன்படி

பிராமணர்கள் தேவர்களாய் அவதாரமெடுத்து பௌத்த மதத்தை அழித்தனர் என்று கூறுவதும் கூடப் பிற்காலத்தில் புனையப்பட்ட பொய்யே என்றார்.

இந்த முதலாவது காரணம் அன்றி மற்றொரு காரணத்திற் காகவும் சித்தூர் அதலாத் கோர்ட் தீர்ப்பை அயோத்திதாசர் சொல்லிவந்தார். அதாவது பறையர் வகுப்பாரை வலங்கையர் பிரிவில் சேர்த்திருந்தது பற்றிப் பேசவரும் போது இத்தீர்ப்பை அவர் குறிப்பிட்டார். அவற்றில் பறையர் வகுப்பாரின் இச்சேர்க்கைக்காகக் கடும் விமர்சனங்களையும் வைத்தார். தமிழக சாதியமைப்பில் இடங்கை, வலங்கை என்ற சாதிப் பிரிவுகள் பெரிய பங்கை வகித்துள்ளன. இவற்றைப் பற்றிய ஆதாரப்பூர்வ மான தகவல்களோ, விரிவான ஆய்வுகளோ நடைபெறவில்லை. ஆனால் கிடைத்த தகவல்களைக் கொண்டு தமிழக வரலாற்றை எழுதிய பலரும் இதனை அடிக்கோடிட்டுச் சென்றுள்ளனர். கே.கே. பிள்ளை கூடுதலாக எழுதியுள்ளார். எனினும் அவருக்கும் அவற்றின் தோற்றம், மறைவு பற்றிய போதுமான தகவல்கள் கிடைக்கவில்லை. இவ்விரு பிரிவுகளும் பிற்காலச் சோழர் காலத்தில் உருப்பெற்று காலந்தோறும் பல்வேறு மாறுதல்களுக்குட் பட்டு ஆங்கிலேயர் காலம் வரையிலும் நீடித்திருக்கிறது. இது சாதிகளை இருவேறு அணிகளாகப் பிரித்து அதன்படி சமூக அமைப்பைச் சொல்லும் முறையாகும். இதில் எந்தப் பிரிவில் எந்தச் சாதி அடங்குகிறதோ அதற்கேற்ப அந்தச் சாதிக்கு உரிமை உண்டு.

ஒரே சாதி காலத்திற்கு ஏற்ப அணி மாறியும் இருக்கின்றன. வலங்கையர் பிரிவு வேளாண் குழுவினரையும், இடங்கைப் பிரிவு தொழில் வணிகக் குழுவினரையும் உள்ளடக்கியிருந்த தோடு இவ்விரண்டு பெயரிலான குழுவினரும் தங்களுக்கிடையே தொடர்ந்து மோதல்களையும், முறையிடல்களையும் கொண்டிருந்தனர். அத்தகைய முறையிடல்களின் தொடர்ச்சியில் தான் காலனிய கால நீதிமன்றம் வரை சென்றனர். உள்ளூர் சாதியமைப்பில் இப்பகுப்பு முறையே செல்வாக்குச் செலுத்திய தாக அறியப்படுகிறது. மனுசாஸ்திரத்தின் விதிகளை விடவும் உள்ளூரில் இந்தப் பகுப்புமுறையின் விதிமுறைகளே அழுத்தம் பெற்றிருந்தன என்று கூறுமளவிற்கு இவற்றின் செல்வாக்கு இருந்தன. மனுதர்ம சாஸ்திர விதிகள் இருந்தனவா என்ற கேள்வியை எழுப்புவதால் பிராமணர்கள் இக்காலச் சாதி பகுப்பில் பங்கெடுக்கவில்லை என்று பொருளாகிவிடாது.

பிராமணர்கள் வலங்கைப் பிரிவிலும் கம்மாளர்கள் இடங்கைப் பிரிவிலும் இருந்தனர். குறிப்பிட்ட தொழிலைக் கொண்டிருப்போர் ஒரே பிரிவில் இருப்பர் என்று இதனை

விளக்குவர். அதேவேளையில் பிராமணர்களால் ஒதுக்கப்படும் பறையர்கள் வலங்கைப் பிரிவில் வைக்கப்பட்டு இருந்தனர் என்பது குறிப்பிடத்தக்கது. சாதிகளுக்கிடையிலான உறவும் முரணும் நிரந்தரமானதல்ல என்பதற்கு இது உதாரணம். இந்நிலையில்தான் பறையர்களின் தாழ்நிலைக்குப் பிராமணர்களே காரணமென்று விளக்கிவந்த தீவிர பிராமண எதிர்ப்பாளரான அயோத்திதாசர் இதனை எவ்வாறு எதிர்கொண்டார்? எவ்வாறு விளக்கினார்? என்பது முக்கியமாகிறது. அதாலத் கோர்ட் தீர்ப்பு பற்றிய அவரின் கருத்தில் இதற்கான விளக்கத்தைக் காணலாம். இவ்விளக்கத்தில் அவரின் பிராமண மறுப்பே வெளிப்படுகிறது.

கம்மாளர்கள் இடங்கையராய் இருந்ததைச் சற்றே கூடுதலாக விவாதித்திருப்பவர் என்றால் அது நா. வானமாமலைதான். அவர் சமுதாயத்தில் உற்பத்தியின் நலன்களை எடுத்துக் கொள்வதற்காகச் சுரண்டும் வர்க்கத்தினர் கற்பித்தவையே சாதி உயர்வு தாழ்வுகள் என்ற வர்க்கக் கண்ணோட்டத்திலிருந்து அதை விளக்கியுள்ளார். அவருடைய எழுத்து இப்போதும் கிடைக்கிறது. ஆனால், அயோத்திதாசர் அதிலிருந்த அரசியலை மட்டும் குறிப்பிட்டுள்ளார்.

பறையர்கள் வலங்கையர் ஆக்கப்பட்டது என்?

பிராமணர்களுக்கும் கம்மாளர்களுக்கும் மோதல்கள் உண்டானபோது பிராமணர்கள் தங்கள் பலத்தைக் கூட்டிக்கொள்ள பறையர்களை வலங்கையர் பிரிவில் சேர்த்து வலுவைத் தேடிக்கொண்டனர் (ப.44, II) என்றார் அயோத்திதாசர். இதன்படி பறையர்கள் அங்கீகரிக்கப்பட்டார்கள் எனக் கொள்ள முடியாது என்றார் அவர். (வேடதாரி) பிராமணர்களின் தேவைக்காக (எண்ணிக்கை பலம், ஆள்பலம், எதிர்தரப்பை வலுவடையச் செய்யாதிருத்தல்) தற்காலிகமாக அணியில் சேர்க்கப்பட்டனர் என்று கூறிய அவர் இதுவோர் தந்திரம் என்றார் (இது இன்றைக்கும் அப்படியே பொருந்துகிறது என்பது வேறு). வலங்கையராகச் சேர்த்துக்கொள்ளும் வரையிலும் பறையர்களை இழிவாகவே நடத்தி வந்தார்கள் என்றும் எடுத்துக்காட்டினார். 1909ஆம் ஆண்டு எழுதும்போது 40 வருடங்களுக்கு முன்பு சுங்கச்சாவடியிலிருந்து சுங்கம் அல்லது ஆயம் வாங்கும் தேசாயச்செட்டிகள் பஞ்சாயத்து செய்யும் தகுதியை வைத்திருந்தார்கள். அவர்களிடம் பஞ்சாயத் திற்குப் போகும்போது மீனாட்சியம்மன் முத்திரையையும் மணியையும் மத்தியில் வைத்து அதன் வலதுபுறமாகப் பிராமணர், வேளார், பறையர் இருக்கலாம். கோமுட்டி, சக்கிலியர், கம்மாளர் இடதுபுறமாக இருக்கலாம் என்ற ஏற்பாட்டைச்

செய்திருந்தனர். இவ்வாறு காரைக்கால் புதுச்சேரி பகுதிகளில் கம்மாளர் அடிதடிக்குப் பயந்தே வலங்கைச் சாதியரில் வைத்திருந்தார்கள். இவ்வாறு கம்மாளர்களால் ஆபத்து நேரிடும்போது வலங்கையராக வைக்கப்பட்ட பறையர்கள், வலங்கையராக இருந்து முன்னுக்கு வரும்போது மீண்டும் பறையர் என்று தாழ்த்தப்பட்டதாகவும் எழுதினார். இந்த வழக்கம் புதுச்சேரி காரைக்கால் பகுதிகளில் அவரின் சமகாலத்திலும் இருப்பதாகக் குறிப்பிட்டார் (ப.131, I). அத்தோடு பல்வேறு கதைகளை உருவாக்கித் தங்கள் சமயவெளியில் கம்மாளர் அல்லாத சாதியினருக்கு ஓரிடத்தை பிராமணர்கள் உருவாக்கித் தருகின்றனர். இவ்வாறுதான் சைவ சமய நாயன்மார்களில் தங்களுக்கு அடங்கிய சாதியோரைச் சாதியடையாளத்தோடும் சிலரைச் சாதியடையாளமின்றியும் சேர்த்துக் கதை செய்தார்கள் என்று சான்று காட்டினார். இவ்வாறெல்லாம் செய்தது மூலமாகக் கம்மாளர்களைத் தனிமைப்படுத்தினர் என்றார்.

மற்றோரிடத்தில் (வேஷ)பிராமணர்கள், பறையர்களை வலங்கையராக்கிக் கற்பித்த விரோதச் செயலால் வீண் விரோதம் உண்டாக்கினார்களேயன்றி வேறில்லை என்ற அவர் மற்றபடி கம்மாளர்களுக்குப் பறையர் தாழ்ந்தவர்களல்ல. பறையர்களுக்குக் கம்மாளர்கள் தாழ்ந்தவர்கள் அல்ல என்றும் கூறியுள்ளார் (ப.695,I).மேலும் பறையர் என்போர் பிராமணர் விரோதம் போதாதென்று கம்மாளர் விரோதத்தையும் சம்பாதித்து விட்டனர் என்றார். இதன்மூலம் வலங்கையர் இடங்கையர் என்கிற எதிர்மறையை விலக்கி, பிராமணர் / பறையர் எதிர்மறைக்குச் சென்றார். பிராமண எதிர்ப்பில் கம்மாளர்களைப் பறையர்களுக்கு இணையாக்கினார்.

எதிர்விமர்சனமும் உள்விமர்சனமும்

இவ்வாறு பறையர்களை இணைத்துப் புராணக் கதைகள் எழுதப்பட்ட காலத்தைப் பிராமணர் – விசுவபிரம்மா மோதலின் பின்னணியில் வைத்தே விளக்கினார் அயோத்திதாசர். தங்களுக்குச் சிக்கல் நேர்ந்ததால் அதைச் சரிசெய்யும் பொருட்டே பிராமணர்களால் இந்த இடம் பறையர்களுக்கு அளிக்கப்பட்டது என்றார். இந்த அளவிற்குப் பிராமணர் – விசுவபிரம்மா குலத்தினரிடையேயான மோதல் அவரின் சிந்தனையில் முக்கிய இடத்தைப் பெற்றிருந்தது. எனினும் இதனை அயோத்திதாசரின் பறையர் இழிவு மறுப்புச் சொல்லாடலை ஒட்டி மேற்கொண்ட அரசியல் ரீதியான நிலைபாடு என்றே கொள்ள வேண்டியுள்ளது. பலமற்ற கம்மாளர்களுடனான முரணைக் குறைக்க அவர் முற்பட்டார்

என்று சொல்லவேண்டும்.அதேவேளையில் கம்மாளர்கள் போலல்லாமல் பறையர்களைத் தொடர்ந்து இழிவு செய்த பிராமணர்களுடனான போராட்டத்தைத் தொடர விரும்பினார் என்றும் கூறலாம். ஏனெனில் எந்த இடத்திலும் இல்லாத அளவிற்கு வலங்கையராய் இருந்த காரணத்திற்காகப் பறையர்களை இவ்விடத்தில் விமர்சித்துள்ளார் அயோத்திதாசர். பிறர் விரிக்கும் புதுப்புது அடையாளங்களில் சிக்கிக்கொள்வதைச் சாடுகிறார். சூடுண்ட பூனை அடுப்பங்கரை ஏறாது என்னும் பழமொழிக்கு இணங்க இம்மக்கள் சூடுபோட்டு நாமமிட்டுக் கொண்டவுடன் சொந்தச் சாதியோரிடம் நெருங்காமல் விலகியும், சொந்தம் தவிர்த்தும் நான்கு நாட்களில் நடுத்தெருவில் நிற்கிறார்கள். இதுவும் ஒரு நூதன வேஷக் கேடுபாடுதாம் என்றார் (ப.695, I). இதை உள்விமர்சனம் எனலாம். இதே எச்சரிக்கையையே தேசியம் பேசி அழைப்பவர்கள் பற்றிக் கூறும்போது "பிரிட்டீஷ் அரசால் இச்சமூகத்தை வந்தடையும் நலன்களும் கெட்டுப்போக வழிகாட்டுவார்கள்" என்று எச்சரித்தார் (ப.205,I). அதேவேளையில் அவர் கம்மாளர் தரப்பை விமர்சனமே இல்லாமல் ஆதரிக்கவும் இல்லை. ஒரு வரியிலான அவருடைய கிண்டல் மூலம் அந்த விமர்சனத்தை அறிந்துகொள்கிறோம். சித்தூர் கோர்ட் வழக்கு தொடர்பில் தங்களின் ஐந்துமுக பிரம்மாவைப் பிராமணர்கள் நான்முகப் பிரம்மாவாக்கிக் கொண்டனர் என்று கம்மாளர்கள் சொல்லியிருந்தனர். இத்தகவலை விவரித்துச் செல்லும் போக்கில் அயோத்திதாசர் நேரடியாகக் கிண்டல் செய்யாமல் அதே இடத்தில் அடைப்புக் குறிப்புக்குள் ஒரு மறுப்பை எழுதியிருக்கிறார். நான்முகப் பிரம்மா கரடி முன்னிலையில், ஐந்து முகப் பிரம்மா கரடியை விட்டார்கள் (ப.44,II) என்று எழுதியிருக்கிறார். கரடி விடுதல் என்பது பொய் சொல்லுதல் என்பதாகும். நான்முகப் பிரம்மா என்பதே பிராமணர் விட்ட பொய் என்றால் கம்மாளர்கள் ஐந்துமுகப் பிரம்மா இருந்ததாகப் பொய்விட்டார்கள் என்பது அதன் பொருள். எனினும் இதை அவர் அழுத்தமாகச் சொல்லாமல் போகிறபோக்கில் எழுதிச் சென்றிருக்கிறார். இது கம்மாளர் தரப்பு மீதும் அவருக்கு விமர்சனம் இருந்திருக்கும் என்பதைக் காட்டுகிறது. எனினும் அரசியல் நோக்கம் அதை மேலோங்கவிடாமல் குறிப்பாக படரவிட்டிருக்கிறது என்று கூறலாம்.

○

கம்மாளர் தொடர்பு இத்தோடு முடிவதில்லை. மேலே சொன்னவை நேரடியானவை. நேரடியாகக் கம்மாளர் தொடர்பில் அயோத்திதாசர் சொன்னவற்றையே பார்த்தோம்.

இவற்றோடு வேறு சில விசயங்களும் இத்தொடர்பில் கவனிக்க வேண்டியனவாய் இருக்கின்றன. கம்மாளர் பற்றிய மேற்கண்ட உரிமைக்கோரலுக்கும் அயோத்திதாசரின் பறையர் பற்றிய உரிமைக்கோரலுக்கும் சில ஒற்றுமைகள் இருக்கின்றன. குண்டையனுக்கும் மார்க்க சகாய ஆசாரிக்குமான உரையாடலில் வேதங்கள் புராணங்கள் பற்றிச் சுட்டப்படும் மாறுபாடுகள் பின்னாளில் அயோத்திதாசராலும் எழுதப்பட்டுள்ளன. பிராமணர்கள் தொன்மை முதல் இன்றைய நிலையில் இல்லாமல் இடையில் இதர சமூகக் குழுக்களிடம் வஞ்சகமாய்ப் பறித்தே இன்றைய நிலையை அடைந்தார்கள் என்ற புரிதலையே இரண்டு இடத்திலும் பார்க்கிறோம். அயோத்திதாசருக்கு முன்போ சமகாலத்திலோ அவர் போன்ற உரையாடலை வேறு குழுவினரும் மேற்கொண்டிருந்தனர் என்பதற்கும் அப்போக்கிற்குத் தமிழ் மரபில் இடமிருந்து வந்தது என்பதற்கும் இவையெல்லாம் சான்றுகள்.

இரண்டு கதைகள்:

பஞ்சாங்க குண்டையன் கேட்ட கேள்விகளை ஒட்டி மார்க்க சகாய ஆசாரி அளித்த பதில்களிலுள்ள இரண்டு கதைகளை இங்கு பார்க்கலாம். ஒன்று காந்தக்கற்கோட்டை கதை. மற்றொன்று பண்புரிச் சோழன் கதை.

மாந்தை பட்டணத்தில் காந்தக கற்கோட்டை இருந்தது. அங்கு விஸ்வபிரம்ம வம்சத்தார் வழிகாட்டுதலின்படி எல்லாம் நன்றாக நடந்துவந்தது. விஸ்வபிரம்ம ஆசாரிகள் மீது பொறாமை கொண்ட வியாசன், பார்த்துல ஹரிராஜன் என்பவனைத் தூண்டிவிட்டுப் போரிட வைத்தான். ஆனால் வெற்றி பெறவில்லை. அதைக்கண்ட வியாசன் ஆடையாபரண வியாபாரிகளாய்ச் சிலரைக் கோட்டைக்குள் சென்று வசிக்கும்படி செய்தான். ஹரிராஜன் வைக்கோலைக் கொண்டு கோட்டையைக் கொளுத்தினான். கோட்டையில் இருந்தவர்கள் சுரங்கம் வழியாய்ச் சென்று ஹரிராஜன் பட்டணத்தைப் பாழாக்கினர். எனினும் காந்தக கோட்டை அழிந்தபின் நாட்டில் அறங்கள் மலிந்தன. வழிகாட்டிகளாய் இருந்த விசுவகுல பிரம்மர் உருமறைந்து 56 தேசங்கள் சென்று மொழிகளைக் கற்று தேசாதி செட்டிகள் மூலம் வியாபாரம் செய்து வந்தனர். வியாசனோ மீண்டும் துரணி மகாராசன் என்பவனைத் தூதுவிட்டு வரிகேட்க வைத்தான். அவர்களோ பஞ்சகிருத்தியராய் இருப்பதால் தீர்வைத் தருவதில்லை என்றனர். எனவே அரசன் அவர்களைச் சிறை வைத்தான். இதனைக் கேள்விப்பட்ட தேசாதிபதிகளில் ஒருவனான பெத்தண்ண ராஜுகரு மகாராசனோடு சண்டையிட்டான். மகாராசனோ துஷ்டசாரியிடம் தீர்வைக் கொடாவிட்டால்

தலையைக் கொய்வேன் என்று சொல்லி தலையைக் கொய்தனர். தலை காட்சியகத்தில் முறையிட அது மாகாளி ரூபமெடுத்து மகாராசன் குடலைப் பிடுங்கி தேசாதி செட்டியின் கழுத்தில் மலர் ஆரமென்று மாலையாய்ப் போட்டது. இதுவே காந்தக் கற்கோட்டை.

அடுத்தகதை. பரிமளச்சோழன் என்னும் ஓர் அரசன் இருந்தான். வியாசன் அவனிடம் அரச சபையில் விசுவபிரம்மரை நீக்கித் தங்களை ஆசாரியாய் வைக்க வேண்டுமென்று கேட்டான். சோழனோ விசுவபிரம்மரே பொருத்தமானவர் என்று கூறி மறுத்துவிட்டான். பரிமளச் சோழனுக்கு அடுத்து அவன் சகோதரன் பண்புரிச் சோழன் அரசனானான். வியாசன் அவனிடமும் வலியுறுத்த அவனும் மறுத்துவிட்டான். அதனால் வியாசன் பரிமளச்சோழனின் திருமண உறவுக்கு வெளியில் பிறந்த மகனான காளிங்கச்சோழனிடம் "பண்புரிச் சோழன் காளிங்கனை இளவரசனாக்காமல் அவன் மகன் பாலனைச் சோழனுக்குப் பட்டம் கட்டப்போகிறான்" என்று சொல்லி அவனுக்கு எதிராகத் தூண்டிவிட்டான். கல்வியறிவில்லாத காளிங்கன் பட்டமேற்றால் தாங்கள் ஆசாரி பீடமேறத் தடையிருக்காது என்று எண்ணினான் வியாசன். பண்புரிச்சோழன் வேட்டையாடச் செல்லும்போது உடன் சென்ற காளிங்கனை ஏற்றிவிட்டு அவனை வெட்டிக் குளத்தில் தள்ளினான். பிறகு வியாசன் தன் கூட்டத்தாரை வரவழைத்துக் காளிங்கனுக்குப் பட்டம் சூட்டினான். குடிகளைத் தன்வசப்படுத்தி அரசனைச் சார்ந்தவர்களெல்லாம் வலங்கையென்றும் விஸ்வபிரம்ம குலத்தாரை இடங்கையர் என்றும் ஆக்கினான். இதையறிந்த அடுத்த தேசத்து தேசாதிபதி செயவீரராசுகாரு காளிங்கனை வென்று பாலனைச் சோழ அரசனாக்கினான். பின்னர் வியாசர் கூட்டம் பதுங்கியது.

இவ்விரண்டு கதைகளிலும் பொதுத் தன்மைகள் உள்ளன. அதாவது விசுவகர்மா குலத்தவரே முதலில் வழிகாட்டும் பிராமணர்களாய் இருந்தனர். இன்றைய பிராமணர் என்பவர் பிறகே வந்தனர். அவர்கள் தந்திரங்கள் செய்து விசுவபிரம்மரைத் தாழ்த்தி மேல் செல்கின்றனர். ஏறக்குறைய இதே கதையையே அயோத்திதாசர் பறையர் நிலை தாழ்த்தப்பட்ட விதத்திற்கும் சொன்னார். பறையர் என்போர் எதார்த்த பிராமணர் என்ற நிலையில் இருந்து இன்றைய பிராமணர்களின் தந்திரத்தினால் தாழ்த்தப்பட்டனர் என்றார். இரண்டு கதையாடலிலும் தந்திரம் என்கிற நிலைபாடு முக்கிய இடம் பெறுகிறது. இந்தச் சூழ்ச்சியை விளக்க அயோத்திதாசர் நந்தன் கதை என்ற கதையாடலை விவரித்தார். மேற்கண்ட இரண்டு

கதைகளையும் பார்க்கும்போது இவற்றின் அம்சங்கள் நந்தன் கதை விவரணையில் இழையோடுவதைப் பார்க்கலாம். அதாவது நந்தன் பிராமணர்களின் ஏகபோகத்தை ஏற்காதிருந்த காரணத்தினாலேயே புருசீக சாதியார் என்போர் சமயம் பார்த்து சதிசெய்து அவனைக் கொன்றனர். பிறகு எதார்த்த பிராமணர்களின் அடையாளங்களைத் தங்களவையாக்கி வேஷ பிராமணர்களாக்கினர்.

மேற்கண்ட இரண்டு கதைகளில் முதல் கதையில் வரும் காந்தக்கோட்டை என்பது நந்தனை அழிக்க பிராமணர்கள் உண்டுசெய்த போலிக் கோட்டையையும், இரண்டாவது கதையில் வரும் பண்புரிச்சோழன் பிராமணரை மறுப்பது மற்றும் கொல்லப்படுதல் நந்தன் இறந்ததையும் நினைவுபடுத்துகிறது. இத்தகைய கதைகள் மரபாகவே வழங்கி வருகின்றன. தங்கள் சாதியின் வீழ்ச்சியையும் ஏற்றத்தையும் அதுபோன்ற கதைகளின் வாயிலாக இனங்கண்டுகொள்ள, ஏறிவந்துவிட சாதிக் குழுக்கள் முயன்றிருக்கின்றன என்று தெரிகிறது. சித்தூர் அதாலத் கோர்ட் தீர்ப்பு நூலின் இரண்டு பகுதிகளையும் படித்து முடிக்கும்போது அயோத்திதாசர் எழுதிய இந்திரர் தேச சரித்திரம் என்ற கதையாடலின் உள்ளடக்கமும் சொல்லல் முறையும் அணுகுமுறையும் இன்னும் நுட்பமாக விரிகின்றன. சமூக வரலாறு சார்ந்த மரபின் தொடர்ச்சியை அவற்றில் இன்னும் பிரம்மாண்டமாகச் சந்திக்க முடிகிறது. அதேவேளையில் கம்மாளர் போன்ற குழுவினரின் போராட்ட அனுபவம் மட்டுமல்லாமல் நவீன காலத்தைச் சார்ந்து இணைந்துகொண்ட புரிதல்களும் அயோத்திதாசரிடம் பங்காற்றியுள்ளன. விசுவகர்மாக்கள் தம் உரிமைகோரலைப் பிரதிகள் சார்ந்து அமைத்தார்கள். அயோத்திதாசர் பறையர் பார்ப்பனர் ஆகியோர்களுக்கிடையிலான எதிர்மறையை வழக்காறுகளிலிருந்தும் எடுத்துக்கொண்டார். அதேபோல விசுவகர்மாக்கள் மதம் சார்ந்து யோசிக்க முடியாத காலத்தில் இருந்தார்கள். காலனிய காலகட்டத்தில் குறிப்பிட்ட கட்டத்தில் செயல்படவந்த அயோத்திதாசர் மதம் என்ற இடத்தில் பௌத்தத்தை முன்வைத்து மறுவிளக்கங்களைக் கட்டமைத்து இணைத்தார் என்பது குறிப்பிடத்தக்கது. இந்த ஊடாட்டத்தின் வயது நூறு. ஆம் சித்தூர் அதாலத் கோட்டுக்குக் கம்மாளர்கள் சென்றது 1814ஆம் ஆண்டு. இதற்குப் பின்னரான மாற்றங்களூடே பறையர் உரிமைகோரலை எழுதிமுடித்த அயோத்திதாசர் இறந்த ஆண்டு 1914. வலங்கை இடங்கை சாதி அமைப்பு பிற்காலச் சோழர் காலத்திலிருந்து கி.பி.19ஆம் நூற்றாண்டு வரை நிலவியது. வரலாற்றில் முழுமையாக அறியப்படாத புதிராகவே அது உள்ளது. அயோத்திதாசரின் சொல்லாடல்களில் அவற்றின் தொடர்ச்சி இருந்தன என்பதையே இங்கு காண்கிறோம்.

பயன்பட்ட நூல்கள்

1. வானமாமலை, நா., தமிழ்நாட்டில் சாதி சமத்துவப் போராட்டக் கருத்துகள், மக்கள் வெளியீடு, சென்னை, 1999 (2ஆம் பதிப்பு).

2. அலாய்சியஸ். ஞான., அயோத்திதாசர் சிந்தனைகள் I & II, நாட்டார் வழக்காற்றியல் மையம், பாளையங்கோட்டை, 1999.

3. குமார். ர., தமிழ் அச்சுப் பண்பாடு, சாதி நூல்கள் (க.ரை), அறியப்படாத தமிழ் உலகம் (தொகுப்பு), பா.இளமாறன், ஐ.சிவக்குமார், கோ.கணேஷ் (தொ.ஆ), புதிய புத்தகம் பேசுது, சென்னை, 2011.

4. ஜெகதீசன், தெ.வே., பத்திரகாளியின் புத்திரர்கள், யுனைடெட் ரைட்டர்ஸ், சென்னை, 2004.

5. சீனிவாசன். இரட்டைமலை, ஜீவிய சரித்திர சுருக்கம், காலச்சுவடு, நாகர்கோவில், 2018.

அடிக்குறிப்பு

கம்மாளர்களை இடங்கைப் பிரிவினராக் காட்டும் வடிவங்களும் இருக்கின்றன. இது தொடர்பான மூன்று பதிவுகளைத் தெ.வே. ஜெகதீசன் தன் நூலில் எடுத்துக்காட்டுகிறார். கம்மாளர்களின் செல்வாக்கைக் கண்ட பிராமணர்கள் தங்கள் குருவான வியாசரிடம் முறையிட்டனர். அவன் பல வகையிலும் சூழ்ச்சி செய்தான். முதலில் கம்மாளர்களின் குருவான பரிமளாவைக் கொன்றனர். பிறகு ஐந்தாம் வேதத்தை எரித்தனர். இதனால் கம்மாளர்கள் காளிதேவியிடம் முறையிட்டனர். காளிதேவியின் இடதுபுறம் நின்று இறைஞ்சியதால் இடங்கையர் ஆயினர். இது முதல் கதை.

காஞ்சிபுரத்தில் வாழ்ந்துவந்த கம்மாளன் ஒருவனுக்குச் சொந்த சாதி, பலிஜா சாதி என்று இரண்டிலிருந்தும் இரண்டு மனைவிகள். பலிஜா சாதி மனைவியைக் காஞ்சிபுரத்து அரசன் கொன்றுவிடுகிறான். அதனால் கம்மாளனும் இரண்டு மனைவிகளின் பிள்ளைகளும் சினங்கொண்டு தங்கள் சாதியிலிருந்தும் பிற சாதிகளிலிருந்தும் ஆட்களைச் சேர்த்தனர். பிறகு கம்மாள மனைவியின் பிள்ளைகள் ஒரு பிரிவாகவும் பலிஜா சாதி பிள்ளைகள் ஒரு பிரிவாகவும் செயல்பட்டு அரசனை வென்றனர். இதில் கம்மாளர் சாதி பிரிவில் நின்றோர் இடங்கையராகவும் பலிஜா சாதிப் பிரிவில் இருந்தோர் வலங்கையராகவும் ஆயினர். இது இரண்டாவது கதை.

வலங்கை இடங்கைப் பகுப்பில் பறையர், வேளாளர்களைத் தொடர்புப்படுத்தும் மூன்றாவது கதையை மதுரை மேனுவல், சேலம் கெசட்டீயர் ஆகிய சான்றகளைக் கொண்டு காட்டுகிறார் ஜெகதீசன். இந்தக் கதை அயோத்திதாசரின் பறையர் தொடர்பான விளக்கங்களுக்கு அருகில் வந்து தொட்டும் முரண்பட்டும் செல்கிறது. முதலில் அயோத்திதாசர் கூறிய நந்தன் ஒரு மன்னன் என்ற உரிமைக்கோரலை இம்மூன்றாவது கதையும் கூறுகிறது. அயோத்திதாசரின் கதையாடலில் சூழ்ச்சி செய்வோர் பிராமணர்கள். இக்கதையில் அவர்கள் வேளாளர்களாக மாறி அமைந்துள்ளனர். மன்னனான நந்தன் வேளாளச் சமூகத்தில் பெண் கேட்டான். வேளாளர்களுக்கோ பெண் கொடுக்க விருப்ப மில்லை. அதேவேளையில் பகைக்கவும் முடியவில்லை. எனவே சூழ்ச்சி செய்து அவனைக் கொன்றுவிட முடிவு செய்தனர். இடிந்து விழத்தக்க பொறியை வைத்து கல் மண்டபம் ஒன்றை உருவாக்கித் திருமணம் பேச நந்தனை வரவழைத்தனர். உறவினர்களோடு அவன் கல்மண்டபத்தில் வீற்றிருந்தபோது பொறியைத் தட்டிக் கல்மண்டபத்தைச் சரியச் செய்தனர். அதனால் நந்தனும் அவன் உறவினர்களும் அழிந்தனர்.

நந்தன் கதையை எழுதிய அயோத்திதாசர் இந்த வடிவத்தை அறிந்திருந்தாரா? என்பது தெரியவில்லை. அறிந்திருப்பினும் பிராமணர்களை எதிர்மறையாக வைத்து எழுதிவந்த அவருக்கு வேளாளர்களை விட பிராமணர்களை எதிர்மறையாக வைத்த கதையே தேவைப்பட்டிருக்கும். எனவே வேளாளர்களைவிட பிராமணர்களைதச் சூழ்ச்சி செய்வோராகக் காட்டும் கதையையே அவர் எடுத்தாண்டு இருக்கிறார். ஆனால் இதுவல்ல விசயம். இதைவிட வேறொரு சுவாரஸ்யம் இந்தக் கதையில் இருப்பது தான் முக்கிய விஷயமாகிறது. இக்கதையில் நந்தனைக் கொல்ல வேளாளர்களுக்குத் துணைபுரிவோராகக் கம்மாளர்களே இருக்கின்றனர். அதாவது கல்மண்டபம் ஆசாரிகளால்தான் கட்ட முடியும். எனவே அதை வேளாளர்களுக் காகச் செய்துத் தருவோர் ஆசாரிகளாகிய கம்மாளர்கள்தாம். அதைக் கட்டித்தருவதோடு கல்மண்டபத்தில் நந்தன் வீற்றிருக்கும் போது மண்டபத்தை தாங்கியிருக்கும் பொறிகளைத் தட்டிவிட்டு உதவிபுரிவோரும் கம்மாளர்களே. இதையே மண்டபத்தில் நந்தன் வீற்றிருந்தபோது வேளாளன் “பொறியைத் தட்டுடா புத்திகெட்ட ஆசாரி” (புத்தியுள்ள ஆசாரி என்ற வழக்கும் உண்டு) எனக் கூறினான் என்று இக்கதை கூறுகிறது. இது வழக்கு மொழியாக இப்போது உள்ளது.

கதையின் இந்த வடிவத்தை அறிந்திராத காரணத்தாலோ, வேறு எந்தக் காரணத்தாலோ பறையரை வீழ்த்த கம்மாளர்

உதவினர் என்ற கருத்து அயோத்திதாசரிடம் தென்படவில்லை. இவற்றைவிட பிராமணர்களின் பிராமணத் தகுதியை எதிர்த்தவர்கள் என்ற முறையில் கம்மாளர்களின் இடத்தைச் சாதகமாகவே அயோத்திதாசர் எடுத்துக் கொண்டிருக்கிறார். மன்னன் நந்தன் வீழ்த்தப்பட்டது பற்றிய அவரின் கதையாடலில் போலி அரண்மனையில் (கல்மண்டபம்) வைத்து நந்தனை அழுத்துவோரில் கம்மாளர் என்ற பெயர் வரவில்லை. மாறாகப் பொறிவைத்து அழித்தோராக வேடதாரி பிராமணர்களையே அவர் குறிப்பிடுகிறார்.

மேலும் இந்த மூன்றாவது கதையின் முடிவு நந்தன் அழிக்கப்பட்ட பிறகு பறையர்களும் வேறுசில சாதிகளும் கம்மாளர்களை எதிர்த்தனர். அதன்படி பறையர் வலங்கையர் ஆயினர். கம்மாளர் இடங்கையர் ஆயினர் என்றமைகிறது. நந்தனை அழித்த நிகழ்ச்சியே இவ்வாறு எதிரெதிர் அணியில் நிற்கக் காரணமானது என்ற கோணத்தை இக்கதை தருகிறது. ஆனால் நந்தன் கதையைத் தன் மொத்தக் கதையாடலின் மையமாகக் கொண்ட அயோத்திதாசரிடம் இது இல்லாமல் இருப்பது வியப்பளிக்கிறது. ஒரு விசயம் பற்றி பல்வேறு கதை வடிவங்கள் நிலவின என்பதையே இவை காட்டுகின்றன. மேலும் அயோத்திதாசரும் ஒரு கதையாடலை நீக்கியும் புதுக்கியும் கட்டமைத்தார் என்றும் இவற்றைப் புரிந்துகொள்ள வேண்டியுள்ளது.

ஆனால் இந்த மூன்றாவது கதையின் ஒரு முடிவோடு அயோத்திதாசரின் தகவல் ஒத்துப்போகிறது. பறையர் வலங்கையர், கம்மாளர் முதலானோர் இடங்கையர் என்பதே அது. இதற்கான காரணத்தை இந்த மூன்றாவது கதை, கதைப்போக்கின் இயல்பான தொடர்பிலிருந்து கூறுகிறது. ஆனால் கதையின் முடிவோடு ஒத்துப்போகும் அயோத்திதாசரின் பார்வை காரணத்தோடு மட்டும் ஒத்துப்போகவில்லை. அதாவது அவர், பறையர் வலங்கையர் பிரிவில் இருந்ததைப் பிராமணர்களின் சூழ்ச்சி என்கிறார். அவர்களை நம்பி அப்பிரிவில் இருந்திருக்கக் கூடாது என்பதே அவரின் எண்ணமாக வெளிப்படுகிறது. மாறாக பறையர்கள் பிராமண எதிர்ப்பாளர்கள் என்ற முறையில் மற்றொரு எதிர்ப்பாளர்களான கம்மாளர் அணியில் இருந்திருக்க வேண்டும் என்பதான எண்ணத்தை யோசிக்கும்படியாகவே நம்மை இட்டுச் செல்கிறது அவரின் பார்வைக் கோணம்.

நீலம், ஏப்ரல் 2021

10

அயோத்திதாசரின் 'அபவாதம்' மீதான 'அபவாதம்'

அயோத்திதாசர் அருந்ததியர் உள்ளிட்ட விளிம்புநிலைச் சாதிகளை இழிவாகவும் விலக்கியும் எழுதியது தொடர்பாகப் பதிலளிக்கப்படாத விமர்சனம் ஒன்று நெடுநாட்களாக இங்கிருக்கிறது. இச்சாதிகள் பற்றிய அயோத்திதாசரின் கூற்று வெளிப்படையானது. அவற்றை மறைப்பதற்கோ விளக்குவதற்கோ எதுவுமில்லை. அதேவேளையில் அயோத்திதாசரின் பிற சிந்தனைகள் முக்கியமான தாக இருக்கின்றன. விளிம்புநிலை அரசியல் சொல்லாடல்களில் அவர் சிந்தனைகளின் முக்கியத்துவம் உணரப்பட்டிருக்கின்றன. இந்நிலை யில் குறிப்பிட்ட விளிம்புநிலைச் சாதிமீதான ஆதிக்கத் திற்கு எதிராகச் செயல்பட்ட அயோத்திதாசர், மற்ற விளிம்புநிலைச் சாதிகளை எதிர்மறையாகச் சொல்லியிருப்பதை எவ்வாறு புரிந்துகொள்வது? இக்கேள்வியினூடாகவே அவர் மீதான மதிப்பீட்டை முன்வைக்க வேண்டியிருக்கிறது. இதன் பொருள் அயோத்திதாசரைக் காப்பாற்றுவதோ, அவர் அந்தப் பொருளில் சொல்லவில்லை என்று சாதிப்பதோ இல்லை. எனில், இந்தப் புரிந்துகொள்ளும் முயற்சி இவ்வளவு காலம் நடக்காதது ஏன் என்கிற கேள்வி எழும். கடந்த 20 ஆண்டுகளாக அயோத்திதாசரைப் பற்றிப் பேசியும், எழுதியும் வருகிற என்னளவில் சில காரணங்களைக் கூற முடியும். அயோத்திதாசரின் இந்தக் கூற்றினை வைத்து விமர்சனம் எழுந்த சூழல் ஆவேசமானதாகஇருந்தது. அச்சூழலில் எதைச்

சொல்லியிருந்தாலும் அடுத்தடுத்த குற்றச்சாட்டிற்கான வாய்ப்பாக மாறிவிடும் அபாயம் இருந்ததால் நிதான சூழ்நிலைக்காகக் காத்திருக்க வேண்டியிருந்தது.

இருபதாண்டுகள் கழிந்திருக்கும் நிலையில் அண்மையில் *நீலம்* இதழில் வெளியாகியிருந்த 'பௌத்தம்: அயோத்திதாசரும் அம்பேத்கரும்' என்கிற கட்டுரையில் (அக்டோபர் 2022) இதே விமர்சனத்தை நிதானத் தொனியில் கச்சாமி எழுதியிருப்பதால், பதில் எழுத முடியும் என்று தோன்றியது.

இதைப் பதில் என்று சொல்லிக்கொள்வதைக் காட்டிலும் புரிந்துகொள்ள முயற்சித்தல் எனலாம். கச்சாமி கட்டுரைக்கான பதில் என்று இதைப் பார்ப்பதை விடவும் நீண்ட நாள்களாக இது தொடர்பாக நடந்துவரும் விவாதங்களைத் தொகுத்துப் புரிந்துகொள்ளும் முயற்சியாகப் பார்க்க வேண்டும். அயோத்திதாசர் கூற்று, அதையொட்டிய குற்றச்சாட்டு ஆகியவற்றைப் பேச முற்பட்டால் அயோத்திதாசருக்கு வெளியே, அயோத்திதாசருக்கு உள்ளே என்று இரண்டு வகையாகப் பிரித்துக்கொள்ளலாம்.

I

முதலில் அயோத்திதாசருக்கு வெளியே இருந்த காரணிகளைத் தொகுத்துக்கொள்ளலாம். அயோத்திதாசர் எழுத்துகள் ஞான.அலாய்சியஸால் தொகுக்கப்பட்டு 1999 செப்டம்பரில் இரண்டு தொகுதிகளாக வெளியாயின. எஞ்சியவை மூன்றாம் தொகுதியாக 2003ஆம் ஆண்டு வெளியாயின. இந்தத் தொகுப்புகளை முன்வைத்து அறிவுலகில் இரண்டு வகையான பேச்சுகள் எழுந்தன. இதுகுறித்து என்னுடைய, 'அயோத்திதாசர்: வாழும் பௌத்தம்' நூலில் விரிவாக எழுதியிருப்பினும் தேவை கருதி மீண்டும் சுருக்கமாகக் கூற விழைகிறேன்.

அரசியலிலும் பண்பாட்டிலும் கோலோச்சிய பிராமண ஏகபோகத்தை எதிர்த்தவர் அயோத்திதாசர் என்று தரப்பட்ட அடையாளம் முதலாவதாகும். பெரியாருக்கு முன்பே பார்ப்பன எதிர்ப்புக் கருத்துகளைப் பேசியவர் என்ற முன்னோடி அடையாளத்தை அயோத்திதாசருக்கு வழங்குவதற்கு இது காரணமானது. மற்றொன்று, பக்தி இலக்கியப் புனைவு தொடங்கிச் சைவ அடையாளத்தால் உட்செரிக்கப்பட்ட தமிழுக்குப் 'புறச்சமயமாக்கப்பட்டிருந்த' பௌத்த உள்ளீட்டைக் கண்டுபிடித்துத் தந்தவர் என்பதாகும்.

இந்த வகையில் 2000 டிசம்பர் 23ஆம் நாளில் மதுரை தலித் ஆதார மையம் நடத்திய அயோத்திதாசர் சிந்தனைகள்

குறித்த கருத்தரங்கு குறிப்பிடத்தக்கது. இக்கருத்தரங்கில் மோகன் லார்பீர், ந. முத்துமோகன், தொ. பரமசிவன், அ. மார்க்ஸ், பொ. வேல்சாமி, ஆ. சிவசுப்பிரமணியம், லூர்துநாதன் ஆகியோர் கலந்து கொண்டனர். இதில் மேற்கூறப்பட்ட இரண்டு வகையான கருத்துகளும் வெளிப்பட்டன. அயோத்திதாசர் சிந்தனைகள் வரவேற்கப்பட்டன; வியப்போடு நோக்கப்பட்டன. எனினும் இத்தகைய வியப்பைத் தாண்டிக் குறிப்பிடும்படியான ஆய்வுகள் வெளியாகவில்லை. உருவான தொடக்கநிலை உரையாடல்கள்கூட அவரவர் ஏற்கெனவே அரசியல்ரீதியாக நம்பிக்கொண்டிருந்த கருத்துகளுக்கு அனுசரணையாக அயோத்திதாசரை ஆக்கிக்கொள்வதற்கான முனைப்பளவிலேயே இருந்தன.

இரண்டாவது காரணம் நடைமுறை சார்ந்தது. அயோத்திதாசரின் மொழிநடையை இங்கு குறிப்பிட வேண்டும். தற்காலத் தமிழ் நடைக்குப் பழகியவர்கள் அயோத்திதாசர் எழுத்துகளுக்குள் பிரவேசிக்க முடியாமல் இருந்தனர். அதேபோல அயோத்திதாசர் ஒன்றைப் புரிந்துகொண்ட விதமும் விளக்கிய விதமும், நவீனக் கல்விப் புல ஆய்வுச் சட்டகத்தினாலும் நவீன அரசியல் புரிதல்களாலும் வழிநடத்தப்பட்ட நம் காலத்தவர்களுக்குப் புதிதாக இருந்தன. இதனால் நவீன சிந்தனைப் போக்குடைய சிலருக்கு அவர் சில இடங்களில் புரிந்து கொள்ள முடியாதவராகவும் சில இடங்களில் அதிர்ச்சி தரத்தக்கவராகவும் இருந்தார்.

இந்நிலையில்தான் திராவிட இயக்கத்தின்மீதும் பெரியாரின் மீதும் தலித் அரசியல் நிலைப்பாட்டிலிருந்து ரவிக்குமார் விமர்சனங்களை முன்வைக்கத் தொடங்கியிருந்தார். அவர் தன்னுடைய விமர்சன நிலைப்பாட்டின் மைய விசையாக அயோத்திதாசரை எடுத்துக்கொண்டிருந்தார். இந்த விமர்சனத்தை அறிவார்ந்த தளம் சார்ந்ததாக மட்டும் பாராமல் அவர் ஏற்கெனவே இணைந்து செயல்பட்டுப் பிரிந்திருந்த அ. மார்க்ஸ் குழுவினரோடு ஏற்பட்டிருந்த தனிநபர்கள் சார்ந்த முரண்கள், கருத்தியல் முரண்கள் ஆகிய இரண்டும் கலந்த நிலையில் முன்வைத்துவந்தார். (இதற்கும் சற்று முன்பே அ. மார்க்ஸ் பெரியாரை முன்வைத்துப் பேசத் தொடங்கி யிருந்தார் என்பது குறிப்பிடத்தக்கது.) அதோடு அப்போது உருவாகிவந்த புதிய தலைமுறை தலித் அரசியல் குழுக்களோடு தொடர்பை ஏற்படுத்திக்கொண்டிருந்த ரவிக்குமார் அத்தொடர்பில் வைத்துப் பெரியார் விமர்சனத்தை முன்னெடுத்திருந்தமை கூடுதல் பதற்றத்தை உருவாக்கியது. பிற தலைமைகளிலிருந்து விடுபட்டுத் தனித்து உருவாகிவந்த

தலித் அரசியல் இயக்கங்களுக்கென்று சிந்தனையாளர்களைக் கண்டெடுக்க வேண்டிய தேவையும் அப்போது இருந்தது. தலித் மக்களை, தலித் அரசியல் தலைமையை நோக்கி அணிதிரட்ட இந்த நோக்கு அவசியமாயிற்று. எனவே தலித்துகளைக் கட்டுப்படுத்தி வைத்திருக்கும் திராவிட இயக்க எண்ணங்கள், ஆளுமைகள் சார்ந்த போதாமையைக் கூறி அதற்கு மாற்றாகத் தலித் கருத்தியலையும் பிம்பங்களையும் முன்வைப்பது என்பதாக அந்த விமர்சனங்கள் விரிந்தன.

இவ்வாறு அயோத்திதாசரை அரசியல் தளத்தில் ரவிக்குமார் கையிலெடுத்திருந்த சமகாலத்திலேயே தற்செயல் ஒற்றுமையாக டி. தருமராஜின் 'நான் பூர்வ பௌத்தன்' என்ற நூல் வெளியானது. அந்த நூலின் கடைசி அத்தியாயம் 'பெரியார் அயோத்திதாசரை மறைத்தாரா?' என்று விவாதித்திருந்தது. இவையெல்லாம் சேர்ந்துதான் அயோத்திதாசர் விவாதப் பொருளானார். அவர் மீது இன்றுவரையிலும் நீடிக்கும் விமர்சனத்தைப் புரிந்துகொள்ள இந்தப் பின்புலம் அவசிய மாகும். இவ்வாறு அயோத்திதாசரையும் பெரியாரையும் எதிரும்புதிருமாக வைத்து விமர்சனங்கள் எழுதப்பட்டதால் அதுவரை அயோத்திதாசரைப் பெரியாரின் முன்னோடி யாகவும், பிராமணர் அல்லாதோர் அரசியலின் குரலாகவும் கணித்துவந்த கணிப்புகளில் சிக்கல்கள் ஏற்பட்டன. அயோத்திதாசர் பெரியார் என்றும் எதிர்மறையை, தலித்துகள் பிற்படுத்தப்பட்டோர் என்ற எதிர்மறையாக ரவிக்குமார் காட்ட முற்பட்டார் என்பதால் எதிர்த்தரப்பு அறிவுஜீவிகளும் அவ்வாறே எதிர்கொண்டார்கள். அயோத்திதாசர்மீது அதுவரை பிராமணரல்லாத அல்லது பிராமணரல்லாதார் அரசியலுக்குப் பாதகம் இல்லாத வகையில் சார்பை வெளிப்படுத்தி வந்த அறிவுஜீவிகள், இந்தச் சிக்கலான சூழலை எதிர்கொள்ள வேண்டியவர்களானார்கள். அதன்படி இச்சூழலை அவர்கள் இரண்டு வழிகளில் எதிர்கொண்டனர். ஒன்று, அயோத்திதாசரின் சிந்தனைகளை எதிர்மறையான விமர்சனத்திற்கு உட்படுத்தினர்.

அயோத்திதாசரிடம் காணப்பட்ட அவர்களைப் பிற விளிம்புநிலைச் சாதிகளை வெறுக்கும் அல்லது பொருட்படுத்தாத அம்சங்கள் பெரியார் மீதான விமர்சனத்திற்குப் பிறகு முதல்முறை யாக முன்வைக்கப்பட்டன. அதாவது, ரவிக்குமார் பறையர் சாதியைச் சேர்ந்தவராக இருப்பதால் அயோத்திதாசர் என்ற பறையர் சாதி அறிவுஜீவியை முன்வைக்கிறார். இதன்படி அயோத்திதாசரின் அருந்ததியர் வெறுப்புப் பார்வைதான் ரவிக்குமாருக்கும் இருக்கிறது. பெரியார், திராவிட இயக்கம் தொடர்பான ரவிக்குமார் விமர்சனமும் அயோத்திதாசர் ஆதரவுப்

பேச்சும் பறையர் சாதி நலன் தொடர்பானதே தவிர ஒட்டுமொத்த தலித் சாதிகளின் பார்வையாக இருக்க முடியாது என்று இந்த விமர்சனம் விரிக்கப்பட்டது.

இவ்விடத்தில் அருந்ததியர் அமைப்புகள், அறிவுஜீவிகளின் பெரியார் பற்று என்கிற துணைச் செய்தியையும் கூற வேண்டும். 1980களின் இறுதியில் உருவான தமிழ்த் தேசியக் கருத்தாளர்கள், 'இங்கு தமிழ்த் தேசிய இன ஓர்மை உருவாகாமல் போனமைக்குத் 'திராவிடம்' பேசப்பட்டதே காரணம்; ஏனெனில் திராவிடம் பேசியவர்கள் தெலுங்கர்களாக இருந்தனர்; எனவே தமிழர்கள் அதிகாரம் பெற வேண்டுமானால் தெலுங்கர்கள் வெளியேற வேண்டும் அல்லது ஆளும் அதிகாரத்தில் இருக்கக் கூடாது' என்று கூறினார்கள். இந்தத் தெலுங்கர் என்கிற வகைமைக்குள் ஆதிக்கத்தில் இருக்கும் நாயக்கர் சாதியினரும் விளிம்புநிலையிலிருக்கும் அருந்ததியர் சாதியினரும் ஒன்றாக அடக்கப்பட்டு வெளியேற்றப்பட வேண்டியவர்களாகக் கூறப்பட்டனர். இந்நிலையில் தெலுங்கர்கள் அனைவரையும் பொத்தம் பொதுவான எதிராளிகளாகப் பாவிப்பதில் நியாயமில்லை என்று கூறித் தமிழ்ச் சமூகத்திற்குப் பெரியார் போன்றவர்கள் ஆற்றிய பணிகள் நினைவுகூரப்பட்டன. தமிழ் பாசிசச் சொல்லாடலை எதிர்கொள்ளப் பெரியார் ஒரு தடையரணாக நிறுத்தப்பட்டார். இதில் (ஒடுக்கப்பட்ட சாதியாக இருந்த காரணத்தால்) ஏற்கெனவே பெரியாரை ஏற்றிருந்த அருந்ததியர் அமைப்பினர், இச்சூழலுக்குப் பிறகு பெரியாரை அழுந்தத் தழுவி நின்றனர். சாதியம், இனவாதம் ஆகிய இரண்டு சூழல்கள் சார்ந்தும் பெரியாரை ஆதரவாகக் கொள்வது அவசியப்பட்டது. தமக்குள் இருந்த முரண்பாடு காரணமாகத் தலித் அமைப்புகள் (தேவேந்திரர், ஆதி திராவிடர், அருந்ததியர்) தனித்தனியாகவே இருந்தன. அசாதாரணச் சூழல் தவிர்த்த நேரங்களில் அவை தனித்தே இயங்கின.

இந்த நிலையில்தான் தலித் சாதிகளில் ஒன்றான பறையர்களைப் பெருமளவு திரட்டியிருந்த விடுதலைச் சிறுத்தைகள் கட்சியின் பின்புலத்திலிருந்து பெரியார்மீதான இந்த விமர்சனம் வைக்கப்பட்டது. அதேவேளையில் அந்த விமர்சனம் முந்தைய இனவாத தொனி கொண்டது என்று சொல்வதற்கு எந்த நியாயமும் இல்லை. மாறாக, தலித்துகள் பற்றிய பெரியாரின் அணுகுமுறை தொடர்பான விமர்சனமாகவே அது இருந்தது.

ஆனால், பெரியாருக்கு வரக்கூடிய பாதகம் தங்களை ஏதோ ஒருவிதத்தில் பாதிக்கும் என்கிற அச்சம் அருந்ததியர் அமைப்பினரிடம் இருந்தது. அடிப்படையில் அயோத்திதாசர் – பெரியார் என்ற எதிரும் புதிருமான விமர்சனங்கள்

அறிவுஜீவிகளுக்கு இடையிலானதாக இருந்தபோதிலும் அது அருந்ததியர் அமைப்புகளின் பிரதான அக்கறையாக மாறிவிட்டது என்று கூற முடியாது. ஆனால், அ. மார்க்ஸோடு தொடர்புடைய அருந்ததியர் – பிற்படுத்தப்பட்ட சாதி அறிவுஜீவிகள் இதைக் கவனித்துவந்தனர். ரவிக்குமார் முன்வைத்த அயோத்திதாசரை, பெரியாரை முன்வைத்து எதிர்கொண்டனர். இவ்வாறு அயோத்திதாசர் பற்றிய, பெரியார் பற்றிய பேச்சுகள் ரவிக்குமார், அ. மார்க்ஸ் ஆகிய இருவருடைய முரணைத் தாண்டிப் பார்க்க முடியாமலானது. இந்த இடத்தில்தான் பெரியார் மறுப்பு, அயோத்திதாசரின் அருந்ததியர் விலக்கம் ஆகிய இரண்டும் ஒன்றிணைந்தன.

இவ்வாறு தலித் தரப்பால் விமர்சிக்கப்பட்ட பெரியாரைப் பாதுகாக்கத் தலித் சாதிகளிலேயே ஒரு வகுப்பினர் முற்படுவது அயோத்திதாசரை முன்வைத்துத் திட்டமிடப்பட்ட தலித் கருத்தியல் உருவாக்கும் முயற்சிக்கு முட்டுக்கட்டையானது. அயோத்திதாசரிடம் வெகு சில வரிகளில் வெளிப்பட்ட அருந்ததியர் வெறுப்புக்காக ரவிக்குமார் உள்ளிட்டவர்கள் அவரைப் பற்றி பேசவில்லை. மொத்தத்தில் திராவிட இயக்கத்தை எதிர்கொள்ளும் நோக்கில் பேசப்பட்ட அயோத்திதாசர் அடையாளம், அதை முன்னெடுத்தவரின் சுய முரண், பிராமணர் அல்லாத அறிவாளிகளின் தன்முனைப்பு, தலித் அரசியலின் சிக்கலான எதிர்காலம் என்கிற முட்டுச் சந்தில் வந்து நின்றுவிட்டது. இவ்விடத்தில் தலித் அல்லாத அறிவுஜீவிகள் பலர் அயோத்திதாசர் குறித்து எடுத்த நிலைப்பாடுகள் கவனிக்கத்தக்கவை. பெரியாருக்கு எதிராக அயோத்திதாசர் முன்னெடுக்கப்பட்டதால் பதற்றம் அடைந்தவர்களில் பலர், அதுவரை பிராமணர் அல்லாதோர் அரசியலின் அங்கமாக அயோத்திதாசரைக் கூறிவந்ததை நிறுத்திவிட்டு முதன்முறையாக எதிர்த்தனர். வேறு சிலர் அவரைப் பற்றிப் பேசுவதையே நிறுத்திக்கொண்டனர்.

பெரியார் பற்றிய தன்னுடைய விமர்சனத்தில் அவரது இரண்டு கூற்றுகளை ரவிக்குமார் மையமாக எடுத்துக் காட்டினார். பிராமணர்கள், கிறித்தவர்கள், முஸ்லிம்கள், தலித்துகள் (நம்மில் கீழ்த்தர மக்கள்) ஆகியோரை மற்றமையாக நிறுத்திப் பெரியார் தன்னைச் சூத்திர மையமாகக் கருதினார் என்பது ஒன்று. பள்ளர், பறையர் மீதான பெரியாரின் எதிர்மறைப் பேச்சு மற்றொன்று. இரண்டாவது அம்சத்திற்கு மட்டும் அ. மார்க்ஸ் அப்போதே வல்லினம் இதழில் பதிலெழுதினார். அதாவது, அப்போதைய தேர்தலில் (1962) தலித்துகள் திமுகவிற்கு வாக்களித்திருந்த காரணத்தினால் அவர்கள் மீதான கோபத்தில்

பெரியார் விலக்கிக் குறிப்பிட்டார் என்று எழுதினார். அந்த விமர்சனத்தை எதிர்கொள்ளும் அவசரத்தில் எழுதப்பட்ட பதில் இது என்பதைப் புரிந்துகொள்ள முடியும். பெரியார் எதிர்மறையாகக் கூறியதை "எவ்வாறு புரிந்துகொள்ள வேண்டுமென்றால்" என்று நியாயப்படுத்தி எழுதியவர்கள்தாம் இப்போது அயோத்திதாசரை அருந்ததியர் மறுப்புக் கூற்று களுக்காக மறுத்து எழுதிவந்தார்கள் என்பது குறிப்பிடத்தக்கது. அயோத்திதாசரின் குறைபாடுகள், பெரியாரோடு அவரை முரணாக வைத்துப் பேசாதவரை சுட்டிக்காட்டப்படவில்லை.

தங்களுடைய கருத்துக்கு உடன்பட்ட அல்லது கீழ்ப்படிந்த பிம்பமாகவோ, கருத்தியலாகவோ இருந்தால் அவர்களிடம் முரண்கள் இருந்தால்கூடச் சொல்ல மாட்டோம். உடன்படாவிட்டால் முரண்களைச் சொல்லுவோம் என்கிற அர்த்தம் இப்போக்கில் வெளிப்பட்டது. இந்நிலையில்தான் எழுத்தாளர் ம.மதிவண்ணன் 'அயோத்திதாசரின் பார்ப்பனியச் சிந்தனைகள்' என்ற கட்டுரையை எழுதினார். அருந்ததியர் தரப்பிலிருந்து அயோத்திதாசர்மீது எதிர்மறை விமர்சனம் வந்த பின்னால் அயோத்திதாசரைப் பற்றிப் பேச நேரும் எல்லா இடங்களிலும் அவரின் அருந்ததியர் மறுப்பு மேற்கோள்களை மட்டும் காட்டிவிட்டு அவரின் பிற சாதகமான அம்சங்கள் எதையும் பேசாமல் முடக்கினார்கள்.

அயோத்திதாசரை விமர்சிக்கிற இக்கட்டுரையை ம. மதிவண்ணன் இப்படித்தான் ஆரம்பித்திருந்தார்: "தமிழ்ச் சூழலில் தலித் இலக்கியமும் தலித் அரசியலும் ஓரளவு வேரூன்றி விட்ட நிலையில் சமீப காலமாக தலித் அரசியலில் ஒரு புதிய மாற்றம் மிகத் தீவிரமாக முன்வைக்கப்படுவதை வாசகர்கள் அவதானிக்கலாம். தலித் அரசியலின் அறிமுக நிலையில் முன்வைக்கப்பட்ட அம்பேத்கரிய, பெரியாரியச் சித்தாந்தங் களில், பெரியாரைக் காலி செய்துவிட்டு அவ்வெற்றிடத்தில் அயோத்திதாசப் பண்டிதரை முன்னிறுத்துவதுதான் அந்த மாற்றம். பெரியார் சிந்தனைகளில் தலித் அரசியலுக்குப் பங்களிப்புச் செய்ய ஒன்றுமில்லையா? ஒரு சந்தர்ப்பத்தில் பேசிய பேச்சை மட்டுமே வைத்துப் பெரியாரைத் தலித்துகளுக்கு எதிராக நிறுத்திவிட முடியுமா என்பது போன்ற கேள்விகள் ஒருபுறம் இருக்க, தோழர்கள் முன்னிறுத்தும் அயோத்திதாசர் அந்த இடத்துக்குத் தகுதியானவர்தானா என்பதைப் பார்ப்பதும் அவசியமாகிறது..."

பெரியாரை விமர்சனம் செய்த காரணத்தால்தான் அயோத்திதாசரை விமர்சனம் செய்ய வேண்டியிருக்கிறது என்கிற அறிவிப்பு இதில் இருப்பதைக் கவனிக்கலாம். கட்டுரையின்

நோக்கத்தை இதிலிருந்தே புரிந்துகொள்ளலாம். அப்போதைய அ. மார்க்ஸ் ரவிக்குமார் முரண் இந்தக் கட்டுரையின் மீது எந்த அளவிற்குத் தாக்கம் செலுத்தியிருந்தது என்பதையும் புரிந்து கொள்ளலாம். பெரியாரிடம் காட்டப்பட்ட குறைகளுக்குப் பதிலாக அயோத்திதாசரிடம் இருக்கக்கூடிய குறைகளைக் கண்டெடுத்து வைப்பதுதான் இக்கட்டுரையின் நோக்கமாக இருந்தது. இதற்குப் பிறகு அயோத்திதாசர் பற்றிப் பேசக்கூடிய யாரும் அவருடைய எழுத்துகளில் இந்தப் பக்கத்தை – இந்த வரிகளை மட்டும் படித்ததைப் போல இந்த வரிகளை மட்டும் மீண்டும் மீண்டும் மேற்கோள் காட்டினார்கள்.

இந்தக் கட்டுரை *புதிய தடம்* (ஜூலை செப்டம்பர் 2003) இதழில்தான் முதலில் வெளியானது. இதழை நடத்தியவரும், ஆசிரியர் குழுவில் பங்கு பெற்றிருந்தவர்களில் பெரும்பான்மை யினரும் அ. மார்க்ஸின் கருத்தியல் செல்வாக்குக்கு உட்பட்டிருந்தவர்கள் என்பதும், கட்டுரையை எழுதிய ம. மதிவண்ணனும் அப்போது அ. மார்க்ஸ் அணியோடு இருந்தார் என்பதும் குறிப்பிடத்தக்கது. புதிய தடம் இதழ் யாக்கனுடைய முல்லை அச்சகத்தில் தயாராகிக்கொண்டிருந்த நிலையில், அப்போது ரவிக்குமாருக்கு எதிராகப் பெரியார் ஆதரவாக எழுதிவந்த புனித பாண்டியன், அயோத்திதாசர் பற்றிய இந்தக் கட்டுரையின் அருந்ததியர் விலக்கல் வாதங்களை எடுத்துத் தன் கட்டுரையில் சேர்த்துக்கொண்டார். இந்த வகையில் மதிவண்ணனின் கட்டுரையை ஒரு தொடக்கம் எனலாம். பிறகு கட்டுரைக்கு வெளியே மேற்கோள்கள் மட்டும் பரவ ஆரம்பித்தன.

தலித்துகளை விலக்கிப் பெரியார் பேசியிருந்ததைக் காட்டியபோது ஓரிரு வரிகளை வைத்துக்கொண்டு முடிவெடுக்கக் கூடாது என்று கூறியவர்கள், அயோத்திதாசரின் அருந்ததியர் விலக்க விஷயத்தில் மட்டும் அதைப் பொருத்தாமல் போனார்கள். அவருடைய எழுத்தில் சிதறிக் கிடக்கும் விமர்சனத்திற்குரிய பகுதிகளைக் கணக்கெடுத்து மொத்தமாக மதிப்பிடுவதற்குப் பதில் ஓரிரு மேற்கோள்களைக் காட்டி நிராகரித்தனர். மொத்தத்தில் அயோத்திதாசர் பற்றிய ஒட்டுமொத்த வாசிப்பிலிருந்து உருவான விமர்சனப்பூர்வமான மதிப்பீடாக இவை அமைய வில்லை.

அதேவேளை ஒரு பிரச்சினை அல்லது விமர்சனம் எழுகிற தென்றால் அதற்கான காரணத்தைக் குறிப்பிட்ட தளத்திற்கு வெளியே மட்டும் தேடுவது பிரச்சினையிலிருந்து தப்பவும், திசை திருப்பவும் மட்டுமே உதவும். குறிப்பிட்ட விமர்சனத்திற்கான காரணம் அத்தளத்திற்குள்ளும் இருக்கிறதா என்று பார்ப்பது அவசியம். அந்த வகையில் அயோத்திதாசர் பற்றிய சம்பந்தப்பட்ட

விமர்சனத்திற்கான வெளிக் காரணங்களை இதுவரை பார்த்த நாம் அயோத்திதாசரிடம் இதற்கான இடம் இருக்கிறதா என்பதையும் பார்ப்பதே சரியாக இருக்கும். அவ்வாறு பார்த்தால் இத்தகைய விமர்சனம் வைப்பதற்கான வேர் அயோத்திதாசர் எழுத்தில் இருக்கிறது என்பது உண்மை. அதை நாம் மறுத்துவிட முடியாது. எனில் இதனை எவ்வாறு புரிந்து கொள்வது? அவரின் இக்கூற்றுகளை நியாயப்படுத்தாமலேயே அவர் இவ்வாறு கூறியிருப்பதற்கான காரணங்களை ஆராய முடியும் என்று தோன்றுகிறது.

II

அயோத்திதாசர் காலத்தில் நம் காலத்தைப் போல குறிப்பிட்ட காரணங்கள் அடிப்படையில் சாதிகளைக் குறிப்பிட்ட தொகுப்பிற்குள் (SC, BC, MBC போல) அடக்கி விளக்கும் யோசனை உருவாகவில்லை. எனவே, இன்றைய அட்டவணைப்படுத்தப்பட்ட (SC) சாதித் தொகுப்புகளைக் கணக்கில் வைத்துக்கொண்டு, அன்றைக்கு அயோத்திதாசர் எல்லாப் பட்டியல் சாதிகளையும் உள்ளடக்கிப் பேசியிருக்க வேண்டும் என்று நாம் எதிர்பார்க்க முடியாது. எந்த ஒருவரையும் அவர் வாழ்ந்த காலத்தில் வைத்துப் பார்ப்பதும், அவற்றிலிருந்து சமகாலத்திற்குத் தேவையான விஷயங்கள் எவை என்று வளர்த்தெடுப்பதுமாகிற இரண்டு அணுகுமுறைகள் தேவை. அயோத்திதாசர் அவர் கால நவீன அரசியல் தேவைகளின் தாக்கத்தைக் கொண்டிருந்தார் என்றாலும், அவருடைய அணுகுமுறை முதன்மையாகப் பண்பாட்டு நோக்கிலானது. அரசியல், பண்பாடு என்ற இரண்டு அணுகுமுறைகளை எதிரெதிராக வைத்து அவற்றில் ஏதோவொன்றைக் குறிப்பாகப் பண்பாட்டை முற்றிலும் எதிர்மறையாகப் பார்க்கக்கூடிய அணுகுமுறையே இன்று அதிகமிருக்கிறது. ஆனால், அவ்வாறு எதிர்மறைகளிலிருந்து பார்க்க வேண்டிய அவசியமில்லை. வேறெந்தத் தமிழகச் சிந்தனையாளரையும்விடப் பண்பாட்டுத் தளத்தின் இந்த முக்கியத்துவத்தை உணர்ந்தவராக அயோத்திதாசர் இருந்தார் என்பது குறிப்பிடத்தக்கது. எது அவருடைய பலமாக இருந்ததோ அதுவே இன்றைய அரசியல் தளத்திற்கு வரும்போது பலவீனமானதாக மாறிவிடுகிறது. ஏனெனில் நம்முடைய அரசியல் புரிதல் என்பது முற்றிலும் நவீன காலச் சிந்தனா முறையால் உருவானதாகும்.

வெவ்வேறு அடையாளங்களுக்கு இடையிலான பொதுமைக் கூறுகளைத் தொகுத்து ஒரே அரசியலாகக் கட்டுவது நவீன அரசியலின் அடிப்படையாகும். அவ்வாறு

தொகுக்கும்போது அரசியல் நோக்கம் முதன்மை பெற்றுப் பண்பாட்டு அம்சங்கள் பின்னுக்குப் போகும். பண்பாட்டு ரீதியாகப் பல்வேறு வேறுபாடுகளைக் கொண்ட சாதிகளைக் குறிப்பிட்ட பொதுத்தன்மைகளின் கீழ் தொகுக்கக்கூடிய முறை இருபதாம் நூற்றாண்டு அரசியலில் உருவானது. இத்தகைய நவீன கால அரசியலுக்கு முந்தையவர் அயோத்திதாசர். சாதிகளை அவற்றின் பண்பாட்டு அம்சங்களின் அடிப்படையில் புரிந்து செயல்பட்டவராக இருந்தார். இதை அவருடைய பிழை என்று சொல்ல முடியாது. இன்றைய அரசியல் புரிதல்களானது சாதிகளுக்கிடையிலான பொதுக் கூறுகளை எடுத்துக்கொண்டு பண்பாட்டுத் தளத்தை முற்றிலும் புறமொதுக்கி உருவான தாகும். எனவே பண்பாட்டு நோக்கின் பலம், பலவீனம் இரண்டையும் நாம் அயோத்திதாசரிடம் பார்க்க முடியும். அவரை அக்காலகட்டத்தோடு இணைத்தே புரிந்துகொள்ள முடியும்.

அயோத்திதாசர் காலத்திற்கு முன்பும் அவர் காலத்திலும் நடந்தவை தனித்தனிச் சாதிகளின் எழுச்சிகளே. சாதி ரீதியான மாநாடுகள் நடந்தன; கோரிக்கைகள் எழுந்தன; நூல்கள் வெளியாயின. ஆங்கிலேயர்களால் ஏற்கப்பட்ட நால்வர்ணச் சட்டகத்தில் தங்கள் சாதியை எவ்வாறு, எங்கு பொருத்த வேண்டும் என்பது குறித்த விவாதங்களைச் சாதி அமைப்புகள் நடத்திவந்தன. இப்பின்னணியில் பார்த்தால் அயோத்திதாசர் ஒட்டுமொத்த அட்டவணைச் சாதிகளுக்கான அரசியலைப் பேசியிருக்க முடியாது என்பதைப் புரிந்துகொள்ள முடிகிறது. அவருடைய யோசனை வரம்பிற்குள் அது வந்திருக்க வாய்ப்பில்லை. எனவே இன்றைய சூழலில் இருந்து அவரைப் பார்க்க முடியாது. இது முதலாவது புரிதல். ஆனால், தான் சார்ந்து செயல்பட்ட பறையர் வகுப்பினரை நால்வர்ணச் சட்டத்திற்குள்ளோ இந்து மதத்திற்குள்ளோ இருத்த அவர் உரிமை கோரவில்லை. இது மிக முக்கியமான விடயம். ஆதித்தமிழர், பூர்வ பௌத்தர், சாதி பேதமற்ற திராவிடர் போன்ற அடையாளங்களையே அவர் வலியுறுத்திச் செயல்பட்டார் என்பது குறிப்பிடத்தக்கது. ஆனால், பட்டியல் உருவாகாத காலமாக இருப்பினும் விளிம்புநிலையிலுள்ள மற்ற சாதிகளை இழிவாகக் கூறுவது நியாயமாகுமா என்ற கேள்வியெழுவது தவிர்க்க இயலாததாகிறது.

பறையர் வகுப்பில் பிறந்த அயோத்திதாசர் அவர்கள்மீது சுமத்தப்பட்ட இழிவுகளுக்கு எதிராகப் போராடினார். அவர்கள்மீது பரப்பப்பட்டிருந்த இழிவான கதையாடல்களை மறுத்து மாற்றுக் கதையாடல்களைக் கட்டியெழுப்பினார். இன்றைக்குப் பட்டியல் பிரிவில் அடங்கியுள்ள ஏதேனும் ஒரு சாதிக்காக ஒருவர் போராடியிருந்தாலும் அதையும்

சாதியெதிர்ப்புப் போராட்டமாகவே நாம் கணக்கில் எடுக்க வேண்டும்; அப்படித்தான் கணக்கில் எடுத்துவருகிறோம். அவ்வாறு போராடும்போது தங்கள் சாதிமீது சுமத்தப்பட்டிருக்கும் இழிவை மறுத்துக் கூறுவது, அதற்கு எதிரான சொல்லாடல் களைக் கட்டமைப்பது, அதன்படி மக்களைத் திரட்டுவது போன்ற செயல்பாடுகள் நடக்கும். அதில் குறிப்பிட்ட சாதியின் பெருமை, எதிரில் இருக்கும் சாதி மீதான சாடல் போன்றவையும் இருக்கும். ஓர் ஒடுக்கப்பட்ட சாதி தன்னை எப்படிச் சொல்லிக் கொள்ள வேண்டும் என்பது, ஒடுக்கும் சாதி தன்னை எப்படிக் குறிப்பிடுகிறதோ அதைப் பொறுத்துத்தான் அமையும்.

பறையர் என்போர்மீது நிகழ்த்தப்படும் புறக்கணிப்புகளை அயோத்திதாசர் விரிவாகக் கண்ணுற்றார். அப்புறக்கணிப்பு அரசியல்ரீதியானதாக மட்டும் இல்லாமல் பண்பாட்டுரீதியாகவும் இருந்தது. அவ்வாறு சுமத்திய இழிவைத் தொடர்ந்து வெவ்வேறு வகைகளில் நினைவுபடுத்துவதன் மூலம் இந்தச் சமூகத்தில் அவர்கள்மீது உளவியல்ரீதியான ஒவ்வாமை உருவாக்கப்படுகிறது என்று கருதினார். சமகால நடைமுறைகள் மட்டுமல்லாமல் வரலாறு, புராணம், பாடல், நாடகம் என எல்லாவற்றிலும் இச்சமூகத்தின்மீது கடும் ஒவ்வாமைவையல்ல; கற்பிக்கப்பட்டன.

இந்த இழிவுகள் இயல்பானதல்ல, பொய்யானவை; திட்டமிட்டுக் கட்டமைக்கப்பட்டவை என்பதைப் புரிந்துகொண்டு அதனை எதிர்கொள்ள அத்தளத்திலேயே செயல்பட்டார். குறிப்பாகப் பறையர்களுக்கும் பார்ப்பனர்களுக்கும் இடையே வழக்காறுகளிலும் கதைகளிலும் நிறுவப்பட்டிருக்கக்கூடிய எதிர்மறைகளுக்கான காரணம் என்னவென்று தேடினார். இன்றைய சாதிய நடைமுறை, உளவியல்ரீதியான கற்பிதத்திலும் இருப்பதைக் கண்டு அதனை எதிர்கொள்ள முற்பட்டார். ஒரு குறிப்பிட்ட சாதியின் அடையாளங்கள் மட்டும் (பிராமணர்) எப்போதும் பெருமையாக இருக்குமாறு பார்த்துக்கொள்ளப்படு கின்றன. அதற்கு இணையாக, மற்றொரு சாதி (பறையர்) பற்றிய அடையாளங்களெல்லாம் இழிவானதாகவே சொல்லப்படு கிறது. இங்கு பல்வேறு சாதிகள் படிநிலையாக அமைக்கப் பட்டிருந்தாலும் இவ்விரண்டு சாதிகளுக்கிடையில் மட்டும் இத்தகைய எதிர்மறை திட்டமிட்டுக் கட்டமைக்கப்பட்டுப் பரப்பப்பட்டிருந்தது. இச்சூழலை எதிர்கொள்வது அவருடைய பணியாக இருந்தது. இதனை மறுக்கப் பல்வேறு தளங்களிலான ஆதாரங்களைத் தேடித் திரட்டி எழுதிவந்தார். பறையர்கள் மீதான இழிவுகளுக்கு மாறாக வரலாற்றில் அவர்கள் வெவ்வேறு நிலைகளில் இருந்தனர் என்ற வரலாற்றைத் தேடி எழுதினார்.

சமகாலத்திலும் அத்தகைய இழிவுகள் நினைவு படுத்தப்படுகிறதென்று கருதி அவற்றையும் எதிர்கொண்டார். சாதி அபிமானம் உள்ளவர்கள் மட்டுமல்ல எதிர்ப்பவர்களும்கூட ஏதோவொரு வகையில் இத்தகைய இழிவுகளை நம்பியே அதன்பேரில் உதவ வருவதை அவர் பார்த்தார். இச்செயலால் மக்களுக்கு அரசியல்ரீதியாக உரிமை கிடைத்துவிட்டாலும், சமூக உளவியலில் அவர்கள் இழிவானவர்களாகவே இருத்தப்படு கிறார்கள் என்று கருதினார். இதில் பிராமணர்களே மேம்பாட்டு முயற்சிகளில் ஈடுபட வருவதில் சூது இருப்பதாகக் கருதினார். இவ்வாறு தீவிரமாகச் செயல்பட்டுக்கொண்டிருந்தபோது தன்னுடைய முயற்சிகளை முறியடிக்கக்கூடியவையாக எவற்றைக் கண்டாரோ, சந்தேகப்பட்டாரோ அவை சிறிதளவானதாக இருந்தாலும் அவற்றை மிகக் கடுமையாக எதிர்கொண்டார். இதை அவருடைய ஆவேசமான நிலைப்பாடு என்று சொல்லலாம். இவற்றை வைத்து அருந்ததியர் குறித்த அவரின் விலக்கத்தை நியாயப்படுத்த முடியாதென்றாலும், அவரின் ஆவேசத்திற்கான காரணத்தை இப்பின்புலத்தில் புரிந்துகொள்ள முடியும்.

இந்த விஷயத்தில் சிறிய பதிவு என்றாலும் குறிப்பாக 'உயர்' வகுப்பினர் என்றால் உடனே எதிர்வினையாற்றினார். அப்படித்தான் பாரதி தம்முடைய கவிதை ஒன்றில் 'ஈனப்பறையர்களேனும்' என்ற வார்த்தையைப் பயன்படுத்திய போது தன்னுடைய *தமிழன்* இதழில் மறுத்து எழுதினார். பாரதி பறையர்களை இழிவுபடுத்த அச்சொல்லைக் கையாண்டிருக்க வில்லை என்றாலும் அவர்கள் மீதான இழிவு எதிர்மறையான தொனியிலேயும் நினைவுபடுத்துகிறது என்பதால் எதிர்த்தார். இந்தப் பின்னணியில்தான் அருந்ததியர் பற்றிய அவரின் நிலைப்பாட்டைப் பார்க்க வேண்டியிருக்கிறது.

அயோத்திதாசர் அருந்ததியர் பற்றி எதிர்மறையாகக் குறிப்பிட்டுள்ள பெரும்பாலான இடங்களைக் கவனிக்கும்போது ஒன்றைப் புரிந்துகொள்ளலாம். விளிம்புநிலைச் சாதிகளைச் சீர்திருத்தப் போகிறோம் என்று பிராமணர்கள் / தேசிய இயக்கத்தினர் அறிவித்தபோது அயோத்திதாசர் விமர்சித்து எழுதியிருக்கிறார். பறையர்கள்மீது பிராமணர்கள் சுமத்திவரும் இழிவை மாற்ற வேண்டும் என்று அவர் இயங்கிவந்த தருணத்தில், பறையர்களோடு அருந்ததியர், குறவர் உள்ளிட்ட பிற சாதிகளை இணைப்பதன் மூலம் அந்த இழிவிலிருந்து பறையர்களை விலக்குவதைத் தடுக்கப் பார்க்கிறார்கள் என்று கருதினார். இச்சாதிகளை விலக்கி அவர் எழுதியிருக்கக்கூடிய எல்லா இடங்களும் இதுபோன்று எதிரிலிருப்போர் காரணமாகவே

எழுதியிருக்கிறார் என்பது குறிப்பிடத்தக்கது. (பல வேளைகளில் இவ்வகுப்பினரும் அந்த இழிவு காரணமாக இவர்களைப் புறக்கணித்தனர் அல்லது தொடுவதில்லை என்றும் அவர் எழுதியிருக்கிறார்.) இந்த இடத்தில் அச்சாதிகளைத் தங்களோடு சேர்க்கக் கூடாது என்பதைவிடவும் அச்சாதியினரைச் சேர்ப்பவர்களின் நோக்கம் குறித்து எழக்கூடிய சந்தேகமே அவருக்கு முதன்மையாக இருந்திருக்கிறது. ஆக, அவருடைய நிலைப்பாட்டிற்கான முதன்மைக் காரணம் அருந்ததியர்கள் உள்ளிட்ட விளிம்புநிலைச் சாதிகள் அல்ல, மாறாக பிராமணர்கள்.

அருந்ததியர்கள், குறவர்கள் உள்ளிட்ட சாதிகளைக் கீழாகப் பார்க்கக்கூடிய பார்வை அன்றைக்கு வேறு பலரிடமும் இருந்திருக்கிறது. அதன் தொடர்ச்சியே அயோத்திதாசரிடமும் வெளிப்பட்டிருக்கிறது என்று யூகிக்க முடிகிறது. குறிப்பாக, சென்னை லௌகீகச் சங்கத்தின் *தத்துவ விவேசினி* இதழிலும் பிறகு அயோத்திதாசரின் *தமிழன்* இதழிலும் எழுதிய, சுயமரியாதை இயக்கத்தினராலும் எடுத்தாளப்பட்ட எழுத்தாளரான ம. மாசிலாமணி முதலியார் எழுதிய தீவிர பிராமண எதிர்ப்பு நூலான 'வருண வேத விளக்க'த்தில் இதேபோன்ற பார்வை படிந்திருப்பதைப் பார்க்கிறோம். இந்நாட்டவர் என்றாலும் "நாடோடிகளாக இருக்கும் அநாகரிகர்களாகிய குறவர், தொம்ப(ரவ)ர், மறவர் மட்டும் இன்னமும் முன்போலவே பலவகைப் பிராணிகளுடைய மாமிசங்களையும் புசித்துவருகின்றனர்" என்று எழுதியுள்ளார் (ப. 611, தொகுதி – 1, வீ.அரசு (ப. ஆ) தத்துவ விவேசினி) இப்பார்வை இந்த முன்னோடிகளுக்கு எப்படி, ஏன் வந்தது என்று தெரியவில்லை. இது ஆராயப்பட வேண்டும். இதற்கு வேறு ஏதேனும் மூலங்கள் இருக்கிறதா அல்லது காலனிய கால எழுதுமுறையிலிருந்து உள்ளூர்க்காரர்களுக்கும் பரவியதா என்பதைப் பார்க்க வேண்டும். எனவே அருந்ததியர் உள்ளிட்ட சாதிகளைக் கீழாகப் பார்ப்பது அயோத்திதாசருடைய பார்வை மட்டுமே என்று சொல்ல முடியாது.

இவ்வாறு எவ்வளவுதான் எழுதினாலும் இன்றைய அடிப்படை, சொல்லப்படாத பிரச்சனை, தமிழக தலித் கருத்தியல் களத்தில் அயோத்திதாசர் மேலெழுகிறார் என்பதுதான். அது பறையர் மேலாதிக்கமாக இருந்துவிடுமோ என்கிற அச்சம் இருக்கிறது என்பது உண்மை. ஆனால், அதற்கு அயோத்திதாசர் பொறுப்பேற்க முடியாது. இதனை நேரடியாக மறுக்க முடியாமல் அம்பேத்கர் முன்வைத்த பௌத்தத்தின் மூலம் எதிர்கொள்ள முனைகிறார்கள் எனலாம். (பௌத்தம்

தொடர்பாக அயோத்திதாசருக்கும் அம்பேத்கருக்கும் உள்ள வேறுபாட்டை வேறொரு தனிக் கட்டுரையில் காணலாம்.)

III

பட்டியல் சாதிகளுக்கிடையில் ஒற்றுமை இல்லையென்பது அடிப்படையில் ஓர் அரசியல் பிரச்சனை. அரசியல்ரீதியாகப் புரிந்து, அரசியல்ரீதியாகத் தீர்க்கக்கூடியது. மற்ற தளங்களும் இம்முயற்சிக்கு உதவியாக அமையலாம். தலித் சாதிகளுக்கிடையே ஒற்றுமை வேண்டும் என்று விரும்பும், போராடும் நபர்கள் இன்றைக்கும் இருக்கிறார்கள். கசப்பான அனுபவங்களினால் விலகிக்கொண்டவர்களும் இருக்கிறார்கள். எனவே இன்றைய தலித் சாதிகளுக்கிடையிலே ஒருங்கிணைவு எனும்போது முதலில் அரசியல் தளம் சார்ந்து யோசிக்க வேண்டும். அதற்கான மொத்தக் காரணிகள் இருக்கிறதா என்பதை ஆராய வேண்டும். ஆனால் அது இங்கு பேசப்படுவதே இல்லை. எல்லாவற்றிற்கும் அயோத்திதாசர் போன்ற சிந்தனையாளர்கள்தாம் காரணம் என்பதுபோலப் பேசப்படுகிறது. அயோத்திதாசர்தான் காரணம் என்றால் அவர் சிந்தனையோடு எந்தவிதத்திலும் தொடர்பில்லாத தேவேந்திர குல வேளாளர்கள் பட்டியல் பிரிவிலிருந்து வெளியேறும் கோரிக்கையை வைப்பது ஏன்? ஞான. அலாய்சியஸின் 'அயோத்திதாசர் சிந்தனைகள்' நூல் தொகுப்பு வருவதற்கு முன்பே அருந்ததியர், ஆதிதிராவிடர், தேவேந்திரர் ஆகிய சாதிகளுக்கிடையே முரண்பாடுகளும் தனித்தனி அரசியல் அமைப்புகளும் உருவாகிவிட்டன. ஒரு கட்டத்திற்குப் பிறகு அந்தந்தச் சாதிகள் தனித்தனி அமைப்புகளாக இயங்குவதற்கான நியாயங்களும் கண்டுபிடிக்கப்பட்டன.

இங்கு அயோத்திதாசர்மீது குற்றச்சாட்டு வைப்பதற்காக இல்லாத ஒன்றுக்கு இருப்பதுபோன்ற தோற்றம் தரப்படுகிறது. அதாவது பௌத்தம் இங்கு செல்வாக்கோடு இருந்தது / இருக்கிறது போலவும் அதை அயோத்திதாசர் காலி செய்துவிட்டார் அல்லது அதை ஒற்றைச் சாதிக்கானதாக மாற்றிவிட்டார் என்றும் சொல்லப்படுகிறது. அது உண்மையல்ல. இன்னும் சொல்லப்போனால் பண்டிதருடைய வருகைதான் பௌத்தத்தை இன்றைக்கு உயிர்ப்பித்திருக்கிறது. அரசியல் தளத்தில் உருவாகி விட்ட முரண்பாடு காரணமாக மூன்று சாதிகளும் இன்றைக்கு ஒருங்கிணைவதில்லை. பட்டியல் சாதி அமைப்புகளில் தனியாகவோ கூட்டாகவோ இவற்றை நடத்துவதே இல்லை.

அதேபோல அயோத்திதாசரைப் பற்றி இன்று பேசுபவர்கள் எல்லோரும் அருந்ததியர் குறித்த அவரது எதிர்மறைப் பார்வையை ஏற்றுக்கொண்டவர்கள் என்று கருத

வேண்டியதில்லை. அயோத்திதாசரை ஏற்றுக்கொண்டவர் சாதி ஆதரவாளர், ஏற்றுக்கொள்ளாதவர் சாதி கடந்தவர் எனக் கறுப்பு வெள்ளையாகவும் பார்க்கத் தேவையில்லை. தீவிர பறையர் அரசியல் பேசுவோரில் சிலர் அயோத்திதாசர் பௌத்தம் பேசினார் என்பதாலேயே அவர் கருத்தை எடுத்துக்கொள்வதில்லை என்பதும் இவ்விடத்தில் குறிப்பிடத்தக்கதாகும்.

அயோத்திதாசரைப் பற்றி விரிவாக எழுதியவர்களில் மூவரை இங்கு குறிப்பிட வேண்டும். ஒருவர் ஞான. அலாய்சியஸ், இரண்டாமவர் ராஜ் கௌதமன், மூன்றாமவர் டி. தருமராஜ். இதில் ஞான. அலாய்சியஸ் அயோத்திதாசரை முழுமையாக வாசித்து அதிலிருந்து ஒரு பார்வையை உருவாக்கி முன்வைக்கிறார். குறிப்பாக அயோத்திதாசரைத் தமிழ்நாட்டுப் பிராமண எதிர்ப்பு அரசியலின் முன்னோடியாக, பெரியாருக்கு முன்னோடி யாகக் கொள்கிறார். ஆனால், அவர் எந்த இடத்திலும் அயோத்திதாசருடைய மேற்கண்ட கூற்றுப் பற்றிச் சொல்லவோ விமர்சிக்கவோ இல்லை. ராஜ் கௌதமன் அயோத்திதாசர் பற்றியான முழு நூலை எழுதியிருந்தபோதிலும் அயோத்திதாசரைச் சற்றே விமர்சனப்பூர்வமாகவும், நவீன அறிவியல் சார்பு பௌத்தம் காரணமாக லட்சுமண நரசுவை விதந்தோதுபவராகவும் இருப்பது கவனிக்கத்தக்கது. அயோத்திதாசரை நவீன கோட்பாட்டு வாசிப்பின் பின்னணியில் பொருத்தி அடுத்த கட்டத்திற்கு முன்னெடுத்துச் சென்றவர் டி. தருமராஜ். அயோத்திதாசருடைய பரப்பை மதிப்பிட்ட டி. தருமராஜ், அவரது வரையறை என்ன என்பதையும் எழுதியிருக்கிறார். இந்தச் சிந்தனையாளர்களின் சாதியைக் குறிப்பிடுவது நியாயமல்ல என்றாலும், அயோத்திதாசர் மீதான குற்றச்சாட்டைப் புரிந்துகொள்வதற்கான காரணம் கருதி மட்டும் இங்கு குறிப்பிடலாம் என்று தோன்றுகிறது. அயோத்திதாசரை விமர்சனப்பூர்வமாகப் பார்த்த ராஜ் கௌதமன் மட்டுமே அயோத்திதாசரின் சாதியைச் சேர்ந்தவர். எனவே அயோத்திதாசர் வாசிப்பாளர்கள் அனைவரையும் சுயசாதியினர் என்ற வரையறைக்குள் அடக்குவது முழுமையான பார்வையல்ல.

அயோத்திதாசரை வாசித்தவனாகவும் அவரைப் பற்றித் தொடர்ந்து எழுதி, பேசி வரக்கூடியவன் என்ற முறையிலும் அயோத்திதாசரின் இடம் என்ன என்பதுபற்றி நான் சிலவற்றைச் சொல்ல முடியும். நவீன அரசியலை ஏற்றவர்களிடம் ஒரு பொதுவான பார்வை இருக்கிறது. மரபை எதிரானதாகவும் நவீனத்தைச் சார்பாகவும் பார்க்கக்கூடிய பார்வையே அது. ஆனால், நமக்குக் கிடைத்திருக்கக்கூடிய இதுவரையிலான அனுபவங்களிலிருந்து பார்க்கும்போது இதுபோன்ற பார்வைகளை நாம் கவனமாகப் பரிசீலிக்க வேண்டியிருக்கிறது. முற்றிலும்

எதிரானது என்றோ, முற்றிலும் சரியானது என்றோ ஒன்று இருக்க முடியாது என்பதே இன்றைய புரிதல். எனவே நாம் மரபை முற்றிலும் எதிரானதாகப் பார்க்கிற பார்வையிலிருந்து மாறியாக வேண்டியிருக்கிறது. இந்நிலையில் மரபில் இருக்கக்கூடிய செழுமையான கூறுகளைக் கண்டுகொள்வதற்கும் புரிந்து கொள்வதற்கும் அயோத்திதாசரின் எழுத்துகள் உதவுகின்றன. மேலும், உள்ளூர்ப் பண்பாட்டு வரலாற்றை அடித்தள மக்கள் நோக்கிலிருந்து எழுதுவதற்குப் பல்வேறு சான்றுகளை அயோத்திதாசர் விட்டுச் சென்றிருக்கிறார். குறிப்பாக, அவருடைய பௌத்தம் தொடர்பான உரிமைகோரல்கள் பலவும் கற்பனையானவை என்று நம்பிக்கொண்டிருக்கும் பலருக்கு, அவர் சொல்லியிருக்கக்கூடிய விளக்கங்களுக்கு உள்ளூர் மரபிலேயே சான்றுகள் இருப்பது பெரும்பாலும் தெரியாது.

எல்லாவற்றைக் காட்டிலும் அயோத்திதாசரிடம் வேறொரு விஷயம் இருக்கிறது. ஒரு சிந்தனையாளரை அவர் கூறிச்சென்ற கருத்துகள் அடிப்படையில் ஏற்கலாம் அல்லது மறுக்கலாம். இதுதான் இங்கிருக்கும் பெரும்பான்மை வழக்கம். ஆனால், இன்னொரு விதம் இருக்கிறது. ஒருவர் கூறிய கருத்துகளுக்கு அப்பால், அவருடைய அணுகுமுறைகளும் சிந்தனா முறைகளும்கூட நமக்கு உதவலாம். அயோத்திதாசர் இந்த இரண்டு விதத்திலும் நமக்குப் பயன்படுகிறார். அயோத்திதாசர் பற்றிய இதுவரையிலான ஏற்பும் மறுப்பும் பெரும்பாலும் முதல் வகை சார்ந்தே அமைந்திருக்கின்றன. அவருடைய கருத்து களைப் போலவே அவர் சிந்திக்கும் விதமும் நமக்கு அதிகம் உதவ முடியும் என்று பரிந்துரைக்கிறேன். அவர் குறிப்பிட்ட சாதி சார்ந்து இவற்றையெல்லாம் பேசியிருந்தாலும், அவரின் யோசிக்கும் முறைகளை இந்தியா முழுக்க இருக்கக்கூடிய ஒடுக்கப்பட்ட சாதிகள் மீதான ஆதிக்கத்தைப் புரிந்துகொள்வதற்கான பரந்துபட்ட அணுகுமுறையாக மாற்றிக்கொள்ள முடியும் என்பது என் நம்பிக்கை. அயோத்திதாசரை அந்த விதத்தில்தான் நான் அதிகம் பயன்படுத்துகிறேன், பிறருக்கும் பரிந்துரைக்கிறேன்.

அவரின் அணுகுமுறைகளை எடுத்துக்கொண்டு சமகாலத் தரவுகளைக் கையாண்டு நாம் புதிய யோசனை முறையைச் சமைக்க முடியும். இப்படி உலகில் பல சிந்தனையாளர்கள் உண்டு. அவ்வாறு பார்க்கும்போது அயோத்திதாசர் என்னும் தனிமனிதரிலிருந்து நாம் விலகிவிடுகிறோம். அவரைச் சிந்தனையாகப் பார்க்க ஆரம்பித்துவிடுவோம். குறிப்பாக, சாதி அமைப்பு பரவிய விதத்தை, அது நிலைபெற்ற விதத்தை மேற்கத்திய அளவுகோல்களின்படி புரிந்துகொண்டிருக்கிறோம். அதே வேளையில், சாதி அமைப்பு உருவான உள்ளூரில் பிறந்த

ஒருவரின் புரிதலிலிருந்து விளக்குவதன் அனுகூலத்தையும் இணைத்துக்கொள்ள வேண்டும். அதேபோல இங்கிருக்கக்கூடிய பண்பாட்டு விஷயங்களை உள்ளூர் மரபிலிருந்து வாசிப்பதற்கான ஒரு முறைமையையும் அயோத்திதாசரிடம் காண்கிறோம். இந்த இரண்டையும் கையாளும்போது அங்கு அயோத்திதாசர் என்கிற பெயர்கூட அவசியமில்லை. வேறு சில அணுகுமுறைகளில் கிடைக்காத புரிதல்கள் நமக்குக் கிடைத்திருக்கின்றன அயோத்திதாசர் மூலம் அவற்றை நாம் இன்னும் போதுமான அளவுக்குப் பயன்படுத்தவில்லை. பயன்படுத்துகிறபோது அதன் அளவு விரியும் என்று நினைக்கிறேன்.

எல்லாக் காலத்திற்கும் முற்றும் பொருத்தமான குறைகளற்ற சிந்தனையாளர் என்று யாரும் இருக்க முடியாது. பெரியாரிடம் தலித் விலக்கக் கூற்றுகள் சில இருந்தாலும் மொத்தப் பணிகள், விளைவுகள், கூற்றுகள் சார்ந்து அவரின் இடத்தை மதிப்பிடுவதைப் போல அயோத்திதாசரை மதிப்பிடும் போக்கு இங்கு வளரவில்லை. 'அம்பேத்கருக்கு முன்னாலேயே பௌத்தம் பேசியவர்', 'பெரியாருக்கு முன்னாலேயே திராவிடம் பேசியவர்' என்கிற சலுகைகளைத் தாண்டியவை அவரது சிந்தனைகள். இவ்வகைப் பேச்சுகளுக்கு அவ்வப்போதைய கவன ஈர்ப்பு என்பதைத் தாண்டி அதிக ஆயுள் கிடையாது. அயோத்திதாசர் பற்றிய இன்றைய புரிதல் அவரைப்பற்றி எழுதிய ஆய்வாளர்களை வைத்து உருவாகியிருக்கிறது. அயோத்திதாசரை நேரடியாக வாசிக்க வேண்டும். தலித் ஒருவரின் சிந்தனா முறை தலைமையானதாகவோ, முதன்மையானதாகவோ இருப்பது குறித்த பதற்றம் அவரின் குறைகளில் போய் இடம் தேடிக்கொண்டு விட்டது. அயோத்திதாசரை வாசிப்பதிலிருந்து தப்புவதற்கு, அவரை எதிர்கொள்வதிலிருந்து மறைவதற்கு அவரின் குறைகள் சாக்காக மாறிவிட்டன. நூறாண்டுகளாக 'மறைக்கப்பட்டிருந்து' மீண்ட ஒருவரை வாசிப்பிலிருந்து அகற்ற மீண்டுமொரு தடையரண் எழுப்பப்பட்டிருக்கிறது. வழமையான சிந்தனா முறைக்கு மாற்றாக அவரைப் புரிந்துகொள்ளும் பலமில்லை என்பதை மறைக்க இம்முறை ஒடுக்கப்பட்ட சாதிகள் பற்றிய அவரின் குறைபாடுள்ள பார்வை காரணமாக்கிக்கொள்ளப் பட்டிருக்கிறது.

அயோத்திதாசர் பற்றிய பேச்சென்றால் அவரை அம்பேத்கரோடும் பெரியாரோடும் ஒப்பிடுவது இங்கிருக்கும் வழமையான அரசியல் பார்வையால் விளைகிறது. அத்தகைய ஒப்பீடு அவரை நிராகரிப்பதற்காகத்தான் என்றும் ஆகிவிட்டது. ஆளுமைகளைவிட மாற்றம்தான் முக்கியம். அயோத்திதாசர் வேறு புலங்களோடும் ஒப்பிடப்பட வேண்டியவர். அதேபோல

அவரைப் பற்றிய மதிப்பீடு அரசியல் பார்வை சார்ந்துதான் இருக்க வேண்டுமென்பதில்லை. அயோத்திதாசர் பற்றிய டி.தருமராஜின் எழுத்துகளை இவ்வாறு மட்டும் பார்த்ததால்தான் பல நேரங்களில் தவறாகப் புரிந்துகொள்கிறோம். சாதிபற்றி நிறைய அணுகுமுறைகள் இங்கிருந்துள்ளன. அவற்றையெல்லாம் தொகுப்பதும் கணக்கெடுப்பதும் அவசியம். ஒரு விஷயத்திற்கு ஒரு சிந்தனையாளர் மட்டும் போதும் அல்லது அவர் மட்டுமே சரி என்பது குறுகிய அரசியல் பார்வை. ஒரு சிந்தனையாளரைப் பேசுவதாலேயே வேறொரு சிந்தனையாளரைத் தள்ளி வைக்கிறோம் என்று அர்த்தமல்ல. ஆனால், இங்கு பெரும்பாலும் அவ்வாறுதான் புரிந்துகொள்ளப்படுகிறது..

இங்கு வாசிப்பு மீதான அர்த்தம் யார் எழுதுகிறார்கள், என்ன எழுதுகிறார்கள் என்பதைப் பொறுத்தே உருவாகிறது. அயோத்திதாசர் பற்றிய தமிழ்ச் சூழலின் இன்றைய அர்த்தம் இதன்படிதான் உருவானது. இக்கட்டுரை மீதான வாசிப்பு எவ்வாறு அமையும் என்பது தெரியாமலில்லை. இதே தகவல்கள் என்னுடைய பெயரல்லாமல் வேறு பெயரில் எழுதப்பட்டிருந்தால் வேறு மாதிரி வாசிக்கப்படும். எனவே இங்கு தரவுகளை விட, தர்க்கங்களைவிடப் பெயர்களே எல்லாவற்றையும் தீர்மானிக்கின்றன. குறிப்பிட்ட பெயர் என்றால் படிப்பதற்கு முன்பே அவர் பற்றிக் கொண்டிருக்கும் நிலைப்பாட்டிற்கேற்ப ஓர் அர்த்தம் உருவாகிவிடுகிறது. வேறு பெயர் என்றால் வேறொரு நிலைப்பாடு.

இக்கட்டுரையில் அயோத்திதாசரின் கூற்றுகளுக்கு மட்டும் விளக்கம் தந்து ஒதுங்கியிருக்க முடியும். மாறாக, அயோத்திதாசர் வாசிப்பின்மீது அன்றைய அரசியல் சூழல் எவ்வாறு செல்வாக்கு செலுத்தியது, பிறகு அது அயோத்திதாசர் பிம்பத்திற்கான பௌதீக சக்தியாக மாறிய விதம் ஆகியவற்றைச் சொல்லவே இவ்வாறு எழுத வேண்டியிருந்தது. எனவே, இது அயோத்திதாசர் பற்றிய கட்டுரை மட்டுமல்ல, வாசிப்பு குறித்த கட்டுரையும்கூட. வாசிப்பைச் சார்ந்து சார்பு அல்லது எதிர்ப்பு உருவாவதைவிட நிலைப்பாடுகளே வாசிப்பை முடிவு செய்கின்றன என்பதுதான் இங்கிருக்கும் சிக்கல்.

நீலம், பிப்ரவரி 2023